செல்வம் சேர்க்கும் வழிகள்

AF740876

G.S. **சிவகுமார்**

உலகப்புகழ் பெற்ற *Horlicks* பானத்தை உற்பத்தி செய்யும் Glaxo Smithkline Beecham என்று இன்று அழைக்கப்படும் நிறுவனத்தில் தமிழ் நாட்டில் விற்பனை பிரதிநிதியாகத் தொடங்கி விற்பனை துறையில் பற்பல பரிசுகளை வாங்கிக் குவித்து விற்பனை மேலாளராக ஆந்திரம், கேரளம் போன்ற மாநிலங்களில் பணியாற்றிச் சாதனைகள் புரிந்தவர்.

கெவின் கேர் நிறுவனத்தில் Regional Manager ஆகவும் டாபர் நிறுவனத்தில் Zonal Manager ஆகவும் செயலாற்றியபின்பு மத்திய கிழக்கு நாடுகளில் புகழ் வாய்ந்த பன்னாட்டு நிறுவனமாகிய Rashideen Group-ல் துபாயில் சேல்ஸ் மற்றும் மார்கெட்டிங் துறைகளில் மேலாளராகவும் பணியாற்றி மத்தியகிழக்கு, ஐரோப்பிய விற்பனை வட்டாரங்களில் தனக்கென்று ஒரு இடம் பிடித்தவர்.

தற்போது இந்தியாவில் முன்னேறி வரும் நிறுவனங்களுக்கு விற்பனைத் துறையில் ஆலோசனை மற்றும் பயிற்சிகளை வழங்கி வருகிறார்.

இவர் எழுதிய ‘சூப்பர் சேல்ஸ்-சக்ஸஸ் ஃபார்முலா’ புத்தகம் கிழக்கு பதிப்பகத்தில் வாசகர்களால் பெரிதும் பாராட்டப்பட்ட புத்தகங்களுள் ஒன்றாகும்.

செல்வம் சேர்க்கும் வழிகள்

G.S. சிவகுமார்

கிழக்கு

செல்வம் சேர்க்கும் வழிகள்
Selvam Serkum Vazhigal

G.S. Sivakumar ©

First Edition: October 2019
224 Pages

ISBN: 978-93-5135-028-6
Kizhakku 1165

Kizhakku Pathippagam
177/103, First Floor, Ambal's Building, Lloyds Road,
Royapettah, Chennai - 600 014. Ph: +91-44-4200-9603
Email : support@nhm.in Website : www.nhm.in

kizhakkupathippagam kizhakku_nhm

Author's Email: jaysiva.siva@gmail.com

Kizhakku Pathippagam is an imprint of New Horizon Media Private Limited

- செல்வம் சேர்ப்பது என் பிறப்புரிமை.
- செல்வம் சேர்ப்பது பாவமல்ல.
- செல்வந்தனாக மாறுவதற்கு என் தகுதிகளை வளர்த்துக்கொள்வேன்.
- எத்தகைய கடும் உழைப்புக்கும் நான் தயார்! தயார்!

பொருளடக்கம்

பகுதி 2

செல்வத்தைக் குவிக்கும் வழிகள்

பகுதி 3

செல்வந்தராக நீடிப்பது எப்படி?

அணிந்துரை

நண்பர் G.S. சிவகுமார் எழுதி உள்ள 'செல்வம் சேர்க்கும் வழிகள்' புத்தகத்தை எடுத்தேன். ஒரே மூச்சில் படித்து முடித்தேன்.

அவரது அணுகுமுறை மிக நன்றாக இருக்கிறது. செல்வம் என்றால் என்ன என்று புரிந்துகொள்ளாமலேயே அதன் பின் ஓடிக்கொண்டு இருக்காமல் அதன் இலக்கணங்களை, அதன் பரிமாணங்களை முதலில் அலசி விட்டு பின் செல்வத்தை குவிக்கும் வழிகளை விறுவிறுப்பான நடையில் வழங்கி இருக்கிறார்.

ஒவ்வொரு வழியை விளக்கும்போதும் தான் நேரடியாகக் கண்டுள்ள, கேட்டுள்ள நல்ல உதாரணங்களை கொடுத்து, செயல்படக்கூடிய முறைகளாக எடுத்துக்காட்டி இருக்கிறார். தொடங்கும் வியாபாரத்தில் உள்ள நெளிவு, சுளிவுகளை அனுசரித்து அதற்கேற்ப சிறந்த வழி முறைகளை பரிந்துரைத்திருக்கிறார்.

சில செண்டிமெண்ட்டுகளையும் ஆங்காங்கே தொட்டுக் காண்பித்திருப்பது சிறப்பாக உள்ளது.

செல்வத்தைக் குவிப்பதை விட, எப்படி செல்வந்தனாக நீடிப்பது என்பதை நடைமுறை விளக்கமாக பல்வேறு நேரடிச்சம்பவங்கள் மூலம் விளக்கி இருப்பது மிகவும் அருமை.

முத்தாய்ப்பாக செல்வத்தை ஈட்டினால் மட்டும் போதாது, அதை நல்லமுறையில் தேவையானவர்களுக்கு பகிர்ந்து கொடுத்து சமுதாயத்துக்கு ஒருவர் தன்னால் இயன்ற கடமைகளை ஆற்ற வேண்டும் என்பதையும் எடுத்துக்காட்டி இருப்பது முடிமணியாக அமைந்துள்ளது.

திரு. சிவகுமார் எங்களது நிறுவனத்தில் தென்னிந்தியாவின் ரீஜனல் மானேஜராக தொண்ணூறுகளின் மத்தியில் சிறப்பாக பணியாற்றி இருக்கிறார்.

அவர் எங்களுடனும், மற்ற பிற நிறுவனங்களுடனும் இந்தியாவிலும், துபாயிலும் பெற்ற அனுபவங்களை நேர்த்தியாக தனது புத்தகங்கள் மூலம் வாசகர்களுடன் பகிர்ந்துகொள்வதைக்கண்டு அவர் எங்களுடன் பணியாற்றியவர் என்ற முறையில் நான் மிகவும் பெருமைப் படுகிறேன்.

அவரது முயற்சிகள் யாவும் வெற்றியடைய அவரை இதய பூர்வமாக வாழ்த்துகிறேன்.

15.09.2019
சென்னை

C.K. ரங்கநாதன்
Founder & Chairman
Cavinkare Pvt Limited

முன்னுரை

ஆயிரக்கணக்கான ஆண்டுகளாக மக்களின் அடிமனத்தின் ஆழத்தில் இருந்து அவர்களை ஆட்டிப்படைக்கும் சொல் என்னவென்றால் அது காசு, பணம், சொத்து என்றெல்லாம் பல பெயரிட்டுச் சொல்கிறோமே அந்தச் செல்வம்தான் அது.

அந்த செல்வத்தைச் சேர்ப்பதற்குத்தான் பிச்சைக்காரனிலிருந்து பில்கேட்ஸ்வரை எல்லோரும் பாடுபட்டுக்கொண்டிருக்கின்றனர்.

உலகத்தையே ஒரு குடைக்குக்கீழ் கொண்டுவர விரும்பிய கிரேக்க நாட்டு அலெக்ஸாண்டர் முதல் நமது சேர சோழ பாண்டியன்வரை இப்பூவுலகை ஆள விரும்பிய அனைத்து அரசர்களின் மனத்தையும் ஆதிக்கம் செய்து கொண்டிருந்த மாய சக்தி இந்தச் செல்வம்தான்.

ஆசையே துன்பத்திற்குக் காரணம் என்றான் புத்தன். பணம் ஒரு மாயம் என்று சொல்கின்ற துறவிகள்கூட தங்களது நிறுவனங்களுக்கு பணம் சேர்ப்பதற்காக உழைக்கவேண்டியதாக இருக்கிறது.

தனது பேரன் கொள்ளுப்பேரன் வரைக்கும் ஏழேழு தலைமுறைக்கும் சொத்துக்களை வாரிக் குவித்து சேர்த்து வைத்துள்ள அரசியல் வாதிகளும் எத்தனை வயது ஆனாலும், எந்த வியாதிகள் படுத்திக் கொண்டிருந்தாலும், இன்னும் இன்னும் என்று அவர்களை மிகுந்த பேராசையுடன் நிற்க விடாமல் ஓட ஓட விரட்டிக்கொண்டிருக்கின்றதே அது இந்த மாய்மாலம் காட்டும் பணம் இல்லாமல் வேறென்ன?

மண்ணாசை பொன்னாசை என்று இந்தச் செல்வத்தைப் பற்றித் தான் நம் முன்னோர்கள் குறிப்பிட்டு இந்த இரண்டு ஆசைகளிலும் பத்திரமாக இருப்பதற்கு நூற்றுக்கணக்கான இலக்கியங்களை எழுதிவைத்தார்கள்.

அதே சமயத்தில், 'பணம் பத்தும் செய்யும்', 'பணம் பாதாளம் வரை பாயும்' என்றெல்லாம் பழமொழிகள் சொல்லி பணம் சேர்ப்பதிலேயே குறியாக இரு என்றும் அறிவுறுத்தியுள்ளார்கள்.

அருளில்லார்க்கு அவ்வுலகமில்லை, பொருளில்லார்க்கு இவ்வுலக மில்லை என்று பொருள் சேர்க்கத் தெரியாதவனை இந்த உலகத்திற்கே லாயக்கில்லாதவனாக ஆக்கியும் விடுகின்றன இந்தப் பழமொழிகள்!

முன்பெல்லாம் பெண்ணுக்கு வரன் பார்க்கும் பெற்றோர்கள் பையனுடைய குடும்பம் எப்படிப்பட்டது, படிப்பு என்ன, குணம் என்ன என்றெல்லாம் பார்த்தபின் கடைசியாகத்தான் அவன் சம்பாத்தியம் என்ன, பெண்ணோடு குடும்பம் நடத்தும் அளவுக்குச் சம்பாதிக்கிறானா என்று பார்ப்பார்கள்.

இன்று நிலைமை தலைகீழ்!

வரன்களைத் தகுதி நீக்கம் செய்வது பெண்களின் பெற்றோர்கள் அல்ல. கல்யாணத்திற்குக் காத்துக்கொண்டிருக்கும் பெண்கள்தான்!

எனது நண்பர் ஒருவர் தனது பையனுக்குப் பெண் தேடிக் கொண்டிருப்பவர் தனது சொந்தக்கதை சோகக்கதையை சொல்லிப் புலம்பினார்.

'இப்போதெல்லாம் பெண்கள் கேட்கும் முதல் கேள்வி என்ன தெரியுமா சார்! பையன் குறைந்தபட்சம் மாதம் ஒரு லட்சம் சம்பாதிக்கிறானா அவன் பெயரில் வீடு இருக்கின்றதா? (குடும்ப சொத்தாய் இருந்தால் அது ஏற்கப்படமாட்டாது!) எவ்வளவு லட்சத்துக்கு ஷேர்கள் வைத்திருக்கிறான்?

ஒரு இன்கம்டாக்ஸ் ஆபீஸர் கூட இந்த அளவுக்குக் குடைய மாட்டார்கள் சார்!'

இதில் ஏதாவது ஒரு அம்சம் சரி இல்லையென்றால் பதில்கூட பெண் வீட்டார் போடுவதில்லை என்று அரற்றினார் அந்தப் பேர்வழி.

ஆம், பணமே பிரதானமாக, நிலைமை வெகுவாகவே மாறிக் கொண்டுதான் இருக்கிறது. இதில் ஆச்சரியம் ஒன்றுமில்லை! நமது தெய்வங்களிலும்கூட செல்வத்திற்கென்று லக்ஷ்மி, குபேரன் என்று தனி தெய்வங்கள் உண்டே.

அது இந்தியர்களாக இருந்தாலும் சரி, பண்டைக்கால கிரேக்கர்களாயிருந்தாலும் சரி எந்த நாகரீகத்திலும் கோலோச்சி பவனி வரும் தெய்வம் ஒன்று உண்டென்றால் அது இந்த செல்வத்தின் தெய்வமல்லாது வேறு எதுவாக இருக்க முடியும்?

இப்படி என்னாட்டு மக்களையும் எல்லா தரப்பு மக்களையும் ஆட்டிப்படைத்துக்கொண்டிருக்கும் வல்லமை மிக்க வசீகரிக்கும் சக்தியான அந்தச் செல்வத்தை நோக்கித்தான் நாம் இப்போது ஒரு பயணத்தைத் தொடங்கப்போகிறோம். இப்பயணத்தில் நாம் முதலில் செல்வம் என்பது என்ன என்பதைத் தெளிவாகப் புரிந்துகொள்ளப் போகிறோம். அதன் வெவ்வேறு பரிமாணங்கள் என்னென்ன? இந்த செல்வம் எடுக்கும் அவதாரங்கள் என்ன? அவற்றின் குணாதிசயங்கள் என்ன? அதை சேகரிப்பது சரியா தவறா என்ற தார்மீக நெறிகளை சரியாகப் புரிந்துகொள்ளப்போகிறோம்.

அதற்குப்பின் செல்வத்தைச் சேகரிப்பது எப்படி என்கிற வழிமுறை களையும் நாம் அலசி ஆராயப்போகிறோம்.

அதற்கான தகுதிகள் என்னென்ன என்பதை அறிந்து கொள்வது மட்டுமல்லாமல் அதற்கான நமது தகுதிகளை எப்படி வளர்த்துக் கொள்வது என்பதையும் விலாவாரியாக விளக்கிக்கொள்ளப் போகிறோம்.

ஒருவர் செல்வத்தைச் சேகரித்துவிட்டதாலேயே விஷயம் முடிந்து விட்டதா என்றால், அதுதான் இல்லை. செல்வத்திற்கு அப்பெயர் வந்ததன் காரணமே அது நம்மை விட்டு எப்போது வேண்டுமானாலும் 'செல்வோம், செல்வோம்' என்று காத்திருப்பதால்தான் என்பர்.

எனவே நாம் சேகரிக்கும் செல்வம் நம்மை விட்டுச் செல்லாமல் அதை தக்கவைத்துக்கொள்வது எப்படி என்கிற மிக முக்கியமான விஷயத்தையும் பார்க்கப்போகிறோம்.

இப்பயணத்தில் நான் என்னுடைய அனுபவங்களையும் உங்களுடன் பகிர்ந்து கொள்ளப்போகிறேன்.

கிழக்கு பதிப்பகத்தில் எனது முந்தைய புத்தகமான 'சூப்பர் சேல்ஸ் சக்ஸஸ் ஃபார்முலா' புத்தகத்தில் எனது விற்பனைத்துறை அனுபவங்களை பகிர்ந்து கொண்டதைப்போன்று இந்தச் செல்வம் சேர்க்கும் பயணத்திலும் நான் என்னுடைய அனுபவங்களை உங்களுடன் பகிர்ந்து போகின்றேன்.

நான் கூறப்போகின்ற விதிமுறைகளை நீங்களும் நன்கு புரிந்து கொண்டால், அவ்விதிமுறைகளை நடைமுறைக்கு கொண்டு வந்தால் செல்வம் என்கிற மாபெரும் சக்தி உங்களுக்கு சேவை செய்யக் காத்துக்கொண்டிருக்கும்.

பகுதி 1

செல்வத்தின் இலக்கணங்கள்

செல்வத்தைச் சேர்ப்பதற்கு முன்னால்
அதன் அடிப்படை இலக்கணத்தை,
அதன் பின்னால் உள்ள தத்துவங்களை
அறிந்துகொள்வது நன்று.

அடிப்படை வலுவாக இருந்தால்
நீங்கள் கட்டும் கட்டடம்
உறுதியாக நிற்கும்!

1

பணமே! நீ நல்லவனா? கெட்டவனா?

அட! என்ன இது? மணி ரத்தினத்தின் நாயகன் படத்தில் வேலு நாயக்கரை பார்த்து அவர் பேரப்பிள்ளை கேட்பதுபோல இருக்கிறதே என்று திகைக்கிறீர்களா?

ஆம், அந்தப் படத்தின் கதாநாயகனைப்போலவே செல்வத்துக்கும் இரட்டைமுகங்கள் உண்டு.

செல்வம் ஒரு சாத்தானைப்போன்றது, மனிதனைப் படுகுழியில் இறக்கிவிட்டு வேடிக்கை பார்க்கும் ஒரு பிசாசு என்று நம்புபவர்களும் உண்டு. பணம் சேர்ப்பதே பாவம் என்று செல்வத்திற்கு ஓர் இலக்கணம் சொல்பவர்கள் இவர்கள்.

இது ஒருபக்கம் இருக்க செல்வத்தை சேர்ப்பதே தமது வாழ்க்கையின் ஒரே லட்சியம், அதைக்குவித்து வைப்பதே ஜன்ம சாபல்யத்துக்கு ஒரே வழி. அதை அடைவதுதான் முக்கியமே தவிர அதை அடையக்கூடிய வழிகள் எப்படி இருந்தாலும் சரி என்று மூர்க்கத்தனத்துடன் செல்வத்துக்காக அசுர வேகத்துடன் வேட்டை ஆடிக்கொண்டிருப்பவர்கள் ஒரு பக்கம்.

இப்படி இருப்பவர்கள் மத்தியில் நீங்கள் எடுக்கப்போகும் நிலை என்ன?

நான் முதலில் குறிப்பிட்டபோல் செல்வத்திடமே இந்தக் கேள்வியைக் கேட்டால் அது நாயகன் பசப்பலாக கூறியதைப் போல 'எனக்கே தெரியலம்மா' என்று கூறி விடும்.

ஏனென்றால் செல்வத்தின் குணமோ அல்லது குற்றமோ அதனிடம் இல்லை என்பதுதான் உண்மை. அதை சேர்ப்பவர்களிடம்தான் இருக்கிறது. அதை உபயோகிப்பவர்களிடம்தான் இருக்கிறது.

எனவே செல்வத்தைப்பற்றி தவறான அபிப்பிராயங்கள் ஏதேனும் உங்களிடம் இருந்தால் அவற்றை மாற்றிக்கொள்ளுங்கள்.

செல்வம் ஒரு பலம் வாய்ந்த ஆயுதம், அதை எப்படி பயன்படுத்துவது என்பதில்தான் நமது புத்திசாலித்தனம் இருக்கிறதே தவிர அதை உடைப்பில் போடுவதில் அல்ல.

ஒரு கத்தி ஒரு கயவன் கையில் இருந்தால் அது ஜேப்படி செய்வதற்கோ அல்லது ஒரு உயிரை எடுப்பதற்கோ பயன்படலாம்.

ஆனால் அந்த கத்தி ஒரு மருத்துவரின் கையில் இருக்கும்போது ஒரு அறுவை சிகிச்சைக்குப் பயன்பட்டு ஒரு உயிரைக்காக்கின்றது அல்லவா?

ஆயுதம் ஒன்றேதான், ஆனால் அதனை உபயோகிப்பவரை வைத்துத்தான் அதன் குணம் வேறுபடுகின்றது.

எனவே பணம் சேர்ப்பது பாவம் என்ற எண்ணம் உங்களிடம் இருந்தால் உடனே அதைத் தூக்கி எறியுங்கள்.

செல்வம் ஒரு தாயைப் போன்றது. அது நம்மை போஷிக்கும், பாதுகாக்கும், அரவணைத்துக் காக்கும்.

அது நம் மகளைப் போன்றது. நம்மை அதைக்கொஞ்ச வைக்கும், தாலாட்ட வைக்கும், சீராட்ட வைக்கும், அதை முத்தமிட வைக்கும், நம்மை அதனிடம் பித்தாக்க வைக்கும்.

அது நம் காதலியைப் போன்றது. நம்மை மோகத்தில் ஆழ்த்தும், நம்மை விட்டுப் பிரிந்தால் சோகத்தில் ஆழ்த்தும், நம் தூக்கத்தைக் கெடுக்கும்,

முதலில் செல்வத்தைப் புரிந்துகொள்வோம். செல்வத்தைப்பற்றிய உங்களது எண்ணங்கள், கருத்துக்கள், மதிப்பீடுகள் எவ்வாறு உங்கள் அடிமனத்தில் இடம் பிடித்தன.

- உங்கள் பெற்றோர் நீங்கள் சிறுவராக இருக்கையில் சொல்லிக் கொடுத்த கொள்கைகள்.

- *உங்களது ஆசிரியர்கள் புகட்டிய அறிவுரைகள்.*
- *உங்களது நட்பு வட்டாரங்களின் தூண்டுதல்கள்.*
- *நீங்கள் படித்த புத்தகங்கள், பார்த்த சினிமாக்கள்.*
- *சமுதாயத்தை நீங்கள் பார்த்த விதம்.*

இப்படித்தான் உங்களது மதிப்பீடுகள் ஒரு உருவம் எடுக்கின்றன. இத்தகைய மதிப்பீடுகளை நாம் மறுமதிப்பீடு செய்யவேண்டிய கட்டம் இது.

இப்போது நான் கூறுவதை எல்லாம் புதிய கண்ணோட்டத்தில் பாருங்கள். நீங்கள் இப்போது ஒரு புது மனிதர்.

இப்போது சொல்லுங்கள், செல்வத்தைப்பற்றி உங்களது கருத்து என்ன?

செல்வம் என்பது ஒரு விஷம் போன்றது, தீண்டத்தகாத ஒன்று. இருப்பதை வைத்துக்கொண்டு காலம் தள்ளினால் போதும் என்று நீங்கள் எண்ணுகிறீர்கள் என்றால் இந்தப் புத்தகத்தைப் படித்து உங்களுக்கு ஆக வேண்டியது ஒன்றுமில்லை.

ஆனால் செல்வத்தைப்பற்றிய மதிப்பீடு கீழ்கண்டவாறு இருந்தால் இந்தப் புத்தகம் உங்களது உற்ற நண்பன், வழிகாட்டி, தோள்கொடுக்கும் சகோதரன்.

- *செல்வம் சேர்ப்பது என் பிறப்புரிமை.*
- *செல்வம் சேர்ப்பது பாவமல்ல.*
- *செல்வந்தனாக மாறுவதற்கு என் தகுதிகளை வளர்த்துக் கொள்வேன்.*
- *எத்தகைய கடும் உழைப்புக்கும் நான் தயார்! தயார்!*

> செல்வத்தின் குணமோ அல்லது
> குற்றமோ அதனிடம் இல்லை.
> அதை சேர்ப்பவர்களிடம்தான் இருக்கிறது.
> அதை உபயோகிப்பவர்களிடம்தான்
> இருக்கிறது.

- நேர்மையான வழிமுறைகளை மட்டும் உபயோகிப்பேன்.
- சேர்த்த செல்வத்தை தேவையானவர்களுடன் தேவையான சமயத்தில் பகிர்ந்து கொள்ளத் தயங்க மாட்டேன்.

இப்படியாக ஒரு தீர்மானத்தை எடுங்கள். இந்தச் சிந்தனையை உங்கள் வாழ்க்கையின் ஒரு முக்கியமான அம்சமாக ஆக்கிக்கொள்ளுங்கள்.

அது உங்கள் கனவிலும் நனவிலும் உங்களை ஆக்கிரமிக்கட்டும்! உங்கள் ஆழ்மனதை ஆட்சி செய்யட்டும்!

ஆம், நண்பர்களே, செல்வத்தை, அதன் பரிமாணங்களை நன்கு புரிந்து கொள்வோம், செயல்படுவோம், ஆண்டு அனுபவிப்போம்.

2

கனவு காணுங்கள்

எனது சிறு வயதில் என் தந்தை எனக்கு விளையாட்டு காட்ட பலவிதமான பாடல்களை இட்டுக்கட்டி பாடுவார். 'என் சின்ன பட்டா வந்தானாம், பச்சை மோட்டார் காரிலே என் சின்ன பட்டா வந்தானாம்' என்று அழகாக ராகம் போட்டு எனக்கு பாட்டு பாடி விளையாட்டு காட்டுவார், தூங்க வைப்பார்.

இன்ஸ்பெக்டர் ப்ரெளன் என்ற ஒரு துப்பறியும் கேரக்டர் அவருக்குப் பிடித்தமான ஒன்று. என்னை அந்த மாதிரி ஒரு துப்பறியும் கேரக்டராக மாற்றி நான் துப்பறிந்து தீயவர்களை விரட்டி அடிப்பதாக கற்பனை காட்சிகளை உருவாக்கி மெட்டுக்கட்டி பாடி என்னை மகிழ்விப்பார்.

அப்போது என் கற்பனையில் நான் பச்சை மோட்டார் காரில் பவனி வருவதாகவும், ஒரு தேர்ந்த தலைவனாகி தீயவர்களை விரட்டி நன்மை புரிவதாகவும் என் மனக்கண்ணில் கனவு கண்டுகொண்டே உறங்கி விடுவேன்.

எங்களது குடும்பம் ஒரு பெரிய குடும்பம். வசதி வாய்ப்பில் ஒரு நடுத்தர அல்லது அதற்கு சற்றும் கீழே உள்ள வட்டத்தில்- ஆனால் முன்னேற துடித்துக்கொண்டிருந்த குடும்பம்.

கல்லூரியில் தங்கப்பதக்கத்துடன் பட்டதாரியாக வெளியே வந்தாலும் மேற்படிப்பை தியாகம் செய்து ஏதாவது வேலைக்குச் சென்று சம்பளம் வாங்கி குடும்பத்திற்கு உறுதுணையாக இருப்பதையே பெரிதாக

நினைத்தேன். எனக்கு முன் என் இரு அண்ணன்களும் அதே வழியைத்தான் தேர்ந்தெடுத்திருந்தார்கள்.

இப்படி இருக்கையில் நான் பிரபலமான ஹார்லிக்ஸ் நிறுவனத்தில் விற்பனை பிரதிநிதியாகச் சேர்ந்தேன். அவர்கள் கொடுத்த நல்ல பயிற்சிகளை மேற்கொண்டு விற்பனை நுணுக்கங்களைக் கற்றுக் கொண்டு அதிவேகமாக முன்னேற ஆசைப்பட்டேன்.

அப்போதெல்லாம் என்னை அயரவிடாமல் உழைக்கச் செய்யவும், எத்தனை தடைகள் வந்தாலும் எதிர்த்துச் சமாளிக்க நிற்கவும், எத்தனை பெரிய சவால்கள் வந்தாலும் எதிர் நீச்சல் போட்டு முன்னேறவும் எனக்கு உதவியது என்ன தெரியுமா?

நீங்கள் கண்டுபிடித்திருப்பீர்கள்!

ஆம், என் தந்தை சிறு பிராயத்தில் என் கண்முன் கொண்டுவந்த அந்தக் காட்சிதான்! பச்சை மோட்டார் காரிலே பவனி வரும் நான் எதிரிகளை ஓட ஓட விரட்டுவது!

அந்தக் காட்சி என்னைப்பொறுத்தவரை உண்மை! நூற்றுக்கு நூறு சதவிகிதம் நிஜம்! எனக்குள் நடந்து முடிந்தது. இனி வெளி உலகத்தில் நடக்க வேண்டியது!

நண்பர்களே! நான் உழைத்தேன், கடுமையாக உழைத்தேன். திருச்சியில் பணிபுரியும்போது மாலை கல்லூரியில் பிசினஸ் மேனேஜ்மெண்ட் படித்து அதிலும் ராங்க் வாங்கி பாஸ் செய்தேன்.

எந்தெந்த மார்க்கெட்டுகளில் எல்லாம் சவால்கள் இருந்ததோ அந்தந்த மார்க்கெட்டுகளுக்கு மாற்றல்களைத் தேடிப்பெற்று அந்தச் சவால்களை எதிர்கொண்டு வெற்றி கண்டேன். இதிலெல்லாம் எனக்கு உறுதுணையாக, ஊக்கமளிப்பதாக இருந்தது என் மனத்தின் அடித்தளத்திலிருந்த அந்தக் கனவுதான்.

இறுதியாக நான் கவின்கேர் நிறுவனத்தில் ரீஜனல் மேனேஜராக சேர்ந்தபோது நான் கண்ட கனவு நிஜமாகியது. அழகிய காரில் பவனி வந்தேன் எனது முப்பத்தைந்தாவது வயதில்.

அது அந்த நிறுவனம் வழங்கிய காராக இருந்ததினால் அதன் நிறத்தை நான் தீர்மானிக்க முடியவில்லை, அது நீல நிற கார்.

அதன் பின் டாபர் நிறுவனத்தில் கோட்ட மேலாளராகச் சேர்ந்தபோது நான் வாங்கிய கார் பச்சை மோட்டார் கார்! என் தந்தை பிள்ளைப் பிராயத்தில் பாட்டுப்பாடி என்னை மகிழ்வித்த பச்சை மோட்டார் கார்!

அந்த பச்சை மோட்டார் காரில் நேராக என் பெற்றோர் வீட்டிற்குச் சென்றேன். அன்னையையும் தந்தையையும் ஏற்றிக்கொண்டு ஒரு ரவுண்டு வந்தேன். என் தந்தையை மீண்டும் அந்தப் பாட்டை பாடச் சொல்லிக் கேட்டேன்! அவர் முகத்தில் கண்ட ஆனந்த பரவசத்தை என்னால் விவரிக்க முடியாது.

அதற்குப்பின் நான் துபாய் சென்று ஒரு பெரிய நிறுவனத்தில் சேர்ந்தேன். அங்குள்ள பரந்த ரேஸ் ட்ராக்குகள் போன்ற பள பளக்கும் தெருக்களில் மின்னல் வேகத்தில் வழுக்கிக்கொண்டு ஓடும் ஹோண்டா, டயோட்டா என்று பல விலை உயர்ந்த கார்களில் பயணம் செய்தேன்.

ஆனால் எனக்கு வாழ்வின் உச்சகட்ட ஆனந்தத்தைக் கொடுத்தது என் தந்தை பல வருடங்களுக்குமுன் எனக்கு என் மனக்கண்ணில் காண்பித்த பச்சை மோட்டார் காரில் பவனி வந்ததுதான்!

இப்போது எதற்கெடுத்தாலும் அம்பானிகளையும் அதானிகளையும் குறை சொல்லிக்கொண்டிருக்கும் வேலையற்றவர்கள் ஒன்றை வசதியாக மறந்து விடுகிறார்கள். அவர்கள் கண்ட கனவுகளை, அதற்காக அவர்கள் பட்ட கஷ்டங்களை, அவர்கள் ஏற்றுக்கொண்ட அவமானங்களை, அயராது புரிந்த அவர்கள் உழைப்பை!

அப்துல் கலாம் மீண்டும் மீண்டும் உரைத்தது இதைத்தான். கனவு காணுங்கள், கனவு காணுங்கள்! ஆகவே, நண்பர்களே கனவு காணுங்கள்! அதை நிறைவேற்றுவதற்காக கடும் உழைப்பைக் கொடுங்கள். உங்களது தகுதிகளை வளர்த்துக்கொள்ளுங்கள். நீங்கள் செல்வந்தராவது உறுதி!

நண்பர்களே கனவு காணுங்கள்! அதை நிறைவேற்றுவதற்காக கடும் உழைப்பைக் கொடுங்கள். உங்களது தகுதிகளை வளர்த்துக்கொள்ளுங்கள். நீங்கள் செல்வந்தராவது உறுதி!

3

நீங்கள் செல்வந்தராவது உங்கள் கையில்!

செல்வந்தராவது எல்லாருக்கும் முடியக்கூடிய காரியமா என்ன?

அதிர்ஷ்டம் உள்ளவர்களுக்கு மட்டும்தான் செல்வம் சேரும்!

ஏழைகள் ஏழைகளாகவே இருப்பதும் பணக்காரர்கள் பணக்காரர்களாகவே இருப்பதும்தான் யதார்த்தம்!

தலையெழுத்து எப்படி இருக்கிறதோ அப்படித்தான் எல்லாம்...

இது போன்ற எண்ணங்கள் பெரும்பாலான மக்களின் அடிமனத்தில் இருப்பதால்தான் கண்ணெதிரே வரும் சந்தர்ப்பங்களையெல்லாம் கோட்டை விட்டு விட்டு அவர்கள் ஏழைகளாகவோ அல்லது நடுத்தர வர்க்கத்தினராகவோ தங்கள் வாழ்க்கையை நடத்தி வாழ்நாளைக் கழித்து விடுகிறார்கள்.

முதலில் உங்களை நீங்கள் நம்புங்கள்! உங்களால் எதுவும் செய்ய முடியும் என்ற தீவிர நம்பிக்கையை உங்கள் ஆழ்மனதில் விதையுங்கள். பிறகு பாருங்கள்! அது எத்தகைய உந்து சக்தியை உங்களுக்கு அளிக்கிறது என்பதை.

எனது உறவினர் ஒருவர் மிக நடுத்தரமான குடும்பத்தைச் சேர்ந்தவர். பெரிய குடும்பம். தந்தைக்கு வருமானம் அதிகமில்லை. எனவே தனது

கல்லூரிப்படிப்பைத் தொடர முடியாமல் பட்டப்படிப்பின் இரண்டாம் வருடத்திலேயே படிப்புக்கு முழுக்குப் போடவேண்டியதாயிற்று.

வேலை தேடி ஒரு கார்கோ கம்பெனியில் வேலைக்குச் சேர்ந்தார். அதுவும் ஒரு அடிமட்ட தொழிலாளி வேலை.

இரவு பகல் பாராமல் உழைக்கவேண்டும். காலையில் வேலைக்குச் சென்றார் என்றால் இரவு எத்தனை மணிக்கு வீட்டுக்கு வருவார் என்று கூறமுடியாது.

சிலசமயம் ஒரு கூலித்தொழிலாளியைப்போன்று சரக்குகளை ஏற்றி இறக்கவும் வேண்டும்.

அவர் இதற்காக தன் விதியை நொந்து கொள்ளவில்லை. படிக்க முடியாமல் விட்டதற்காக தன் தந்தையைத் திட்டவும் இல்லை.

கிடைத்த வேலையை கண்ணும் கருத்துமாகச் செய்தார். செய்யும் போதே அத்தொழிலில் உள்ள நெளிவு சுளிவுகளை நன்கு புரிந்து கொண்டார்.

மற்ற சக தொழிலாளிகளைக் காட்டிலும் அதிக ஈடுபாடு காண்பித்தார். கொடுத்த வேலைக்கு அதிகமாகச் செய்தார்.

அவரது உத்வேகத்தைக்கண்ட முதலாளி இன்னும் அதிக பொறுப்புக்களை அவருக்கு அளிக்க ஆரம்பித்தார்.

கொஞ்சம் கொஞ்சமாக மேலதிகாரிகள் செய்யும் வேலையையும் இவர் புரிந்து கொண்டது மட்டுமல்லாமல் அதை இன்னமும் சுலபமாக செய்யும் வழி வகைகளை கண்டுபிடித்து செய்தும் காட்டினார்.

நிறுவனத்தின் முதலாளி இவரது வேலைத்திறமைகளையும் முன்னேறத் துடிக்கும் வேகத்தையும் கண்டு மேலும், மேலும் இவருக்கு பொறுப்புக்களை கூட்டிக்கொண்டே வந்து இவரை ஒரு துறையின் மேலாளராக்கினார்.

இவரும் சளைக்காமல் பணி புரிந்து சர்வதேச அளவில் தனது நிறுவனத்தின் வியாபாரத்தை அதுவரை கண்டிராத அளவுக்குத் தூக்கி நிறுத்தினார்.

பல நாடுகளுக்கு பயணம், பெரிய வீடு, வெளிநாட்டுக் கார் என்று எங்களது உறவு வட்டாரங்களை அசத்தினார்.

பிறகு, தானே ஒரு டிராவல்ஸ் கம்பெனி ஆரம்பித்து பிசினஸில் வெளுத்து வாங்கினார்.

காரணம் தொழிலின் அடிமட்டத்திலிருந்து ஆரம்பித்து மேலே வந்ததினால் அதன் எல்லா நிலைகளையும், எல்லா பரிமாணங் களையும் அவர் நன்கு தெரிந்து வைத்திருந்ததுதான்.

இதற்கெல்லாம் மேலே அவர் தன்மீதும் தன் உழைப்பின்மீதும் வைத்திருந்த அயராத நம்பிக்கை. தெரிந்துகொள்ளவேண்டும், மேலும் தெரிந்து கொள்ளவேண்டும் என்ற ஓயாத ஆர்வம்.

தானும் உயர்ந்து தன் குடும்பத்தையும் செல்வ வளத்துடன் வாழவைக்க வேண்டும் என்ற பரந்த நோக்கம்.

அதே சமயம் இதே போன்ற நெருக்கடிகளால் படிக்க முடியாதுபோய் வேறு வழி இல்லாமல் கிடைத்த வேலையை - அது அடிமட்ட தொழிலாளியாகவோ அல்லது கிளார்க்காகவோ- எப்படி இருந்தாலும் பரவாயில்லை என்று சேர்ந்து கஷ்டப்பட்டவர்களையும் பார்த்திருக்கிறேன்.

வருடக்கணக்காக அதே வேலையைச் செய்துகொண்டு என் தலைவிதி இதுதான், எனக்கு இதற்கு மேல் செய்ய திறமை இல்லை, இன்னும் மேல் பதவிக்குப் போனால் டென்ஷன் அதிகமாகிவிடும் என்று தனக்குத்தானே சமாதானம் செய்துகொண்டு அரைத்த மாவையே அரைத்துக்கொண்டு ஒரு முன்னேற்றமும் இல்லாமல் வாழ்நாளை கழித்துக்கொண்டிருக்கிறார்கள் இவர்கள்.

இவ்வாறு செய்யும்போது ஒரு சமயத்தில் பெரும் அலுப்பு தட்டத் துவங்கிவிடும். தன்னுடன் படித்தவர்கள் அல்லது வேலை செய்தவர்கள் முன்னேறிக் கொண்டிருப்பதையெல்லாம் பார்க்கும் போது ஒரு காம்ப்ளக்ஸ் இவர்களை தாக்கிவிடுகின்றது.

வயது ஐம்பதைக் கடப்பதற்குள் மிக அதிகம் உழைத்து விட்டதைப் போல் களைப்படைந்து விடுவதால் நிறுவனங்களும் இவர்களுக்கு வாலண்டரி ரிடையர்மெண்ட் கொடுத்து அனுப்பிவிட்டு குறைந்த சம்பளத்தில் இளைஞர்களை வேலைக்கு எடுத்துவிடுகிறார்கள்.

திருபாய் அம்பானி ஏமன் நாட்டில் ஒரு பெட்ரோல் பங்க்கில் வரும் வண்டிகளுக்கு பெட்ரோல் அடித்துக்கொண்டிருக்கும்போது, 'நான் இதற்குத்தான் லாயக்கு, வேறு என்ன செய்யமுடியும் என்னால்' என்று நினைத்திருந்தால் அவர் கடைசிவரை ஒரு சாதாரண தொழிலாளி யாகவே வாழ்வை முடித்திருப்பார்.

ஆனால் அவருக்குள் இருந்த அந்தக் கனவு, தானும் பெரிய செல்வந்தனாக முடியும் என்ற நம்பிக்கை, தானும் ஒரு முதலாளியாகி இன்னும் பல தொழிலாளிகளுக்கு வேலை வழங்கமுடியும் என்கிற

ஆளுமை இவை எல்லாம்தான் அம்பானியை உலகளாவிய அளவில் தூக்கி நிறுத்தியது.

வெறும் நம்பிக்கையும் கனவுகளும் இருந்தால் மட்டும் போதுமா, கடும் உழைப்பும், தகுதிகளை வளர்த்துக்கொள்ளும் ஆர்வமும் திறமையும் வேண்டாமா?

ஆரம்பத்தில் ஸ்டாக் மார்க்கெட்டைப்பற்றி எதுவும் அறியாதிருந்த அம்பானி பின்னால் அந்தத் துறையின் எல்லா அம்சங்களையும் அறிந்துகொண்டு ஸ்டாக் மார்க்கெட்டில் கன்வெர்டிபிள் டிபென்சர்கள் என்ற புதுமைகளைப் புகுத்தி இந்திய ஸ்டாக் மார்க்கெட்டையே அதிர வைக்கவில்லையா?

> நீங்கள் நம்புங்கள்! உங்களால் எதுவும் செய்ய முடியும் என்ற தீவிர நம்பிக்கையை உங்கள் ஆழ்மனதில் விதையுங்கள். பிறகு பாருங்கள்! அது எத்தகைய உந்து சக்தியை உங்களுக்கு அளிக்கிறது என்பதை.

இதற்கெல்லாம் காரணம் தானும் செல்வந்தராக முடியும் என்ற அவரது ஆழமான நம்பிக்கை. அயராத உழைப்பு. சரியான புள்ளிகளை சரியான நேரத்தில் உபயோகித்துக்கொள்ளும் திறமை.

ஏன், எல்லோரும் நன்கறிந்த KFC என்றழைக்கப்படும் கெண்டகி ஃப்ரைடு சிக்கன் ரெஸ்ட்டாரண்டுகளை உருவாக்கிய சாண்டர்ஸ் இள வயதில் தந்தையை இழந்து வறுமையில் வாடியவர் என்பது உங்களுக்குத் தெரியுமா?

7 வயதில் அவரது அன்னை அவருக்கு சமைக்கக் கற்றுக்கொடுத்தார். அன்று தாயிடம் அவர் பயின்ற சமையற்கலைதான் அவரது மூலதனம்.

இவரும் தனது சிறுவயதில் பெட்ரோல் பங்கில் வண்டிகளுக்கு பெட்ரோல் அடித்துக்கொண்டிருந்தவர்தான். வண்டிகளில் வருபவர்கள் உண்பதற்காக, அவர் தன் அன்னையிடம் கற்ற ரெசிப்பிகளை உண்டாக்கிக் கொடுத்தார். சிறிது சிறிதாக தன் வியாபாரத்தைப் பெருக்கினார்.

இன்று ஃப்ரான்சைஸ், ஃப்ரான்சைஸ் என்று எதெற்கெடுத்தாலும் அடிபடுகிறதே ஒரு மந்திரச்சொல் அந்த ஃப்ரான்சைஸ் கான்செப்ட்டுக்கே தந்தை இந்தத் தாத்தாதான் என்றால் வாயைப் பிளப்பீர்கள்!

அசுர வேகத்தில் உலகின் மிகப்பெரும் ஃபாஸ்ட் ஃபுட் பிராண்டாக KFCயை உருவாக்கினார் சாண்டர்ஸ்.

ஆகவே நண்பர்களே என்னால் இதெல்லாம் முடியாது, என் தலை எழுத்து இப்படித்தான் என்ற மெத்தனமான போக்கை எல்லாம் தூக்கி எறியுங்கள்.

என்னாலும் முடியும் என்று உரக்கச் சொல்லுங்கள்.

செல்வந்தராகிக் காட்டுங்கள்!

4

செல்வந்தனாவதற்குத் தகுதி வேண்டுமா?

ஒரு வீட்டின் வாட்ச்மேன் ஆவதற்குக்கூட தகுதிகள் வேண்டும். நோஞ்சானை காவல்காரனாகப் போட்டால் திருடன் வரும்போது தடுக்கக்கூட தெம்பு இருக்காது.

எந்தத் தொழிலுக்கும் ஒரு தகுதி இருக்கின்றது.

செல்வந்தர் ஆவதற்கும் சில தகுதிகள் வேண்டும்.

- என்னால் செல்வந்தனாகமுடியும் என்ற நம்பிக்கை முதலில் வேண்டும்.
- கடுமையாக உழைப்பதற்குத் தயாராக இருக்கவேண்டும்.
- என்ன தொழில் செய்கிறோமோ அதில் முழு ஈடுபாடும் தனித்திறமையும் வேண்டும்.
- எத்தனை போட்டிகள் வந்தாலும் எதிர் நீச்சல் போட்டு முன்னேறும் திட சங்கல்பம் வேண்டும்.
- நேரம் காலம் பார்க்காமல் உழைக்கவேண்டும்.

பல வருடங்களுக்கு முன்னால் திருநெல்வேலியில் இருந்த ஒரு நண்பன் ஒரு தலைமுடி திருத்துபவரைப்பற்றிச் சொல்லக் கேட்டிருக்கிறேன்.

நான் கூறுவது இன்று நேற்று சமாச்சாரமல்ல. முப்பது வருடங்களுக்கு முந்திய விஷயம் இது.

அன்று மற்ற சலூன்கள் 10 ரூபாய் வாங்கிக்கொண்டு முடிதிருத்திக் கொண்டிருக்கும் போது இந்த மனிதர் 50 ரூபாய் சார்ஜ் செய்து கொண்டிருந்தாராம்.

அதுமட்டுமல்ல அவரிடம் முடி திருத்திக்கொள்வதற்கு குறிப்பிட்ட நேரத்துக்கு அப்பாயிண்ட்மெண்ட் எடுத்துக்கொள்ள வேண்டுமாம்.

வாடிக்கையாளர் லேட்டாக வந்தால் அப்பாயிண்ட்மெண்ட் குளோஸ்!

நினைத்துப் பாருங்கள், அன்று இன்றுபோல் நவீன முடி திருத்தகங்கள் இல்லை. அப்பாயிண்ட்மெண்ட் பந்தாக்கள் இல்லை.

> உங்களுக்குப் பிடித்த தொழில் அல்லது வேலை என்ன? அதில் உங்கள் திறமையை தகுதியை வளர்த்துக்கொள்ளுங்கள். மற்றவர்களைக்காட்டிலும் தனித் தன்மையோடு செயல் புரியுங்கள்.

திருநெல்வேலியும் சென்னையைப்போன்றோ மும்பையைப் போன்றோ வளர்ந்த நகரமில்லை.

என்றாலும் ஒருவர் இத்தனை நிபந்தனைகள் போட முடிகிறது, தான் சொன்னபடி தன் வாடிக்கையாளர்களை ஆட்டிவைக்க முடிகிறது என்றால் அந்த முடி திருத்துபவரிடம் அப்படி என்ன ஸ்பெஷல் தகுதி இருந்திருக்க வேண்டும்.

மேட்டர் வெரி சிம்பிள்!

- அவர் தன் திறமையின்மேல் வைத்திருந்த நம்பிக்கை.
- அவரது தொழில் பக்தி.
- வாடிக்கையாளர்களுக்கு அவர் கொடுத்த தனித்தன்மை வாய்ந்த சேவை.
- நேரம் பாதுகாக்கும் தொழில் தர்மம்.

- கொடுத்த காசுக்கு வாடிக்கையாளர்களுக்கு கிடைக்கும் ஸ்டைல்.
- நல்ல வசதியான ஏசி ரூம் (அந்தக் காலத்திலேயே).

இப்படிப்பட்ட ஒருவர் முடிதிருத்துபவராக இருந்தபோதிலும் பெரும் செல்வந்தராகி காரும் பங்களாவுமாக வாழ்வதில் என்ன ஆச்சரியம் இருக்க முடியும்?

ஆகவே செல்வந்தராகவேண்டுமென்றால் ஏதோ அம்பானியாகவும், அதானியாகவும் இருந்தால்தான் முடியும் என்ற தப்பான அபிப்பிராயம் உங்களுக்கு இருந்தால் உடனே அதை தூக்கிக் குப்பையில் எறியுங்கள்.

தொழிலில் ஏற்றத்தாழ்வுகள் இல்லை. அவை அனைத்தும் உங்கள் மனதில்தான் இருக்கின்றன.

உங்களுக்குப் பிடித்த தொழில் அல்லது வேலை என்ன? அதில் உங்கள் திறமையை தகுதியை வளர்த்துக்கொள்ளுங்கள்.

மற்றவர்களைக்காட்டிலும் தனித்தன்மையோடு செயல் புரியுங்கள்.

உங்கள் தொழில் வளர்ச்சியை அந்த இறைவனே நினைத்தாலும் தடுக்க முடியாது.

5

ஆரோக்கியமே ஆதாரம்

அஸ்திவாரம் சரியாக பலமாக இருந்தால்தான் கட்டிடம் உறுதியாக இருக்கும். சுவரில்லாமல் சித்திரம் வரையமுடியாது.

இவையெல்லாம் நீங்கள் அறிந்ததுதான். ஆனால் மீண்டும் இதை நான் ஏன் இங்கு அழுத்திச் சொல்கிறேன் என்றால் நீங்கள் செல்வந்தராக விரும்பினால் கடும் உழைப்பைக்கொடுக்க வேண்டியிருக்கும் என்று முன்பே குறிப்பிட்டேன் அல்லவா?

அந்த உழைப்புக்கு ஆரோக்கியம் மிக மிக முக்கியமானது. முதலில் உங்கள் உடலை சரியாக பராமரிக்கக் கற்றுக்கொள்ளுங்கள்.

சின்ன வயதில் அம்புலிமாமா புத்தகத்தில் படித்த கதை ஒன்று நினைவுக்கு வருகிறது.

ஒரு பையனின் தந்தை, தான் இறக்கும் முன் ஒரு காகிதத்தில் சில அறிவுரைகளை எழுதிவைத்துவிட்டுச் சென்றுவிடுகிறார்.

அதில் ஒன்று 'நீ உழைப்பதற்காகப் புறப்படும்போதும் பின் உழைத்து விட்டுத் திரும்பி வரும்போதும் முத்துப்பந்தல் அமைத்துக்கொள்' என்பது.

பையனுக்கு ஒன்றும் புரியவில்லை. அவனோ ஏழை, அவன் எப்படி முத்துப்பந்தல் அமைத்துக்கொள்ள முடியும்? பிறகு தீவிரமாக சிந்தித்துப் பார்க்கிறான், தந்தையின் உபதேசத்தை விளங்கிக் கொள்கிறான்.

அதாவது 'காலை சூரியன் உதிப்பதற்குள் எழுந்து வேலைக்குச் சென்றுவிடு. பின்னர் சூரியன் அஸ்தமித்த பிறகு வீட்டிற்கு வந்துவிடு. அதுவரை கடுமையாக உழைப்பாயாக' என்பதுதான் அவன் தந்தை உபதேசித்திருந்த கருத்து என்பதைப் புரிந்துகொண்டான் அந்தப் பையன்.

சூரியன் வானில் இல்லாதபோது வெண்மையான வானமும் அதில் மின்னும் நட்சத்திரங்களும் அவனுக்கு முத்துப்பந்தல்தானே!

இப்போது சுற்றுச்சூழலில் உள்ள மாசுக்களை காணும்போது எப்படி ஐயா ஆரோக்கியத்தை பேணுவது? எங்கு பார்த்தாலும் தூசு, தும்பு, புகை. உரத்தைக்கொட்டி உண்டாக்கப்பட்ட காய்கறிகள், தானியங்கள்.

நிலைமை இப்படி இருக்கையில் மாதம் ஒருமுறை டாக்டரைக்கண்டு ஃபீஸை கொட்டி அழுது அவர் கொடுக்கும் ஆண்டிபயாடிக் மாதிரைகளை விழுங்காமல் எப்படி வாழ்க்கை நடத்துவது? என்று நீங்கள் முணுமுணுப்பது காதில் விழுகிறது.

இதற்குத்தான் நம் முன்னோர்கள் விடியற்காலையில் எழுந்து உடற்பயிற்சி செய்யும் முறைகளை உண்டாக்கி வைத்திருந்தார்கள்.

உடற்பயிற்சி என்றால் ஏதோ ஒரு பார்க்கை செக்குமாடு மாதிரி சுற்றிச் சுற்றி வருவதில்லை. அதனோடு ஆன்மிகத்தையும் இணைத்திருந்தார்கள். விடியற்காலையில் கோவிலுக்குச்செல்லும் முறைகளை வகுத்திருந்தார்கள். அந்தக் கோவிலும் பல இடங்களில் சிறு மலை மேல் அமைந்திருக்கும்.

ஏறிச் செல்வது உடலுக்கு நல்ல பயிற்சி. கோவில் பிரகாரத்தை இத்தனைமுறை வலம் வரவேண்டும் என்று கூறியதில் நல்ல நடைப்பயிற்சி.

மனமும் இயற்கையோடு இசைந்து அமைதி அடைந்து உற்சாகம் பெற்று தனது சக்தியைப் பெருக்கிக்கொள்கிறது. விடியற்காலையில் ஓசோன் படலம் ஆகாயத்தில் படிந்திருப்பதால் மனதுக்கும் உடலுக்கும் தேவையான சக்தி அபரிமிதமாகக் கிடைக்கிறது.

பிறகு காலை உணவு உண்டுவிட்டு வேலைக்கோ அல்லது உங்கள் தொழிலுக்கோ செல்லுங்கள். எப்படி உங்கள் செயல் திறன் கூடுகிறது என்பதைப்பாருங்கள்.

பிராணாயாம பயிற்சிகள், யோகா பயிற்சிகள் இவைகளை சரியான முறையில் பயின்று அவற்றை நடைமுறைக்கு கொண்டு வாருங்கள். உங்களது நோய் எதிர்ப்பு சக்தி கூடும், ஆரோக்கியம் உங்கள் வசமாகும். நோயாளிகள் செல்வந்தராவது அரிது.

செல்வம் வந்தபிறகு எதை எதையோ செய்துவிட்டு, ஆடாத ஆட்ட மெல்லாம் ஆடிவிட்டு நோயில் படுத்தவர்களைப் பார்த்திருக்கிறேன். ஆனால் நோஞ்சான்கள், நோயாளிகள் செல்வத்தை ஈட்டிப் பார்த்ததில்லை.

உடல் நலம் எப்படி முக்கியமோ அப்படித்தான் மனவளமும். ஆங்கிலத்தில் இதை Sound mind in a Sound body என்று குறிப்பிடுகிறார்கள். மனதுக்கும் ஒரு பயிற்சி தேவை. தினமும் ஒரு குறிப்பிட்ட நேரம் ஒதுக்கிக்கொண்டு மனதுக்கு தியானப்பயிற்சி மூலம் ஒரு உந்து சக்தியைக்கொடுங்கள்.

மனம் என்பது ஒரு லென்ஸைப்போன்றது.

சூரியனது கதிர்களை லென்ஸ் குவித்து ஒரு ஆற்றலை உண்டாக்கி ஒரு காகிதத்தை எரிப்பதை ஒரு விளையாட்டாக சின்ன வயதில் செய்து பார்த்திருக்கிறேன்.

மனதும் அப்படித்தான். அதற்கும் ஒரு ஆற்றல் உண்டு. எப்படி சூரியனின் ஆற்றலை லென்ஸ் குவித்து உபயோகிக்கின்றதோ அதேபோல மனதைக் குவிக்கும்போது பிரபஞ்சத்தில் உள்ள ஆற்றலை அது ஒருமுகப்படுத்தி ஏராளமான சக்தியைச் சேகரிக்கிறது.

இப்படி தினமும் பயிற்சி கொடுத்து வரும்போது மனமும் உடலும் நம் வசத்துக்கு வரும். நாம் சொன்னபடி எல்லாம் கேட்கும்.

நான் முதன் முதலில் வேலைக்குச் சேர்ந்தபோது எனது மேலாளராக அமைந்தவர் திரு நாராயணன் என்பவர். அவரை எல்லாரும் டாக்டர் நாராயணன் என்றே அழைத்தார்கள்.

ஏனென்றால் வெடெரினரி சயன்ஸில் முதுகலை பட்டம் பெற்றவர் அவர். இதைத்தவிர இவருக்கு இருந்த சிறப்பு சில வருடங்கள் மிலிடரியில் மேஜராக இருந்து குறிப்பிட்ட காலம் பணி புரிந்து ஓய்வு பெற்று பின் தனது ஆர்வத்தின் காரணமாக விற்பனைத்துறைக்கு வந்தவர்.

கேட்கவேண்டுமா? முறுக்கிய மீசையுடன் இவரது மிலிடரி டிஸிப்ளினை தான் வகித்த சேல்ஸ் துறையிலும் காண்பித்தார். தமிழ்நாடு, கேரளா மாவட்டங்களின் மார்க்கெட்டுகளில் மீசைக்காரர் என்று ஒருவர் அழைக்கப்பட்டால் அது சாட்சாத் இந்த டாக்டர் நாராயணன் தான்!

எனது அதிர்ஷ்டம் (ஆரம்பத்தில் எனது துரதிர்ஷ்டமாக நினைத்தேன்!) எனது முதல் வேலையிலேயே இவர் எனக்கு மேலாளராக அமைந்தது.

இவரது வழக்கம் காலை 5 மணிக்கே எழுந்துவிடுவது. காலை ரொட்டீன்களை எல்லாம் முடித்துவிட்டு மார்க்கெட்டுக்கு அதி விரைவில் வந்து விடுவார்.

சென்னையிலிருந்து புறப்பட்டு எட்டரை மணிக்கெல்லாம் காஞ்சிபுரத்துக்கு வந்து ஸ்டாக்கிஸ்ட்டின் அலுவலகம் திறக்கும் முன்பாகவே அங்கு வந்து மீசையை முறுக்கிக்கொண்டு தனது பெரிய கண்களைச் சுழற்றிக்கொண்டு நின்று கொண்டிருப்பார். ஆபீஸை திறக்க வரும் ஸ்டாக்கிஸ்ட் இவரைக்கண்டதும் கதி கலங்கிப்போவார்.

என்னையும் அவ்வாறு டிஸிப்ளினுடன் பணி செய்யப் பழக்கினார். குறுகிய காலகட்டத்தில் அவரது வேகத்துக்கு ஈடு கொடுத்து பணி செய்யப் பழகிக்கொண்டேன்.

தொடக்கத்தில் சிம்ம சொப்பனமாக இருந்த அவர் வெகு விரைவில் எனது விற்பனை குரு ஆகிப்போனார்.

> உங்களுக்குப் பிடித்த தொழில் அல்லது வேலை என்ன? அதில் உங்கள் திறமையை தகுதியை வளர்த்துக்கொள்ளுங்கள். மற்றவர்களைக்காட்டிலும் தனித் தன்மையோடு செயல் புரியுங்கள்.

விற்பனைத் துறையில் அவர் முன்னேற, முன்னேற நானும் பல முன்னேற்றங்களைக் கண்டேன்.

தொடர்ந்து 15 வருடங்கள் அவருடன் நான் பணி புரிந்தேன். அந்த 15 வருடங்களில் ஒரு முறைகூட அவர் ஒரு தும்மல் தும்மி நான் பார்த்ததில்லை. Health maniac என்று சொல்வார்களே, அதுபோல அவர் ஆரோக்கியத்தில் குறியாக இருந்தார்.

தினமும் விடியற்காலையில் ஜாகிங் செய்வார். ஒரு நாள் கனத்த மழை! தலைவர் எப்படி ஜாகிங் செய்யப்போகிறார் என்று நினைத்தேன்.

மனிதர் அசரவில்லை, ஹோட்டலின் 5 ஆவது மாடியிலிருந்து தரை தளத்திற்கு படிக்கட்டுகளில் அரை மணி நேரம் ஏறி இறங்கி தன் நடைப்பயிற்சியை விடாமல் முடித்துவிட்டார் இந்த ஹெல்த் ஃப்ரீக்!

நான் அவரிடம் இருந்து கற்ற பாடங்கள் பல, எப்படி முதலீடுகள் செய்வது என்பதிலும் தேர்ந்தவராக இருந்தார். அவற்றை சமயம் வரும்போது பின்னர் விளக்குகிறேன்.

இப்போது நான் கூற விரும்புவதெல்லாம் இதுதான், செல்வத்தைப் பெருக்க வேண்டுமென்றால் அயராமல் உழைக்கவேண்டும். அயராமல் உழைக்க வேண்டுமென்றால் ஆரோக்கியத்தில் கண்ணாக இருக்கவேண்டும்.

நான் முன்னேறத் துடித்த காலங்களில் காலை 5 மணிக்கு எழுந்து என் உடல் மனப் பயிற்சிகளை முடித்துக்கொண்டு வேலைக்குச் செல்வேன். அதுவும் அதிகம் டூர் செய்யவேண்டிய சேல்ஸ் உத்தியோகம்.

வெளியூர்களுக்கு பயணித்து அங்குள்ள வேலைகளை முடித்துவிட்டு மாலை எனது அறைக்கு வந்து ஒரு குளியல் போட்டுவிட்டு உடனே கிளம்பி உயர் கல்விக்காக மாலைக்கல்லூரிக்குச் செல்லவேண்டும். அதிலும் குறிப்பிட்ட அட்டெண்டன்ஸ் இல்லாவிட்டால் பரிட்சை எழுதமுடியாது. எனது வேலை காரணமாக செய்யவேண்டிய ரிப்போர்ட்டுகளைத் தவிர கல்லூரியில் கொடுக்கும் அசைன் மெண்டுகள் வேறு!

ஓயாமல் உழைப்பதைத்தவிர வேறு வழி இல்லை. காலை ஐந்து மணிமுதல் இரவு பன்னிரண்டரை மணிவரை பாடுபட்டால்தான் பலன் உண்டு.

சளைக்காமல் உழைத்தேன். முதுகலை பிசினஸ் மேனேஜ்மெண்ட் கோர்ஸில் முதன்மையாகத் தேறினேன். அதற்காக அலுவலக வேலையிலும் எந்த ஒரு குறையும் வராமல் திறம்படச் செய்தேன்.

என் முன்னேற்றத்தை உறுதி செய்தேன். அடுத்த உயர்பதவி என்னைத் தேடி வந்தது.

ஆம், நண்பர்களே, நீங்கள் செல்வந்தராக விரும்பினால் முதலில் உங்கள் அஸ்திவாரத்தை பலப்படுத்துங்கள். ஆரோக்கியத்தை அதாவது உடல் பலத்தை, மன வளத்தைப் பெருக்கிக் கொள்ளுங்கள்.

ஆரோக்கியமே அஸ்திவாரம்.

6

யார் செல்வந்தன்?

எனது சிறு பிராயத்தில் நான் செல்வத்தைப் பற்றி நினைத்ததெல்லாம் இதுதான். வசிக்க நல்ல வீடு இருக்கவேண்டும். உண்பதற்கும் உடுப்பதற்கும் போதுமான பணம் இருக்கவேண்டும். முக்கியமாக அப்பா மனக்கண்ணில் காட்டிய பச்சை நிறக் காரில் பயணம் செய்ய வேண்டும்.

ஒரு நடுத்தர வர்க்கத்தைச் சேர்ந்த சிறுவனால் இதற்குமேல் என்ன சிந்திக்க முடியும்?

முப்பத்தைந்து வருடங்களுக்குமுன் மாதம் 500 ரூபாய் சம்பாதிக்கும் போது ரூபாய் 1000 லட்சியமாக இருந்தது. பின்னர் லட்ச ரூபாய் வருட சம்பளம் என்பது பெரிதாகத் தெரிந்தது. அதன் பின்னர் வருடம் ஐந்து லட்சம் ஆகி அதற்குமேல் வருடம் ஒரு கோடி சம்பாதிப்பது என்று கனவுகளும் விஸ்வரூபம் எடுத்தன.

காலம் போகப்போக எனது சிந்தனைகள் மாறத் தொடங்கின.

செல்வம் என்பது வெறும் ரூபாய் நோட்டுக்களோ, காரோ, பங்களாவோ மட்டுமல்ல. செல்வம் என்பது நமது உள்ளத்தின் வளம், மகிழ்ச்சி, வாழ்க்கையை அனுபவிக்கும் ஒரு திரில்லான உணர்ச்சி.

கட்டுக்கட்டாக ரூபாய் நோட்டுக்களைச் சேர்த்து வைத்துவிட்டு தானும் அனுபவிக்காமல், மற்றவர்களையும் அனுபவிக்க விடாமல் பூதம் காப்பதுபோல் காத்துவிட்டு ஏராளமாகப் பணமிருந்தும் ஏழைகளைப் போலவே மடிந்தவர்களையும் கண்டிருக்கிறேன்.

ஒரேயடியாக ஆட்டம் போட்டு தாம் தூம் என்று பகட்டுக்காக ஆடம்பரமாக பணத்தைச் செலவழித்துவிட்டு சாப்பாட்டிற்கே திண்டாடியவர்களையும் பார்த்திருக்கிறேன்.

இந்த இரண்டு எதிர் எதிர் துருவங்களையும் நாம் நன்கு புரிந்து கொண்டால் செல்வந்தராகி அச்செல்வத்தை அனுபவிப்பதிலும் வல்லவர்களாக நாம் உருவெடுக்க முடியும்.

செல்வம் என்பது நான் குறிப்பிட்டதுபோல பல பரிமாணங்கள் எடுக்கும் விந்தையான வஸ்து. அதன் ஒவ்வொரு பரிமாணத்தையும் புரிந்துகொண்டால்தான் நாம் உண்மையிலேயே செல்வந்தர் என்று நம்மை கூறிக்கொள்ள முடியும். உதாரணத்துக்கு ஒன்று சொல்கிறேன்.

எனது வாழ்க்கையில் நான் செல்வம் என்று கண்டுகொண்ட ஒரு பரிமாணம் நம் தேசம் மட்டுமல்லாமல் உலக நாடுகள் பலவற்றில் பயணம் செய்து, அங்குள்ள பல்வேறு கலாச்சாரங்களைப் புரிந்துகொள்வது, அந்த நாட்டு மக்களின் பழக்க வழக்கங்கள், குணாதிசயங்கள் இவற்றைத் தெரிந்துகொள்வது, அங்கு காணும் வினோதங்களை, அதிசயங்களைப் பார்த்து மகிழ்வது என்று இப்படி அடுக்கிக் கொண்டே போகலாம்.

இதற்காக நான் அமெரிக்கா, ஐரோப்பா, மத்திய கிழக்கு நாடுகள் இவற்றில் மனைவியுடன், நண்பர்களுடைய குடும்பங்களுடன் பயணம் செய்வதில் என் செல்வத்தைத் தாராளமாக செலவழித் திருக்கிறேன்.

ஆனால் இது என்னை என் குறுகிய வட்டத்திலிருந்து விடுவித்து ஒரு கிணற்றுத் தவளையைப் போல் இல்லாமல் கடல் தவளையாய் ஆக்க மிகவும் உதவுகிறது. அதுமட்டுமல்லாமல் எனது நட்பு வட்டாரத்தை உலகளாவிய அளவில் பெருக்கி 'யாதும் ஊரே, யாவரும் கேளிர்' என்ற முதுமொழியை அனுபவத்தில் உணரச்செய்கிறது.

இதில் நான் செலவழித்த தொகையைக் காட்டிலும் நான் பெற்ற, வாழ்நாள் முழுவதும் என்னுடன் நிறைந்திருக்கப்போகின்ற அந்த அனுபவங்கள், எனது மகிழ்ச்சியான நினைவுகள் இவை மிக அதிகம். ஆகவே இதையும் நான் ஒரு செல்வமாகவே கருதுகிறேன்.

இப்போது செல்வத்தின் வேறொரு பரிமாணத்தைக் காட்டுகிறேன்.

நான், எனது குடும்பம் மட்டும் சுகமாக இருந்தால் போதாது, எனது பெற்றோர், சகோதர சகோதரிகள் அவர்களது குடும்பங்களும் சௌக்கியமாக இருக்க வேண்டும் என்று மனதார நினைக்கிறேன்.

அவர்களுக்கு என்னால் ஆனவற்றைச் செய்யவேண்டும் என்று ஆசைப்படுகிறேன். முடிந்தமட்டில் செய்கிறேன். அவர்களது கண்களில் மகிழ்ச்சியைக் காண்கிறேன். அவர்கள் என்மீது பொழியும் அன்பை பெரிய செல்வமாகக் காண்கிறேன்.

நான் வளர்ந்த சமூகத்தைப் பார்க்கிறேன். அதன் நலிந்த வகுப்பினருக்கு, ஆதரவற்றவர்களுக்கு என்னால் இயன்றவற்றைச் செய்கிறேன். அவர்கள் அளிக்கும் ஆசியை பெரும் செல்வமாகக் காண்கிறேன்.

இப்போது புரிகிறதா நான் என்ன சொல்ல வருகிறேன் என்று?

முதலில் நீங்கள் எதை எதையெல்லாம் செல்வமாகக் காண்கிறீர்கள். அவற்றைத் தீர்மானித்துக்கொள்ளுங்கள்.

செல்வம் என்பது என்ன என்று தெரியாமல் நீங்கள் செல்வந்தராக முயற்சிப்பது முயலின் கொம்பைத் தேடுவதுபோலத்தான் முடியும்.

எனவே முதலில் செல்வத்தைப்பற்றிய உங்கள் மதிப்பீடுகளை உறுதிப்படுத்திக்கொள்ளுங்கள்.

அதன்பின் செல்வந்தனாகும் அடுத்த கட்டத்திற்குப் பயணிப்போம்.

செல்வம் என்பது என்ன என்று
தெரியாமல் நீங்கள் செல்வந்தராக
முயற்சிப்பது முயலின் கொம்பைத்
தேடுவதுபோலத்தான் முடியும்.

7

பணம் பந்தியிலே, குணம் குப்பையிலே?

தலைப்பைப் பார்த்ததும் பழைய சினிமா பாட்டு ஞாபகத்துக்கு வருகிறது இல்லையா? பணம் பந்தியிலா? குணம் குப்பையிலா? என்கிற இந்தக் கேள்வி பணத்தை மனிதன் கண்டுபிடித்தது முதல் இன்றுவரையிலும் இருந்து கொண்டுதான் இருக்கிறது.

ஒருமுறை ஈஸ்வர சந்திர வித்யாசாகர் என்கிற கல்கத்தாவைச் சேர்ந்த 19 ஆம் நூற்றாண்டின் மிகச்சிறந்த அறிஞரை ஒரு விருந்துக்கு அழைத்தார்கள் சில பெரிய கனவான்கள்.

வித்யாசாகர் மிக எளிமையானவர். தனது கடும் உழைப்பின் மூலம் நன்கு படித்து முன்னேறி ஒரு கல்லூரியையே துவக்கி சிறப்பாக நடத்தியவர். சமுதாய சேவைகளில் முழுமூச்சாக இறங்கி சமூகத்தில் பல சீர்திருத்தங்களைச் செய்தவர்.

ஆனால் அன்று கனவான்கள் என்று கருதப்பட்டவர்களைப்போல் கோட்டும் சூட்டும் பூட்டும் அணிபவரல்ல அவர்.

எனவே வழக்கம்போல தனது வேட்டி, ஜிப்பா உடையில் விருந்துக்குச் சென்றார். அவரை புரிந்து கொள்ளாத காவலாளிகள், ‘இது பெரிய மனிதர்களுக்கான விருந்து, உங்களைப் போன்றவர்களுக்கில்லை’ என்று சொல்லி வெளியே அனுப்பிவிட்டார்கள்.

அவரும் ஒன்றும் சொல்லாமல் திரும்பிச் சென்றார். பின் சில நிமிடங்களில் அவரே கோட்டு சூட்டுடன் திரும்பி வர, ராஜ மரியாதையுடன் உள்ளே அழைத்துச்செல்லப்பட்டார்.

உள்ளே சென்றதும் அவரை தலைமை விருந்தினராக அழைத்தவர்கள் அவரை கூப்பிட்டுச் சென்று தக்க ஆசனத்தில் அமர்த்தித் தடபுடலான விருந்து சாப்பாட்டைப் பரிமாறினர். அதில் பலவிதமான பலகாரங்கள் இடம் பெற்றிருந்தன.

வித்யாசாகர் அவற்றை சாப்பிடுவதற்குப் பதில், 'ஏ கோட்டே! இந்த பலகாரம் உனக்கு. ஏ சூட்டே! இந்த இன்னொரு பலகாரம் உனக்கு' என்று உரக்க சொல்லத் தொடங்க, அழைத்தவர்களுக்கு ஒரே அதிர்ச்சி!

'என்ன ஆகிவிட்டது இவருக்கு? ஏன் இப்படி சம்பந்தமில்லாமல் பிதற்றுகிறார்?'

அவர்கள் பேந்தப் பேந்த விழிப்பதைக் கண்ட வித்யாசாகர் காவலாளிகள் செய்த குட்டைப் போட்டு உடைத்தார்.

'நான் சாதாரண உடையில் வந்தபோது உங்கள் காவலாளிகள் இந்த விருந்துக்கு நான் லாயக்கில்லாதவன் என்று நினைத்து என்னை உள்ளே அனுமதிக்கவில்லை. இப்போது ஆங்கிலேயர் அணியும் உடையில் வந்ததும் தடபுடலாக விருந்து! இதிலிருந்து என்ன தெரிகிறது? விருந்து எனக்கல்ல, எனது கோட்டு சூட்டுக்கும்தான் அல்லவா?' என்றார்.

இது நிஜமாகவே நடந்த சம்பவம். இதிலிருந்துதான் 'பணம் பந்தியிலே' என்ற பழமொழி வந்திருக்குமோ என்று நான் நினைக்கிறேன்.

நாம் பல நேரங்களில் பகட்டையும் படாடோபத்தையும் பார்க்கிறோமே தவிர குணத்தை விட்டுவிடுகிறோம். செல்வந்தனாக இருப்பதற்கும் குணம் முக்கியம்.

துபாயில் நான் பணி புரிந்த காலத்தில் நடந்த ஒரு சம்பவம் என் நினைவுக்கு வருகின்றது.

எனது நிறுவனத்தின் பெரிய டைரக்டர்களில் ஒருவர் தனது விலை உயர்ந்த பல லட்சம் மதிப்புள்ள வாட்ச் ஒன்றைத் தொலைத்துவிட்டார். அவரது கவனத்தில் அந்த வாட்ச்சை அவர் கழட்டி மேசைமேல் வைத்திருந்ததாக ஞாபகம்.

அந்தச் சமயத்தில் வழக்கமாக அவருக்கு தேநீர் கொடுக்க வரும் ஒரு அட்டெண்டரின்மேல் அவரது சந்தேகம் விழுந்தது. அவர் அந்த

அட்டெண்டரைக் கூப்பிட்டு விசாரித்தார். அந்த அட்டெண்டரோ மிகப் பரிதாபத்துக்குரியவர். குணத்தில் நல்லவர். அழுதே விட்டார்.

பின்னர் அந்த டைரக்டர் மூளையைக் கசக்கி யோசித்ததில் அவருக்கு நினைவு வந்தது. அவர் அன்று அந்த வாட்ச்சை வீட்டு குளியல் அறையிலேயே வைத்துவிட்டு வந்துவிட்டோம் என்பது.

வீட்டிற்கு போன் செய்து அதை உறுதிப்படுத்திக்கொண்டார். தான் ஒரு நல்லவரை சந்தேகப்பட்டது தவறு என்று உணர்ந்தார்.

அடுத்த நாளே அந்த அட்டெண்டரைக் கூப்பிட்டு, அவரை சந்தேகித்ததற்காக வருத்தம் தெரிவித்தார். அது மட்டுமல்ல தவறுக்கு பரிகாரமாக நல்ல ஒரு தொகையையும் வழங்கினார்.

அவர் நினைத்திருந்தால் அந்த விஷயத்தை அப்படியே விட்டிருக் கலாம். வாட்ச் கிடைத்த விவரத்தைக்கூட அந்த அட்டெண்டரிடம் கூறாமல் இருந்திருக்கலாம். ஆனால் அவர் அப்படிச் செய்யவில்லை. தனக்கு பல நிலைகள் கீழிருந்தவரிடம் மன்னிப்பு கோரி பரிசும் அளித்தார் அவர்.

பணத்தால் மட்டுமல்ல, குணத்தாலும் செல்வந்தர் என்று நிரூபித்துக் காட்டினார் அவர்.

அவரது நிறுவனம் வளர்ந்துகொண்டே வருவதில் என்ன ஆச்சரியம் இருக்கமுடியும்?

8

நம்பினார் கெடுவதில்லை!

நம்பிக்கைதான் வாழ்க்கை. தீவிரமான நம்பிக்கை எதையும் சாதிக்கும் என்பார்கள்! என்னால் முடியும், நான் சாதிப்பேன் என்று மனதார நம்பினால் நிச்சயம் அவரால் வாழ்க்கையில் சாதிக்கமுடியும்.

நம்புங்கள்! நீங்கள் செல்வந்தராக முடியும் என்று மனதார நம்புங்கள்.

இன்று நமது கிரிக்கெட் டீம் பல பரிசுகள், கோப்பைகள், விருதுகள் பெற்று முன்நிலையில் இருக்கிறது என்பது உண்மைதான். ஆனால் ஒரு 30 அல்லது 35 வருடங்களுக்கு பின்னோக்கிப் பாருங்கள்.

ஏதோ சில டெஸ்ட் மாட்சுகளில் வெற்றி பெற்றிருக்கிறோம். தொடர்ந்து வெஸ்ட் இண்டீஸ் போன்றோ அல்லது ஆஸ்திரேலியாவைப் போன்றோ நாம் வெற்றிகளைக் குவிப்பதை பழக்கமாக்கிக்கொள்ளாத சமயம் அது.

அந்தச் சமயத்தில் உலகக் கோப்பை என்பது நமது இந்தியக் குழுவிற்கு ஒரு பகல் கனவாகத்தான் இருந்தது. முதலில் பங்கு பெற்ற இரண்டு உலகக்கோப்பை பந்தயங்களில் இந்தியா படுதோல்வி அடைந்து வெளியேறியது.

ஆனால் 1983 ஆம் ஆண்டில் நடந்த உலகக்கோப்பை பந்தயம் இந்தியாவின் சரித்திரத்தில் பொன்னெழுத்துக்களால் பொறிக்கப் பட்டது. ஆம், பலம் மிக்க போட்டியாளர்களை கழுத்தைப் பிடித்து வெளியேற்றி உலகக்கோப்பையை இந்தியா தன் வசம் ஆக்கியது.

காரணம் நம் காப்டன் கபில்தேவ் தன்மீதும் தனது டீம் மீதும் வைத்திருந்த அசாத்திய நம்பிக்கை!

சமீபத்தில் அந்த வெற்றியின் ஆண்டுவிழாவைக் கொண்டாடும் விதமாக அன்று நம் குழுவில் விளையாடி வெற்றிக்கு துணையாக இருந்த விளையாட்டு வீரர்களை அழைத்து மரியாதை செய்திருந்தார்கள்.

அதில் ஸ்ரீகாந்த் பேசும்போது 'அந்த உலகக்கோப்பை பந்தயத்தில் தாங்கள் வெற்றி பெறுவோமா என்று நம்பிக்கை தனக்கே இல்லாதிருந்தது' என்றார்.

ஆரம்ப கட்ட மேட்சுகளிலேயே உதை வாங்கிவிட்டு ஆட்டத்தை விட்டே வெளியேறப்போகிறோம் என்று நினைத்துக்கொண்டு மனைவியுடன் விடுமுறைக்கு இங்கிலாந்து செல்ல டிக்கெட்டும் வாங்கி வைத்திருந்தாராம் மனிதர்!

அவர் கூறுகிறார், 'எங்களுக்கே எங்கள்மேல் நம்பிக்கை இல்லாதிருந்தது. ஆனால் கபில்தேவுக்கு எங்கள் மேலும் தன் மேலும் அசைக்க முடியாத நம்பிக்கை இருந்தது. அந்த உத்வேகம் எங்களையும் பிசாசாக பிடித்துக்கொண்டது. நாங்கள் வெற்றி பெற்று சரித்திரம் படைத்தோம்!' என்றார்.

இன்று கவின்கேர் என்ற உலகப்புகழ் பெற்ற நிறுவனத்தை உருவாக்கிய திரு C.K.ரங்கநாதன் தனது நிறுவனத்தைத் தொடங்கியபோது அவரிடம் இருந்த மூலதனம் வெறும் பதினையாயிரம் ரூபாய்களே! இன்று உலகின் பல நாடுகளில் அவரது தயாரிப்புகள் சக்கைப்போடு போடுகின்றன. அவர்களது விற்றுமுதல் (turnover) ஆயிரத்து அறுநூறு கோடிகளைக் கடந்து விட்டது. 'என்னால் சாதிக்க முடியும் என்ற நம்பிக்கை இருந்தது, அந்த நம்பிக்கையும் நெஞ்சுறுதியும் என்னை வழி நடத்தியது' என்கிறார் அவர்.

நமது நாட்டின் பிரதமர் நரேந்திர மோடியை எடுத்துக் கொள்ளுங்கள்.

ஒரு சாதாரண குடும்பத்தில் பிறந்து, டீ விற்றுப் பிழைக்கும் நிலையில் இருந்த ஒரு சிறுவன், எப்படி தன்மீது வைத்திருந்த நம்பிக்கையால் உழைத்து படிப்படியாக உயர முடிந்தது!

அடி மட்ட உறுப்பினராகத் தொடங்கி பின்னர் ஒரு பெரிய மாநிலத்துக்கே முதலமைச்சராகி அதை முன்னுக்குக் கொண்டுவந்து இந்தியாவிலேயே அதிக வளர்ச்சி பெற்ற மாநிலமாக குஜராத்தை நிர்மாணித்தார்!

அது மட்டுமா? இன்று இந்தியாவின் பிரதமராகவே பரிணமித்து எத்தனை உற்சாகத்துடன் செயல்படுகிறார்.

இதற்கெல்லாம் மூல காரணம் அவர் தன் மேல் வைத்திருந்த நம்பிக்கை, கடுமையான உழைப்பு, மாற்றங்களைப் புரிந்துகொள்வது, மாற்றங்களைக் கொண்டுவருவது!

நம்பிக்கை என்ற அஸ்திவாரம் இல்லாமல் நீங்கள் செய்யும் முயற்சிகள் உங்களது கட்டடத்தை உருவாக்க முடியாது.

என்னால் முடியும், நான் சாதிப்பேன்
என்று மனதார நம்பினால் நிச்சயம்
அவரால் வாழ்க்கையில் சாதிக்கமுடியும்.

9

உங்களது டார்கெட் என்ன?

எனது பள்ளிப்பருவத்தில் கோடை விடுமுறைக்கு பெங்களூரில் இருந்த என் அத்தை வீட்டிற்கு எனது சகோதரர்கள், சகோதரியுடன் சென்றிருந்தேன்.

எங்களைப்போலவே அத்தையின் மற்ற உறவினர்களின் பிள்ளைகளும் விடுமுறையைக் கழிக்க அங்கு வந்திருந்தனர். ஆட்டம் பாட்டம் கொண்டாட்டம் தான்!

வந்த சிறுவர்களில் என்னைவிட 3 வருடங்கள் மூத்தவன் ராஜா. அவனது ஆர்வம் வித்தியாசமாக இருந்தது. எங்களைப் போலெல்லாம் ஓடி ஆடி விளையாடுவதைவிட அவனுக்கு கையெழுத்து பத்திரிகை எழுத வேண்டும் என்ற எண்ணமே மேலோங்கி இருந்தது.

அவனே தலையங்கம் எழுதுவான், நாட்டின் பிரச்னைகளைப்பற்றி கட்டுரை வரைவான். கேள்வி பதில் என்று ஒரு பகுதியில் எங்களை எல்லாம் கேள்வி கேட்கச் சொல்லி அவற்றிற்கு பதில் எழுதுவான். இப்படி ஒரு தேர்ந்த பத்திரிகை ஆசிரியனைப்போன்று நடந்து கொள்வான். அப்போது அவனுக்கு 15 வயதுகூட இருக்காது.

நான் அவனிடம் பேசும்போது தனது லட்சியங்களைப்பற்றி விவரிப்பான். தான் சினிமாத் துறையில் நுழைந்து ஒரு நல்ல டைரக்டராக பிற்காலத்தில் உருவெடுக்க வேண்டும் என்று ஆசைப் படுவான். எனது 30 ஆவது வயதுக்குள் நான் ஒரு டைரக்டராகி விடுவேன் என்று நம்பிக்கையுடன் சொல்வான்.

அந்த விடுமுறைக்குப்பின் நான் அவனை அதிகம் காணமுடியவில்லை. நான் கேள்விப்பட்டது அவன் ஃபிலிம் இன்ஸ்டிடியூட்டில் சேர்ந்து டைரக்ஷன் கோர்ஸ் படித்துக் கொண்டிருக்கிறான் என்று.

வருடங்கள் கழிந்தன.

நான் வேலை நிமித்தம் கோயம்புத்தூரில் வசித்துக்கொண்டிருந்தபோது கோயம்புத்தூர் முழுவதும் எல்லாக் கடைகளிலும், ஹோட்டல் களிலும் கேசட்டில் சில குறிப்பிட்ட பாடல்கள் மீண்டும் மீண்டும் ஒலித்துக்கொண்டிருந்தன. கேட்பதற்கு மிக இனிமையாக இருந்தன.

விசாரித்துப்பார்த்ததில் 'யாரோ அழைக்கிறார்கள்' என்று ஒரு புதிய படம் ரிலீஸாகி இருப்பதாகவும் அதன் டைரக்டர், ராஜன் சர்மா என்ற புதிய ஆள் எனவும், பாடல்களை எழுதி இசை அமைத்தவர் அவரே என்றும் கேள்விப்பட்டேன்.

விசாரித்துப்பார்த்ததில் தெரிந்தது. அவர் வேறு யாருமல்ல! பல வருடங்களுக்கு முன் கோடை விடுமுறையில் என்னுடன் விளையாடிக் கொண்டிருந்த ராஜாதான் அவர்!

அந்தப் படம் வழக்கமான மசாலா படமல்ல, எனவே அதிகம் ஓடவில்லை. ஆனால், அவர் அத்துடன் நிற்கவில்லை. பிரபல எழுத்தாளர் இந்துமதி எழுதிய 'தரையில் இறங்கும் விமானங்கள்' போன்ற கதைகளை அற்புதமான டெலி சீரியல்களாக எடுத்து பெரும் புகழ் பெற்றார். இப்போது நடிக்க விரும்புபவர்களுக்கு நடிப்புப் பயிற்சி கொடுக்க ஒரு இன்ஸ்டிடியூட்டை வெற்றிகரமாக நடத்தி வருகிறார்.

நான் எதற்காக இதைக் குறிப்பிடுகிறேன் என்றால் ராஜா தன் இளம்பருவத்திலேயே தான் என்னவாகப் போகிறோம், எங்கே செல்லப்போகிறோம் என்பதை தெளிவாகத் தீர்மானித்து விட்டார். அதுபோலவே தான் லட்சியத்தின்படி அவரது முப்பதாவது வயதில் தனது முதல் படத்தையும் வெளியிட்டும் விட்டார்.

இப்போது அவர் ஓர் அனுபவம் முதிர்ந்த, ஆர்வம் மிக்க இளைஞர் களுக்கு பயிற்சிகொடுக்கின்ற பொறுப்பான ஒரு டிரெய்னர். தனது லட்சியத்தை ஈடேற்றி விட்ட நிறைவான மனிதர்!

உங்களது இலக்கை நிர்ணயிப்பதற்கு சில இலக்கணங்கள் இருக்கின்றன.

- இலக்குகள் மிக எளிதில் எட்டப்படுவதாக இருக்கக்கூடாது.

  உங்களை வியர்வை சிந்தவைக்கவேண்டும். உங்களது மூளையை ஓவர்டைமில் வேலை செய்ய வைக்கவேண்டும். உங்களைத்

தூங்கவிடாமல் செய்யவேண்டும். அயராது உழைக்கவைக்க வேண்டும்.

- உங்களது இலக்குகள் வெறும் வார்த்தைகளாய் இல்லாமல் ஒரு அளவைக்கு உட்படுவதாக இருக்கவேண்டும்.

  உதாரணத்திற்கு நான் பெரும் செல்வந்தனாகப்போகிறேன் என்ற இலக்கைவிட நான் பத்து கோடி சேர்க்கப்போகிறேன் என்று ஒரு குறிப்பிட்ட தொகையை டார்கெட்டாக வைப்பது முக்கியம்.

- எளிதில் எட்டப்படக்கூடாது என்று சொன்னாலும் எட்டாக்கனி யான இலக்கை தீர்மானிக்கக்கூடாது.

  அடையமுடியாது என்று தெரிந்துவிட்டால் நீங்கள் ஒரு அடி கூட முன் வைக்கமாட்டீர்கள். இது என்னுடைய பெட்!

  உதாரணத்துக்கு என்கீழ் வேலை செய்த பல விற்பனை மேனேஜர் களை பார்த்திருக்கிறேன். மாதத்தின் 20 ஆம் தேதி வாக்கில் அவர்கள் தாங்கள் அந்த மாதத்தின் இலக்கை எட்ட முடியாது என்று தெரிந்துவிட்டால் அதற்குமேல் 30 ஆம் தேதி வரை ஏதோ விற்பதுபோல் போக்கு காட்டிக்கொண்டிருப்பார்கள். ஏனென்றால் சரக்குகளை எத்தனை தள்ளிவிட்டாலும் டார்கெட்டை அடைய முடியாது. சுமாராக செய்துவிட்டு அடுத்த மாதத்தில் அதிகம் விற்றால் அடுத்த மாத இன்செண்டிவ்வை தட்டிக்கொண்டு போய் விடலாம் என்று அதி மேதாவிகளாகச் செயல்படுபவர்கள்தான் அதிகம்.

- உங்களது இலக்கு ஒரு கால வரம்புக்கு உட்பட்டதாக இருக்க வேண்டும்.

  நான் சென்னையில் ஒரு ஃப்ளாட் வாங்கப்போகிறேன் என்று பொதுவாகக் கூறுவதை விட 2020-ல் சென்னையில் என் பெயரில் ஒரு ஃப்ளாட் இருக்க வேண்டும் என ஒரு கால வரை இட்டு இலக்கை நிர்ணயிப்பது மேல்.

இப்போது எல்லா விதிகளையும் சேர்த்து ஒரு இலக்கைப் பார்ப்போம்.

நீங்கள் ஒரு பிஸ்கட் கம்பெனியின் முதலாளி என்று வைத்துக் கொள்ளுங்கள். உங்களது இப்போதைய (2019) டர்னோவர் வருடத்துக்கு 50 கோடி, வினியோகஸ்தர்கள் 75, கஸ்டமர்கள் 25000.

உங்களது இலக்கு இப்படி இருக்கலாம்: 2025க்குள் என் நிறுவனத்தை 300 வினியோகஸ்தர்களை கொண்டதாய் 100000 கஸ்டமர்களுக்கு எங்கள் தயாரிப்புகளைக் கொண்டு சேர்ப்பதாய் ரூபாய் 300 கோடி டர்ன் ஓவர் உள்ளதாய் ஆக்குவேன்.

இந்த முதன்மை இலக்கிலிருந்து கிளை இலக்குகளை நீங்கள் உண்டாக்கலாம். உதாரணமாக உங்களிடம் 12 வகை பிஸ்கட்டுகள் 24 வகை பாக்கெட்டுகளில் அடைக்கப்பட்டு விற்பதாக இருந்தால் நீங்கள் உங்கள் இலக்காக 23 வகை பிஸ்கட்டுகளை 50 வகையான பாக்கெட்டுகளில் அடைத்து விற்கப்போவதாக ஒரு கிளை இலக்கை உருவாக்கி அது உங்கள் தலைமை இலக்கை அடைவதற்கு உதவியாக ஆக்கலாம்.

இப்போது பாருங்கள். உங்களுக்கே ஒரு தெளிவு ஏற்படுகின்றது இல்லையா?

இந்த இலக்கு கண்ணில் தெரிந்தால் உடனே அதற்கான திட்டங்களும் வழி முறைகளும் உங்கள் எண்ணத்துக்கு வரும்.

எண்ணத்துக்கு வந்தபின் செயலுக்கும் வரும்.

அடுத்தது என்ன? வெற்றிதானே!

இலக்குகள் - மிக எளிதில் எட்டப்படுவதாக இருக்கக்கூடாது... எட்டாக்கனியாகவும் இருக்கக்கூடாது... வெறும் வார்த்தைகளாய் இல்லாமல் ஒரு அளவைக்கு உட்படுவதாக இருக்கவேண்டும்... ஒரு கால வரம்புக்கு உட்பட்டதாக இருக்கவேண்டும்.

10

உங்களது பலம் எங்கிருக்கின்றது?

நீங்கள் செல்வந்தராக விரும்பினால் உங்களது பலம் எதில் இருக்கின்றது என்பதை முதலில் தெரிந்துகொண்டு அதன்பின் அதற்கேற்றவாறு செயல்படவேண்டும்.

சில வருடங்களுக்கு முன் நான் என் மனைவியுடன் ஒரு உறவினர் வீட்டு கல்யாணத்துக்குச் சென்றிருந்தேன்.

அங்கு உறவினர்கள், நண்பர்களுடன் பேசிக்கொண்டிருக்கையில் வாசலில் ஒரு பிரம்மாண்டமான வெளிநாட்டுக் காரில் ஒருவர் வந்து இறங்கினார். மண்டபத்துக்குள் வந்தவர் என் மனைவியைக் கண்டதும் மிக பவ்யமாக தலை குனிந்து வணக்கம் செய்து குசலம் விசாரித்து விட்டுச் சென்றார்.

அங்குள்ளவர்களுக்கெல்லாம் ஒரே வியப்பு. அவருக்கு என் மனைவியை எப்படி தெரியும் என்று!

பிறகு என் மனைவி என்னிடம் சொன்னார், 'இவர்தான் சுபம் கணேசன். தமிழ் நாட்டின் மிகப் பிரபலமான கேட்டரிங் சர்வீஸ் நடத்துபவர்.'

நானும் அவரைப்பற்றி கேள்விப்பட்டிருக்கிறேன் ஆனால் அதுவரை பார்த்ததில்லை.

மனைவி தொடர்ந்தார். 'இவர் எனது ஊரான காஞ்சிபுரத்தைச் சேர்ந்தவர். ஆரம்பத்தில் இவரது தந்தை அங்குள்ள பிரபல ராமாஸ் லாட்ஜின் வாசலில் ஒரு சிறு கடை வைத்து அதில் முறுக்கு, சீடை போன்ற பட்சணங்கள் செய்து விற்றுக்கொண்டிருந்தார்.'

கணேசன் தன் சிறுவயதிலேயே தன் பெற்றோர்களிடமிருந்து இந்த பட்சணங்களை சுவையுடன் உண்டாக்கும் கலையைக் கற்றிருந்தார்.

அவர் அதிகம் படிக்கவில்லை, ஆயினும் தனது பலம் எதில் இருக்கிறது என்பதில் மிகத் தீர்மானமாக இருந்தார் கணேசன்.

அவரது தந்தை சிறிதாகத் தொடங்கியிருந்த ஹோம் லின்க்ஸ் வியாபாரத்தை இன்னும் பெரிய அளவுக்கு கொண்டுவரத் தீர்மானித்தார்.

முதலில் வளைகாப்பு, சீமந்தம், பிறந்த நாள் விருந்துகள் என்ற சிறு விழாக்களுக்கு உணவு தயாரித்து வழங்கினார்.

விருந்தின் சுவை எல்லோருக்கும் பிடித்துவிடவே இவரை கல்யாணங் களுக்கும் உணவு சமைத்துப் பரிமாற அழைத்தனர்.

அவ்வாறு தொடங்கியவர், தானே ஏன் கல்யாணத்தின் முழு காண்ட்ராக்டையும் ஏற்றுச் செய்யக்கூடாது என்று நினைத்தார். படிப்படியாக அதிலும் வெற்றி கண்டார்.

முழு கல்யாண ஏற்பாடுகளையும் - மாப்பிள்ளை அழைப்பு தொடங்கி, கட்டுசாத மூட்டையுடன் மணமக்களின் பெற்றோர்கள் ஊர் போய் சேரும் வரையிலான அத்தனை ஏற்பாடுகளையும் - பந்தல் கட்டுவது, டெகரேஷன்கள் செய்வது, டிபன் சாப்பாட்டிலிருந்து, தாம்பூலம் கொடுத்து விருந்தினர்களை வழி அனுப்புவது வரை எல்லா வேலைகளையும் தானே காண்ட்ராக்டில் ஏற்றுக்கொண்டு திறம்படச் செய்து காட்டினார் கணேசன் - இப்போது சுபம் கணேசன்.

இப்போது தமிழ்நாட்டின் கல்யாண காண்ட்ராக்ட் விஷயத்தில் சுபம் கணேசன் முடிசூடா மன்னர்! அவரே இப்போது மந்தவெளியில் ஒரு ஏசி மினி ஹால் வைத்திருக்கிறார், விழாக்கள் நடத்துவதற்கு.

இதன் ரகசியம் என்ன?

வெரி சிம்ப்பிள்! இவர் தனது பலம் எங்கிருக்கிறது என்று அறிந்து வைத்திருந்து அதில் முழு மூச்சுடன் இறங்கிச் செயல்பட்டதுதான்.

முதலில் உங்களது பலம் எங்கு, எதிலிருக்கின்றது என்பதைக் கண்டுபிடியுங்கள். அதில் முழு வேகத்துடன் செயல்படுங்கள். அதற்கேற்ப உங்கள் வியூகங்களை அமைத்துக் கொள்ளுங்கள்.

பின் என்ன, நீங்களும் சுபம் கணேசனைப்போன்று செல்வந்தராகி வெளிநாட்டுக்காரில் பவனி வரலாம்.

பெரிய நிறுவனங்களும் இதைத்தானே செய்துகொண்டிருக்கின்றன!

க்ளாக்ஸோ ஸ்மித்ளைன் தனது பலம் பொருந்திய ஹார்லிக்ஸ், பூஸ்ட் பிராண்டுகளை யுனிலிவர் நிறுவனத்துக்கு விற்றுவிடுவதாக முடிவெடுத்ததன் காரணம் என்ன?

இந்தியாவில் வேண்டுமானால் இந்த பிராண்டுகள் தாதாவாக இருக்கலாம், ஆனால் உலக அளவில் அவற்றின் நாலாயிரம் கோடி ரூபாய் டர்னோவர் வெறும் சுண்டைக்காய் தான்.

க்ளாக்ஸோவிற்கு பலம் அதன் ஃபார்மா பொருள்கள்தானே!

இவ்வாறு விற்றுவரும் கோடிக்கணக்கான டாலர்களைக்கொண்டு அவர்கள் நொவார்டிஸ் என்ற ஃபார்மா கம்பெனியின் ஷேர்களை கபளீகரம் செய்துவிட்டால் அந்தக் கம்பெனியின் மூல பலமான ஃபார்மா வியாபாரத்தில் அவர்கள்தான் இண்டர்நேஷனல் தாதா !

உங்களது பலம் எங்கு, எதிலிருக்கின்றது என்பதைக் கண்டுபிடியுங்கள். அதில் முழு வேகத்துடன் செயல்படுங்கள். அதற்கேற்ப உங்கள் வியூகங்களை அமைத்துக் கொள்ளுங்கள்.

11

நேர்மையான வழிகளையே கையாளுங்கள்!

சார், இது நல்லதுக்குக் காலமில்லை! நேர்மையாக இருந்தா பொழைக்க முடியாது! இதுபோன்ற வாசகங்கள் அடிக்கடி என் காதில் விழுகின்றன.

நீங்களும் இவற்றை அடிக்கடி கேட்டிருப்பீர்கள். சுத்தமாக இவற்றை ஒதுக்கித் தள்ளுங்கள்.

இவை எல்லாம் ஒன்றுக்கும் உதவாத ஒண்ணாம் நம்பர் சோம்பேறிகளால், உதவாக்கரைகளால் தங்கள் இயலாமையை மூடிமறைக்க உண்டாக்கப்படும் வெத்து சால்ஜாப்புகள்.

தாங்கள் உலகத்திலேயே மிக மிக நல்லவர்களாகவும், நேர்மையானவர்களாகவும் இருப்பதனால்தான் தங்களால் செல்வந்தராக முடியாதது போலவும், செல்வந்தர்கள் யாவருமே ஏதோ 420 செய்துவிட்டு பணத்தைச் சேர்ப்பவர்கள்போலவும் ஒரு மாய்மாலத்தை உண்டாக்குவதில் இவர்கள் சூப்பர் கில்லாடிகள்!

துஷ்டனைக்கண்டால் தூர விலகு என்பது பழமொழி.

துப்புக் கெட்டவனைக்கண்டாலும் தூர விலகு என்பது எனது புது மொழி!

இன்று இந்தியாவில் பல்லாண்டு காலமாக வேரூன்றி கிளை பரப்பி உலக அளவில் தனக்கென்று ஒரு பெயர் உண்டாக்கி, ஒரு சாமானியன் தினமும் சாப்பிடும் உப்பிலிருந்து, ஒரு செல்வந்தன் உபயோகிக்கும் சீறிச் செல்லும் லாண்ட் ரோவர் கார் வரை,

ராட்சத இயந்திரங்களை உண்டாக்கும் எஃகிலிருந்து சாஃப்ட்வேர் எக்ஸ்போர்ட் வரை,

பலப்பல துறைகளில் ஆளுமை செலுத்தி வருகிறதே நமது தேசத்தின் கர்வத்தின் அடையாளமான டாடா நிறுவனம், அந்த நிறுவனம் தனது அடிப்படை மதிப்பாகக் கருதுவது அந்த நிறுவனத்தின் நேர்மையைத்தான்.

ஜே.ஆர்.டி. டாடா ஆகட்டும், இப்போதுள்ள ரத்தன் டாடா ஆகட்டும் எந்தக் காரணம் கொண்டும் சமரசம் செய்ய மறுக்கும் ஒரு விஷயம் இந்த நேர்மைதான்.

சில வருடங்களுக்கு முன்னால், டாடா பைனான்ஸில் ஒரு பிரச்னை எழுந்தது. அதன் தலைவராக இருந்த திலீப் பெண்ட்ஸி என்றவர் செய்த மோசடியால் பெருத்த நஷ்டம் ஏற்படும் நிலை.

ரத்தன் டாடா நினைத்திருந்தால் அந்த விஷயத்தை காதும் காதும் வைத்தாற்போல் மூடி மறைத்துவிட்டு விஷயத்தை வெளியில் வர விடாமல் செய்து கம்பெனிக்கு வர இருந்த அவப்பெயரை தவிர்த்து இருக்கலாம்.

அதுமட்டுமல்ல டாடா பைனான்ஸ் ஒரு லிமிடெட் நிறுவனம், எனவே வேறேதோ காரணம் காட்டி நஷ்டக்கணக்கை எழுதி முதலீடு செய்தவர்கள் நெற்றியில் பட்டை நாமத்தைக் குழைத்துப் பூசி இருக்கலாம்.

ஆனால் ரத்தன் டாடா செய்தது என்ன?

முதலில் நடந்த விஷயத்தை தானே முதலீடு செய்தவர்களது மீட்டிங்கில் போட்டு உடைத்தார். திலீப்பின் மீது சட்டபூர்வமாக நடவடிக்கை எடுக்கச் செய்தார்.

அவர் கூறிய விளக்கம் மிக எளிமையானது: பூசி மெழுகுவது என்பது சுலபமான வேலை. ஆனால் ஒரு குற்றவாளி ராஜநடை போட்டுக் கொண்டு வெளியேறுவதை என்னாலோ என் நிறுவனத்தாலோ சகித்துக்கொள்ள முடியாது!

அது மட்டுமா? தங்களது மற்ற நிறுவனங்களிலிருந்து 700 கோடிகளை டாடா பைனான்ஸ் நிறுவனத்துக்கு 'பம்ப்' செய்து முதலீடு செய்த ஒருவருக்கும் ஒரு ரூபாய்கூட நஷ்டம் வராமல் பார்த்துக்கொண்டார்.

விற்பனை சாம்ராஜ்யத்தில்
நீங்கள் பன்னெடுங்காலம்
கோலோச்ச விரும்பினால் நேர்மையை
உங்கள் அடிப்படை தத்துவமாக
ஆக்கிக்கொள்ளுங்கள்.

ஆம், நேர்மையின் காரணமாக பல கோடிகளையும் இழக்கத் தயாராக இருப்பதால்தான் டாடா நிறுவனத்தின்மீது அதன் பங்குதாரர்கள், அதன் வாடிக்கையாளர்கள் அதன் ஊழியர்கள், பொதுமக்கள் எல்லோரும் அவ்வளவு நம்பிக்கை வைத்து இருக்கிறார்கள்.

அத்துணை நம்பிக்கையையும் ஆதரவையும் பெற்ற அந்த நிறுவனம் வளர்ந்தே ஆக வேண்டும்.

திருச்சி மாநகரத்தில் செல்லா ஸ்டோர்ஸ் என்ற ஒரு நிறுவனம் இயங்கி வந்தது. நுகர்வோர் பொருள்களை ரீடெய்ல் செய்வதைத் தவிர பெரிய பன்னாட்டு நிறுவனங்களுக்கும் வினியோகஸ்தர்களாக இருந்த நிறுவனம் அது.

நான் ஒரு பன்னாட்டு நிறுவனத்தில் பணிபுரிந்து கொண்டிருந்தபோது எங்கள் விற்பனைப்பொருள்களையும் அவர்கள் திருச்சி மற்றும் சுற்றுப்புற நகரங்களில் வினியோகித்து வந்தனர்.

அந்த நிறுவனத்தின் தலைவர் ஜோசஃப் செல்லா மிகக் கடுமையாக பேரம் செய்பவர். கைமேல் காசு என்று கறாராக வியாபாரம் நடத்தியவர். ஆனால் நேர்மையில் ஒரு இம்மி பிறழாதவர்.

ஒரு முறை எங்கள் விற்பனைப்பொருள்களின் வரி விகிதம் தமிழக அரசால் 4 சதவிகிதம் குறைக்கப்பட்டது. அதுவும் 2 மாதங்களுக்கு முன்பிலிருந்தே என்று அந்த அரசாணை அறிவித்தது.

எனவே எங்களது நிறுவனம் தாங்கள் கட்டியிருந்த வரியிலிருந்து 4 சதவிகிதம் மதிப்புள்ள பணத்தைத் திரும்பப் பெற்றது.

மிக நேர்மையுடன் அது அரசு செய்ததைப்போலவே தனது வினியோகஸ்தர்களுக்கு அவர்களுக்கு சேர வேண்டிய ரீஃபண்ட் தொகையை கிரெடிட் நோட் மூலமாக திருப்பிக்கொடுத்தது.

அவர்களும் தங்களது பில் வாரியாக தங்களிடம் சரக்கு வாங்கிய கடைக்காரர்களுக்கு அவர்களுக்குரிய ரீஃபண்டை திருப்பிக்கொடுக்க வேண்டும்.

பல வினியோகஸ்தர்கள் அதை ஏனோ தானோ என்று செய்வதுபோல் போக்கு காட்டிவிட்டு அதை தாங்கள் விழுங்க முயன்றார்கள்.

ஆனால் ஜோசஃப் செல்லா அப்பழுக்கற்ற முறையில் தான் கொடுத்த ரீஃபண்டுகளின் விவரத்தை பில் வாரியாக, கடைக்காரர்கள் திரும்பப் பெற்றதற்கான கையெழுத்துடன் பதிவு செய்து எங்களுக்கு அனுப்பினார்.

30 வருடங்களுக்குமுன் அத்தொகை முப்பதினாயிரத்துக்கு மேலிருந்தது.

இப்போது எத்தனை லட்சம் பெறும் என்பதை நீங்களே தீர்மானித்துக் கொள்ளுங்கள்.

அப்படிப்பட்ட நிறுவனத்தின் மீது எந்த உற்பத்தியாளருக்கு நம்பிக்கை இல்லாமல் போகும்!

எந்த வாடிக்கையாளருக்கு சந்தேகம் தோன்றும்?

அவ்வளவு பேரின் நம்பிக்கையைப் பெற்ற அவரது வியாபாரம் பல மடங்கு பெருகியது என்பதை நான் உங்களுக்குச் சொல்ல வேண்டியதில்லை.

ஆகவே நண்பர்களே, வியாபார முன்னேற்றத்திற்காக உங்களது நேர்மையை கோட்டை விட்டுவிடாதீர்கள்.

இந்த விற்பனை சாம்ராஜ்யத்தில் நீங்கள் பன்னெடுங்காலம் கோலோச்ச விரும்பினால் நேர்மையை உங்கள் அடிப்படை தத்துவமாக்கிக் கொள்ளுங்கள்.

அதில் ஒரு சின்ன சொட்டை விழுந்து விட்டாலும் உங்களால் அந்த சேதத்தை சரி செய்ய முடியாது.

12

சிக்கனமும் கருமித்தனமும்

இந்தியாவின் மிகப்பெரிய நிறுவனங்களில் ஒன்று இன்ஃபோஸிஸ் என்பது எல்லாருக்கும் தெரியும். அதன் தலைவர் திரு. நாராயண மூர்த்தி எப்படி தன் நண்பர்களுடன் தங்களது வீட்டிலேயே தனது முதல் முயற்சியைத் தொடங்கி, நேர்த்தியாக வளர்த்து, அதை உலகளாவிய நிறுவனமாக தன் முத்திரையை பதித்தார் என்பதும் அதன் வளர்ச்சியில் அவரது மனைவி எத்தனை பங்களித்தார் என்பதும் எல்லோருக்கும் தெரிந்த விஷயம்தான். ஆனால் பலருக்கும் தெரியாத விஷயம் அவரும் அவரது குடும்பமும் எவ்வளவு சிக்கனமானவர்கள் என்பது.

கோடி கோடியாக சம்பாதித்த பின்னும் அவர்கள் தாங்கள் முன்னால் வசித்திருந்த ஃப்ளாட்டை மாற்றாமல் மிக எளிமையான வாழ்வை அமைத்துக்கொண்டு வாழ்வது மிக வியப்புக்குறியது.

நான் கேரளாவில் ஏரியா மேனேஜராக இருந்தபோது அதன் மூலை முடுக்குகளில் எல்லாம் பயணித்திருக்கிறேன்.

குக்கிராமங்களில்கூட பிரம்மாண்டமான மாளிகைகள், முகப்பில் பெரிய தோட்டம், நேர்த்தியாக அமைக்கப்பட்ட கார் பார்க்குகள், அலங்கார வளைவுகள் என்று பணத்தை வாரி இறைத்துக் கட்டப்பட்ட கட்டிடங்கள்!

ஆனால் அங்கே வசிப்பவர்கள்? அவர்கள் வீட்டு தோட்டக்காரர்கள், வேலைக்காரர்கள், காவலாளிகள்!

காரணம் அதைக் கட்டியவர்கள் துபாயிலோ, அமெரிக்காவிலோ எங்கோ கடுமையாக உழைத்துக்கொண்டு வயிற்றைக்கட்டி வாயைக் கட்டி பணம் சேர்த்துக் கொண்டிருக்கிறார்கள்.

இப்படி வீடுகளை தங்களது சொந்த ஊர்களில் கட்டிக்குவித்தவர்கள் பலர் ஷார்ஜாவின் சந்து பொந்துகளில் ஒண்டுக்குடித்தனம் செய்து கொண்டு கருமித்தனமாக வாழ்ந்து மடிவதைக்கண்டு வியந்திருக்கிறேன்.

நான் கண்டவரையில் அவர்கள் ஏதோ இரண்டு வருடத்துக்கு ஒருமுறை தங்கள் வீட்டிற்கு வந்து போகிறார்களே தவிர, தங்கள் வாழ்நாள்வரை அந்த வீட்டின் சுகத்தை அனுபவிப்பதே இல்லை. அப்படி இருக்க இத்தனை கோடிகளை அதில் முடக்குவது வடிகட்டின மடத்தனம் தானே?

ஆனால் இன்ஃபோஸிஸ் நாராயண மூர்த்தி போன்றவர்கள் வித்தியாச மானவர்கள். மகிழ்ச்சியாக வாழ்பவர்கள், அதே சமயம் கட்டுப்பாடாக வாழ்பவர்கள். சிறு வயதிலிருந்தே தங்கள் குழந்தைகளுக்கு தங்களது வேலைகளை தாங்களே செய்துகொள்ள பழக்கி இருக்கிறார்கள், தங்களது டாய்லெட்டை சுத்தப்படுத்துவது உள்பட!

உலகின் மிகப்பெரிய செல்வந்தரான வாரன் பஃபெட்டும் அதுபோலத்தான். மிகச்சிக்கனமாக வாழ்பவர். ஆனால் முதலீடுகள் செய்து தன் செல்வத்தைப் பெருக்குவதில் மிக வல்லவர்.

இப்போது உங்களுக்கு சிக்கனத்துக்கும் கருமித்தனத்துக்கும் உள்ள வித்தியாசம் புரிந்திருக்கும்.

எனது சிறு வயதில் என் தந்தையின் நெருங்கிய நண்பர் திரு. கபூர் என்ற சிந்த் மாவட்டத்தைச் சேர்ந்தவரைப் பார்த்திருக்கிறேன். மிகப்பெரிய செல்வந்தர் அவர். அவரது மகன் பிரேம் கபூர் திரைத்துறையில் அப்போது பிரபலமாக இருந்தவர். பாலிவுட் சினிமாத் தயாரிப்பில் திறமையாக முதலீடு செய்தவர். கபூர் எங்களுடன் உரையாடும்போது இந்த சிக்கனத்தைப்பற்றி வலியுறுத்திச் சொல்லுவார்.

செல்வம் சேர்வதற்கு அவர் கூறிய வழிமுறை ஒன்று, (நான் இப்போதும் கடை பிடிக்கும் தத்துவம்) தண்ணீரை சிக்கனமாக செலவழிப்பது. 'தண்ணீரை வீணாக்குபவர் வீட்டில் செல்வம் நிலைத்திருப்பதில்லை. ஆகவே பணத்தைச் செலவழிப்பதிலும், தண்ணீரைச் செலவழிப்பதிலும் சிக்கனமாக இருங்கள்' என்பார் அவர்.

எனது வாழ்க்கை பயணத்தில் மிகப்பெரிய செல்வந்தர்களைக் கண்டிருக்கிறேன்.

> செல்வம் உங்களிடம் நிலையாகத் தங்கவேண்டும் என்றால் மிக முக்கியமான முதல் நிபந்தனை நீங்கள் சிக்கனத்தைக் கடைபிடிப்பவராக இருக்கவேண்டும்.

அவர்களது வீட்டில் செல்வம் நிலைத்திருப்பதற்கு ஒரு முக்கியமான காரணம், இந்த சிக்கன குணம் என்பதைத் தீர்மானமாகச் சொல்லுவேன்.

திடீர் செல்வந்தர்களான பலர் அர்த்த ராத்திரியில் குடை பிடித்தவர்கள், ஆடாத ஆட்டம் போட்டு காசைக் கரியாக்கி விட்டு தங்கள் கடைசி காலத்தில் காலணாகூட இல்லாமல் கரைந்து போனதையும் கண்டிருக்கிறேன்.

எனது நெருங்கிய உறவினர் ஒருவர் மிக நன்றாக சம்பாதித்தவர். ஒரு பெரிய நிறுவனத்தில் மேலாளராக இருந்து தொழில்துறையில் கொடிகட்டிப்பறந்தவர். ஆனால் அவரது மனைவி மிக தம்பட்டம் அடித்துக்கொள்பவராக இருந்தது அவரது வீக் பாயிண்ட்!

அடுத்தவீட்டு அம்மையார் ஒரு பட்டுப்புடவை வாங்கினால் அதைவிட காஸ்ட்லியாக அடுத்த நாளே வாங்கி அதை தெரு முழுவதும் காண்பித்து தம்பட்டம் அடித்துக்கொள்வார்.

வீட்டில் காசு எங்கும் இறைந்து கிடக்கும். மற்றவர்களைக்காட்டிலும் தான் பணமுடையவர் என்று காட்டிக்கொள்வதுதான் அவருக்கு முக்கியமானதாக இருந்ததே தவிர, தான் வாங்கிக் குவித்த பொருள்கள் உண்மையிலேயே தனக்கு வேண்டியதுதானா என்பதைப்பற்றிக் கொஞ்சமும் அவருக்கு அக்கறை இல்லை.

திடீரென நிலைமை மாறியது. கணவர் பணி புரிந்த நிறுவனத்தில் சில பிரச்னைகள். தானே பொறுப்பெடுத்து அவர் எடுத்திருந்த முடிவுகள் அவருக்கு எதிராக பூதாகாரமாகக் கிளம்பின.

நிறுவனம் அவரையே பொறுப்பாக்கி மிகப்பெரிய தொகையை அவர் தண்டம் அழ வைத்தது.

இத்தனை வருடங்களில் சிக்கனமாகச் சேர்த்து வைத்திருந்தால் இந்தக் கடும் சோதனைக் காலத்தை ஒருமாதிரியாக அவர்கள் சமாளித்திருக்கலாம். ஆனால் ஒரு சேமிப்பும் இல்லாத காரணத்தால் மிகக்கடும் சோதனைக்கும் வேதனைக்கும் உட்பட்டு அவர்கள் மீண்டு வந்தது அவர்களது உறவினர்களின் பக்க பலத்தாலும் இறைவனின்மீது அவர்கள் வைத்திருந்த நம்பிக்கையாலும்தான்.

இன்றைய சூப்பர் ஸ்டார் ரஜினிகாந்த் திரைக்கு வருவதற்கு பல வருடங்களுக்கு முன்னால் தமிழ் திரை உலகின் முதல் சூப்பர் ஸ்டாராக இருந்தவர் திரு M.K.தியாகராஜ பாகவதர். அவர் ரயிலில் பயணிப்பதைக் கேள்விப்பட்டு அவரைக் காண்பதற்காகவே நடுராத்திரியில்கூட வழியில் உள்ள ஸ்டேஷன் பிளாட்பாரங்களில் மக்கள் காத்துக் கிடப்பார்களாம்! அவரும் ரயில் நிலைப்படிக்கருகில் வந்து நின்று கை அசைத்து அவர்களை மகிழ்விப்பாராம். ஆனால் அவரது கடைசி காலத்தில் மிகக் கடும் வறுமையில் வாழ்ந்து மறைந்தார்.

கள்ளபார்ட் நடராஜன் என்ற நடிகரை உங்களுக்கு நினைவிருக்கலாம். பழைய படங்களில் மிக நன்றாக நடித்து நடனமாடி பெரும் புகழ் பெற்றிருந்தவர். சில வருடங்களுக்கு முன் நான் சென்னை திருவான்மியூர் கடைவீதியில் நடந்துகொண்டிருக்கும்போது ஒரு பெட்டிக்கடையில் உட்கார்ந்து வியாபாரம் செய்து கொண்டிருந்ததைக் கண்டு மிக ஆச்சரியப்பட்டேன்.

இவற்றிற்கெல்லாம் காரணம் நான் உங்களுக்குச் சொல்லவேண்டிய அவசியம் இல்லை. உங்களுக்கே புரிந்திருக்கும்.

எனவே செல்வம் உங்களிடம் நிலையாகத் தங்கவேண்டும் என்றால் மிக முக்கியமான முதல் நிபந்தனை நீங்கள் சிக்கனத்தைக் கடைபிடிப்பவராக இருக்கவேண்டும்.

அதே நேரத்தில் காலணா செலவழிக்காது சேர்த்த பணத்தை எல்லாம் யார் யாரோ அனுபவிக்க நீங்கள் கஞ்சத்தனத்தில் ஊறி பிச்சைக்காரனாக வாழ்ந்து மடியாதீர்கள்.

கருமித்தனத்துக்கும் சிக்கனத்துக்கும் இடையில் உள்ள வேறுபாட்டை நன்கு உணர்ந்துகொண்டு செல்வத்தை ஆளப்பழகிக்கொள்ளுங்கள்!

13

நட்பு வேறு, பணம் வேறு!

'நீ ஏழையாகப் பிறந்திருந்தால் அது உன் தலைவிதி. ஆனால் உன் மாமனார் ஏழையாக இருந்தால் அது உன் முட்டாள்தனம்' என்று தமாஷாகக் கூறுவதைக் கேட்டிருப்பீர்கள். அதாவது உறவுகளை அமைத்துக்கொள்ளும்போது அவர்களின் செல்வத்தை மனதில் வைத்துக்கொள்ளுங்கள் என்று கூறுவது பொதுவழக்கம்.

என்னைப் பொறுத்தவரை உறவுகளையோ அல்லது உங்களது நட்பு வட்டாரங்களையோ ஒருபோதும் உங்கள் சுயநலத்திற்குப் பயன் படுத்தாதீர்கள்.

நீங்களே நினைத்துப்பாருங்கள். சிறு வயதில், பள்ளிப்பருவத்தில் அல்லது கல்லூரி நாட்களில் எத்தனை நண்பர்கள் இருந்தார்கள். அவர்களிடமெல்லாம் நீங்கள் அவர்களது பணத்திற்காகவா நட்பு கொண்டாடினீர்கள்? அப்போது உங்களது நட்புதான் பெரிதாகத் தெரிந்தது.

இதே உங்களுக்கு ஒரு நாற்பத்தைந்து அல்லது ஐம்பது வயதாகும்போது உங்களின் மன நிலை எப்படி மாறிவிடுகின்றது. பெரும்பாலானோர் நினைப்பது இப்படித்தான் இருக்கிறது.

- இவனுடன் பழகுவதால் நமக்கு என்ன லாபம் கிடைக்கும்?
- இவன் நமது வியாபாரத்தில் முதலீடு செய்வானா?
- இவனது நட்பு வட்டாரத்தை வைத்து நம் பிசினஸைக் கூட்டுவதற்கு வழி இருக்கிறதா?

- இவனால் நமக்கு காலணா லாபம் இல்லையென்றால் எப்படி இவனை கழட்டி விடுவது?

இப்படி ஒரே சுயநலமாகச் சிந்திப்பவர்கள் செல்வந்தர்களாவதை நான் இதுவரை கண்டதில்லை.

'நண்பனுக்கு கடன் கொடுத்தால் நட்புக்கு நட்பும் போய்விடும், பணத்துக்குப் பணமும் போய்விடும்' என்றான் கவிஞன் ஷேக்ஸ்பியர்.

நான் கூற விரும்புவது என்னவென்றால் நீங்கள் ஒருபோதும் பணத்துக்கு நட்பை பணயம் வைக்காதீர்கள்.

ஒரு நெருக்கடியில் அல்லது உங்களது வியாபாரத்தை பெருக்குவதில் அவர்களை நாடுவது என்பது வேறு, அப்படி அவர்கள் கொடுக்க முடியாதிருந்தால் அவர்களை விரோதியாகப் பார்ப்பது என்பது வேறு.

நான் துபாயில் பணி புரிந்துவிட்டு சென்னை திரும்பியதும் எனது பழைய நண்பர்கள் பலரை சந்தித்தேன். அவர்களில் சிலர் என்னிடம் நான் அவர்களது வியாபாரத்துக்கு மூலதனம் கொடுப்பேன் என்ற நினைப்புடன் மட்டுமே என்னை அணுகினார்கள்.

ஒருவர் ஒரு பெரிய நிறுவனத்தில் பணி புரிந்துவிட்டு பின்னர் தானே தொழில் செய்ய வேண்டும் என நினைத்து ஒரு இன்ஷூரன்ஸ் கம்பெனிக்கு வேண்டி உழைத்துக் கொண்டிருந்தார். அவரது கவனம் முழுவதும் எப்படி என்னிடமிருந்து சில லட்சங்களை தனது இன்ஷூரன்ஸ் பாலிஸியில் முடக்க வைப்பது என்று மட்டுமே இருந்தது.

எனக்கு மிக ஆச்சரியமாக இருந்தது. நாங்கள் பல வருடங்களுக்குமுன் பழகும்போது இந்தப் பணம் ஒரு பொருட்டாகவோ அல்லது எப்படி ஒருவர் மற்றொருவரை உபயோகித்துக்கொள்ளலாம் என்றோ இருந்ததே இல்லை. மிகவும் அன்னியோன்னிய நண்பர்களாக இருந்தோம்.

நான் எனது முதலீடுகளை ஏற்கெனவே செய்து முடித்துவிட்டேன் என்று அவர் அறிந்ததும் தடாலென அவர் விலகிக்கொண்டது வியப்பாக இருந்தது. அதற்குப்பின் நான் பலமுறை அவரை ஃபோனில் தொடர்பு கொண்டபோதும் அவர் பதில் கொடுக்கவில்லை. எனது நம்பரைக்கூட காண்டாக்ட் லிஸ்ட்டிலிருந்து நீக்கிவிட்டார் அந்த மனிதர் என்று நினைக்கிறேன்!

இதே மாதிரி விஷயத்தில் வேறொரு நண்பரைப்பற்றிக் கூறவேண்டும். அவரும் நான் முன்பு பணி செய்த ஒரு பன்னாட்டு நிறுவனத்தில் பணி

புரிந்துவிட்டு பின் வாலண்டரி ரிடையர்மெண்ட் எடுத்துக்கொண்டு இன்ஷுரன்ஸ் பிசினஸ் துவங்கியவர்.

நான் பலவருடங்களுக்கு முன் துபாயில் பணி புரிந்து கொண்டிருந்த போது என்னுடன் தொடர்பு கொண்டார். தனது இன்ஷுரன்ஸ் பாலிஸியில் முதலீடு செய்ய முடியுமா என்று கேட்டார். அப்போது நான் அதில் அதிக ஆர்வம் காட்டவில்லை. அவரும் அதற்காக என் நட்பை முறித்துக்கொள்ளவில்லை. நாங்கள் நல்ல நண்பர்களாகத்தான் இருந்தோம்.

பின்னர் என்னிடம் முதலீடு செய்ய ஒரு தொகை இருந்தபோது நானே அவரை கூப்பிட்டு எனக்குத் தேவைப்பட்ட ஒரு பாலிஸியில் முதலீடு செய்தேன். அவரும் மிகவும் மகிழ்ந்தார்.

இப்போது நான் முதலில் குறிப்பிட்ட அந்த நண்பரை நினைத்துப் பாருங்கள். அவர் பாலிஸி எடுக்கவில்லை என்ற காரணத்திற்காக நட்பை முறித்துக் கொள்ளாதிருந்தால் உரிய சந்தர்ப்பத்தில் அவருக்கும் ஏதாவது ஒரு வகையில் முதலீடு கிடைத்திருக்கும். இப்படி அவர் எத்தனை வாய்ப்புகளை கோட்டை விட்டிருப்பார். அவரிடம் எப்படி செல்வம் சேரும்?

அதாவது உங்களது நட்பை பணயம் வைக்காதிருந்தால் நட்பும் தொடரும், வேண்டிய நேரத்தில் உதவியும் வரும்.

எனவே உங்களது வியாபாரத்தைப் பெருக்க உங்கள் நட்பு வட்டாரங்களை அணுகுவதில் தவறில்லை. ஆனால் அந்த உதவி அந்தச் சமயத்தில் கிடைக்கவில்லை என்பதற்காக உங்கள் நட்பை ஒருபோதும் முறித்துவிடாதீர்கள். அது பொன் முட்டை இடும் வாத்தின் வயிற்றை அறுத்துப்பார்ப்பதைப்போன்றது.

நீங்கள் ஒருபோதும் பணத்துக்கு நட்பை பணயம் வைக்காதீர்கள். உங்களது நட்பை பணயம் வைக்காதிருந்தால் நட்பும் தொடரும், வேண்டிய நேரத்தில் உதவியும் வரும்.

14

பொய்களால் செல்வம் பெருகுவதில்லை!

'கழுத்திலே டை, கையிலே பை, வாயிலே பொய்' என்ற ஒரு வியாபார இலக்கணத்தைச் சொல்லி நையாண்டி செய்வதுண்டு.

சிலர் நினைக்கலாம்...

- பொய்களைத் திறம்படச் சொன்னால் நம்ப வைத்துவிடலாம்.
- நாம் சொல்வது அனைத்தையும் யார் போய் பரிசோதிக்கப் போகிறார்கள்?
- திரும்பத் திரும்பச் சொன்னால் பொய்களும் உண்மையாகிவிடும்.
- நாய் விற்ற காசு குறைக்கவா போகிறது?

ஆனால் பொய்களாலேயே தன் செல்வத்தைப் பெருக்கி நெடுங்காலம் நின்றவர்களை நான் ஒருபோதும் கண்டதில்லை,

எனது தாயின் பாட்டனார் திருவள்ளூரில் வக்கீலாக வாழ்க்கையைத் தொடங்கியவர். தொடக்க முதலே அவர் ஒரு கொள்கையைத் தனக்காக வகுத்திருந்தார்.

அதாவது உண்மையான, நேர்மையான கட்சிக்காரர்களுக்காக மட்டுமே தான் வாதாடுவது, எத்தனை ஃபீஸ் கிடைத்தாலும்

தற்காலிக லாபங்களுக்காக பொய்களைக்கூறி உங்களது ஆளுமையை ஒருபோதும் இழந்து விடாதீர்கள். செல்வந்தனாவதற்கு பொய்கள் ஒரு போதும் உதவாது.

நேர்மையற்றவர்களுக்கு வாதாடுவதில்லை என்று உறுதியாக இருந்தார்.

சிறந்த அறிவுக் கூர்மையும் சட்ட ஞானமும் பெற்றிருந்ததால் எதிர் கட்சிக்காரர் எத்தனை பொய் சாட்சிகளைத் தயாரித்து வாதாடினாலும், அவைகளை தனது அறிவு நுட்பத்தால் பொடிப்பொடியாக்கி நேர்மையான தன் கட்சிக்காரரை ஜெயிக்க வைத்துவிடுவார்.

இவர் வாதாடுகிறார் என்றாலே எதிர்கட்சிக்காரரின் சாட்சிகளுக்கு வயிற்றைக் கலக்குமாம். சிம்ம கர்ஜனையாய் இருக்குமாம் இவரது வாதங்கள்.

நாள்பட, நாள்பட நீதிபதிகளுக்கே நன்கு புரிந்து விட்டது. அதாவது என் தாயின் பாட்டனார் ஒரு கேஸை எடுத்துக்கொண்டால் அது நிச்சயமாக நேர்மையான கேஸாகத்தான் இருக்கும் என்பது.

விளைவு. திருவள்ளூரில் சென்ற நூற்றாண்டின் மிகப்பெரும் அட்வகேட்டாக விளங்கினார் திரு. ராமச்சந்திர அய்யர் அவர்கள்.

அவர் மிகுந்த செல்வம் ஈட்டினார், பலப்பல தர்ம காரியங்களும் செய்தார். இன்று பிரபலமாக விளங்கும் RBCC பள்ளியைத் தொடங்கி நடத்தியவரும் இவர்தான்.

நூறு வருடங்களுக்குமுன் இவர் கட்டிய அரண்மனை போன்ற வீடு சில வருடங்களுக்கு முன்தான் அவரது சந்ததிகளால் பல லட்சங்களுக்கு விற்கப்பட்டது.

இவரது செல்வத்துக்குப் பின்னால் இருந்த சக்தி அவர் கடை பிடித்த நேர்மையின் சக்தி.

இதேபோல் சென்னையில் மிகப் பிரபலமாக இருந்தார் கட்டிடத் தொழிலில் ஈடுபட்டிருந்த ஒருவர்.

நன்றாகப் போய்க்கொண்டிருந்த பிசினஸில் ஒரு திடீர் தேக்கம். கட்டப்பட்ட ஃப்ளாட்டுகளை வாங்குவார் இல்லை. பணம் முடங்கிக்கிடந்தது. ரொடேஷன் இல்லை.

கடன் கொடுத்தவர்கள் நெருக்கினார்கள். அவர்களிடமிருந்து தப்புவதற்காக வீட்டில் இருந்துகொண்டே இல்லை என்று பொய் சொல்லத்தொடங்கினார்.

எத்தனை நாள் இப்படித் தள்ள முடியும்?

அவர் மிகவும் நம்பிய ஒரு நல்லவரின் அறிவுரைப்படி கடன் கொடுத்த ஒவ்வொருவரையும் தானே நேரில் சென்று நிலைமையை எடுத்துக் கூறினார். வாங்கிய கடனைத் திருப்பிச் செலுத்துவதற்கு சிறிது தவணை கேட்டுப்பெற்றார்.

பிறகு தனது செயல்பாடுகளைத் தீவிரமாக்கினார். பிளாட்டுகளை வாங்குபவர்களை ஊக்குவிக்க சில சலுகைகளை அளித்தார். இதனால் பொதுவான பொருளாதார நிலைமையிலும் சிறிது முன்னேற்றம் துவங்கியது. தனது ஃப்ளாட்டுகள் அனைத்தையும் விற்க முடிந்தது. வாங்கிய கடன் முழுவதையும் வாங்கிய தவணைக்குள் அடைத்து முடித்தார். பிற்காலத்தில் பெரும் செல்வம் ஈட்டினார்.

இப்போது வேறொரு உதாரணத்தை உங்களுக்கு காட்டுகிறேன்.

எனது நெருங்கிய நண்பர் ஒருவர், விற்பனைத்துறையில் ஒரு பெரிய நிறுவனத்தில் மேலாளராக இருந்தார். ஆனால் அவரிடம் இருந்த ஒரு கெட்ட பழக்கம், பொய் சொல்வது. விற்பனைக்காக தொடக்கத்தில் பொய் சொல்ல ஆரம்பித்தவர் பின்னர் பொய் சொல்வதையே மிகவும் அனுபவிக்க ஆரம்பித்தார்.

வாடிக்கையாளர்களிடம் மட்டுமல்லாமல் தன் சொந்த மனைவி மக்களிடமே பொய்களை அவிழ்த்து விடுவார். அவர்கள் நம்பி ஏமாறுவதை ஆனந்தமாக அனுபவிப்பார்.

இதை நான் கேள்விப்பட்டபோது ஒரு நண்பன் என்ற முறையில் ஆழ்ந்த அறிவுரை வழங்கினேன். அவர் கேட்டதாகத் தெரியவில்லை. பின்னர் நான் துபாய் சென்றுவிட்டேன்.

பின் ஒருமுறை அவரிடமிருந்து செய்தி வந்தது, அவர் தானே புதிதாக தொழில் தொடங்கி விட்டார் என்று. நானும் மகிழ்ச்சியுற்றேன், எனது நண்பன் நல்ல ஒரு பிசினஸ்மேனாக வருகிறார் என்று.

அவர் சாக்லெட், பிஸ்கட்டுகள் தயாரிக்கும் நிறுவனத்தைத் தொடங்கி தமிழ் நாட்டில் விற்பனை செய்தார். ஏற்கெனவே விற்பனைத்துறையில்

தனக்கிருந்த நல்ல வாடிக்கையாளர்களைக்கொண்டு வினியோகம் செய்தார்.

ஆனால் அவரது பொய் சொல்லும் பழக்கம் அவரை விடவில்லை. எப்படியாவது பொருள்களை தள்ளிவிட வேண்டும் என்று சகட்டுமேனிக்கு பொய்களை அவிழ்த்துவிட்டு சரக்குகளை தள்ளினார். எதிர்பார்த்த விற்பனை நடக்கவில்லை. பொய்கள் அம்பலத்துக்கு வந்தன. வாங்கிய கடன்களை திருப்பித்தர முடியவில்லை.

நான் அடுத்தமுறை இந்தியா வந்தபோது அவர் தன் குடும்பத்துடன் ஊரைவிட்டே சென்றுவிட்டார் எனக்கேட்டு அதிர்ந்து பொய் விட்டேன். நல்ல திறமை, தமிழ் நாடு முழுவதும் வாடிக்கை யாளர்களிடம் தொடர்பு, விற்பனை நுணுக்கம் இவை அனைத்தும் இருந்தும் தனது நாவின் மேல் கட்டுப்பாடு இல்லாத காரணத்தால் காணாமலேயே போய்விட்டார் அந்த மனிதர்.

எனது 35 வருடங்களுக்கு மேற்பட்ட அனுபவத்தின் காரணமாக சொல்கின்றேன். பல பன்னாட்டு நிறுவனங்களில் பணி புரிந்திருக்கிறேன், இந்தியர்கள், அராபியர்கள், பிரெஞ்ச் நாட்டினர், அமெரிக்கர்கள் என்று பல தரப்பட்ட மனிதர்களுடன் வர்த்தகம் புரிந்திருக்கிறேன். ஒருமுறைகூட எனது நேர்மையை விட்டுக் கொடுத்ததில்லை. அது பண விஷயத்தில் ஆகட்டும், அல்லது பேச்சு வார்த்தைகளில் ஆகட்டும் அல்லது தொடர்பு முறைகளில் ஆகட்டும் நெறி தவறியதில்லை.

சில சமயங்களில் நேர்மையாக வார்த்தைகளை விழுங்காமல் பேசியதனால் சில பின்னடைவுகள் ஏற்பட்டன என்பது உண்மைதான் ஆனால் அவை மிகத் தற்காலிகமானவை, நிரந்தரமானவைகள் அல்ல.

வெகு சீக்கிரமே எனது நேர்மை வெற்றி பெற்று என்னை தலை நிமிர்ந்து நடக்க வைத்தது. ஒரு மாற்றுக் குறையாத மன்னவனாக மாபெரும் சபைகளில் என்னை நடக்க வைத்தது.

நண்பர்களே, தற்காலிக லாபங்களுக்காக பொய்களைக்கூறி உங்களது ஆளுமையை ஒருபோதும் இழந்து விடாதீர்கள்.

செல்வந்தனாவதற்கு பொய்கள் ஒரு போதும் உதவாது.

15

பணம் பத்தும் செய்யும்!

இந்தப் பழமொழியை சிறு வயதில் கேட்டிருக்கிறேன் ஆனால் அப்போது அதன் அர்த்தம் எனக்கு தெளிவாகப் புரியவில்லை.

பொதுவாக எல்லோரும் நினைப்பதைப்போலவேதான் நானும் நினைத்திருந்தேன்.

அதாவது பணத்தால் எதையும் சாதிக்கலாம் என்று.

காலம் செல்லச் செல்லத்தான் எனக்கு அதன் விளக்கம் கிட்டியது.

நான் புரிந்து கொண்டது பணம் வெறும் காசாக மட்டும் இல்லாமல் பத்து வகைகளாகவும் பரிணமிக்கும்.

- பணத்தைக் கட்டடங்களில் இடலாம் - ரியல் எஸ்டேட்.
- ஷேர்களில் விளையாடலாம்.
- தங்கத்தில் மாற்றி வேண்டும் நேரத்தில் பணமாக மாற்றிக் கொள்ளலாம்.
- வியாபாரத்தில் முதலீடு செய்து லாபமீட்டலாம்.
- ஏற்றுமதி இறக்குமதியில் பணத்தை ஏற்றலாம்.
- டாலர்களில் முதலீடு செய்து குட்டிபோட வைக்கலாம்.
- மியூசுவல் ஃபண்டுகளில் பணத்தை மெருகேற்ற வைக்கலாம்.
- பென்ஷன் ஃபண்டுகளில் நிலையான வருமானம்.

- காப்பீடுகளில் செலுத்தி குடும்பத்துக்கு உதவலாம்.
- வங்கிகளில் FD ஆக மாற்றி பத்திரமான வளர்ச்சியை பெறலாம்.

இப்படி பத்தும் செய்யும் பணம் என்று சொல்வதில் என்ன தவறு?

பண்டைய காலத்திலேயே செல்வத்தைப் பெருக்குவதற்கு மேலே குறிப்பிட்ட பல வழிகளையும் கையாண்டிருக்கிறார்கள் நம் முன்னோர்கள்.

அந்தக்காலத்தில் செய்யாத ஏற்றுமதியா இறக்குமதியா? தங்கத்தில் முதலீடு செய்வதில் மிக வல்லவர்கள் அவர்கள். 'திரைகடல் ஓடியும் திரவியம் தேடு' என்று ஔவைப் பாட்டியே சொல்லி வைத்திருக்கிறார் அல்லவா?

நீங்கள் செல்வந்தர் ஆக விரும்பினால் சரியான முதலீடுகளை சரியான சமயத்தில் சரியான இடத்தில் செய்ய வேண்டும். இதற்கு உங்களுக்கு பயிற்சி தேவை. அதற்காக நான் உங்களை ஹார்வார்டுக்கு போய் கற்றுக்கொள்ளச் சொல்லவில்லை. நன்கு படிக்கும் ஆர்வத்தை வளர்த்துக்கொண்டாலே போதும்.

எனக்குத் தெரிந்த ஒருபுள்ளி வெறும் பட்டப்படிப்பு மாத்திரம் படித்தவர். மும்பையில் ஒரு ஏற்றுமதி செய்யும் நிறுவனத்தில் சாதாரண கணக்கராக சேர்ந்தார். தனது கடும் உழைப்பினால் முதலாளியின் நம்பிக்கையைப் பெற்று மேன்மேலும் அதிக பொறுப்புக்களை கையாளும் பணிகளைச் செய்ய ஆரம்பித்தார். ஏற்றுமதி செய்வதற்கான அத்தனை வழிமுறைகளையும் வேலைகளையும் நன்கு கற்றுக் கொண்டார்.

பின் சென்னை திரும்பி, தானே ஒரு ஏஜெண்டாக பிசினஸை துவங்கினார். ஏற்றுமதி செய்வதற்கான அத்தனை சட்ட திட்டங்கள், வழி முறைகள் அனைத்தும் அறிந்திருந்த காரணத்தால் வெளி நாட்டிலிருந்து பொருள்களை வாங்குபவருக்கும் உள் நாட்டிலிருந்து பொருள்களை ஏற்றுமதி செய்ய ஆசைப்படுபவர்களுக்கும் நல்லதொரு பாலமாக ஆனார்.

இப்போது திருவாளர் சேஷா பல கோடிகளுக்கு சொந்தக்காரர். வெளி நாட்டுக் கார்களில் பவனி வந்து கொண்டிருக்கிறார்.

சமீபத்தில் அவரை ஒரு விழாவின்போது கண்டு பேசிக் கொண்டிருந்தேன்.

'எனது முன்னேற்றத்துக் காரணம் அன்று மும்பையில் நான் சளைக்காது எல்லா பொறுப்புகளையும் சுமந்ததுதான்' என்றார்.

எனக்கு ஒரு சந்தேகம் தோன்ற அதை அவரிடமே கேட்டு விட்டேன். 'சார், நீங்கள் வெளி நாட்டில் பொருள்களை வாங்குபவரையும், இங்கு ஏற்றுமதி செய்பவரையும் ஒருவரை ஒருவர் தெரிந்துகொள்ள அனுமதிக்கிறீர்களே, நாளை அவர்கள் உங்களை கழட்டி விட்டுவிட்டு தாங்களே நேரடியாக வியாபாரம் செய்ய ஆரம்பித்தால் உங்கள் கமிஷன் போய் விடுமே, எப்படி சமாளிப்பீர்கள்?'

அதற்கு ஆணித்தரமாக அவர் கூறிய பதில் என்னை வியக்க வைத்தது.

'சார், என் தொழில்மீது எனக்கு அத்தனை நம்பிக்கை இருக்கிறது. தாங்களே ஏற்றுமதி இறக்குமதி செய்வது என்பது அத்தனை எளிதல்ல. எனக்கு அதன் நெளிவு சுளிவுகளெல்லாம் தெரிந்த காரணத்தால் வெகு சுலபமாக, வெகு சுகமாக அவர்களது வேலை நடந்துகொண்டிருக்கிறது. அதை ஒரு கமிஷனை மிச்சமாக்க வேண்டி அவர்கள் ஒருபோதும் சிக்கலாக்கி குழப்பத்தில் சிக்கிக்கொள்ள விரும்பமாட்டார்கள், இது எனது கோட்டை!'

நான் துபாயில் பணி புரிந்து கொண்டிருந்த சமயத்தில் என் கீழ் முரளி என்ற ஒரு இளைஞன் விற்பனை பிரதிநிதியாக வேலை செய்து கொண்டிருந்தான்.

அவனது ஆர்வத்தையும், பணியைக் கற்றுக்கொள்வதில் இருந்த துடிப்பையும் கண்டு அவனுக்கு சிறிது கூடுதல் பொறுப்புக்களை கொடுத்தேன். கேர்ஃபோர் போன்ற ஃப்ரெஞ்சு நாட்டு ஹைப்பர் மார்க்கெட்டுகளின் மேனேஜர்களுடன் எப்படி பேச்சு வார்த்தைகள் நடத்துவது என்று அனுபவ ரீதியாக சொல்லிக்கொடுத்தேன்.

முரளி வெகு விரைவில் பேர பேச்சுவார்த்தைகளை தானே நடத்த ஆரம்பித்தான். சில வருடங்களுக்குள் அவனுக்கு வேறு ஒரு நிறுவனத்தில் வேலை செய்யும் வாய்ப்பு வந்தது.

அது ஒரு ஏற்றுமதி நிறுவனம். நம் நாட்டில் விளையும் பாசுமதி அரிசி வகைகளை மற்றைய அரபு நாடுகளுக்கு ஏற்றுமதி செய்யும் வேலை. இதன் காரணமாக அவன் சவுதி, குவைத், பஹ்ரைன் போன்ற நாடுகளுக்கு அடிக்கடி பயணம் செய்யவேண்டியதாயிற்று. அரபு மொழியை நன்கு படிக்கவேண்டியதாயிற்று.

குடும்பத்தை விட்டு அதிக நாட்கள் பயணம் செய்வது, ஏற்றுமதி வேலையின் பல சங்கடங்களை எதிர்கொண்டு சமாளிப்பது எல்லாம் அவன் மீது கடும் சுமையை ஏற்றினாலும் அயராது உழைத்தான்.

சில வருடங்களுக்குமுன் என்னைக் கண்டு தானே ஒரு கன்ஸல்டண்ட் ஆக பிசினஸை துவங்கப்போவதாகச் சொல்லி நான்தான் அவனுக்கு

சிறந்த தொழில் வழிகாட்டியாக இருந்ததால் தன்னை ஆசீர்வதிக்கும் படிக் கேட்டான்.

'முரளி, உன்மேல் எனக்கு நம்பிக்கை இருக்கிறது. நீ நிச்சயம் ஒரு பெரிய தொழில் அதிபராக வருவாய்' என வாழ்த்தி அனுப்பி வைத்தேன்.

நான் இந்தியா திரும்பி வந்தபின் சமீபத்தில் என்னை சந்திக்க வந்த முரளி பழைய முரளியாக இல்லை! ஒரு நல்ல தொழில் அதிபராக மாறிவிட்டிருந்தார்!

தனது வியாபாரம் நன்கு வளர்ந்துகொண்டிருப்பதாகவும் கேரளத்தில் பெரிய வீடு கட்டிவிட்டதாகவும் மகிழ்ச்சியோடு கூறினார். தனது இரு பெண்களின் மேல் படிப்புக்கும் திருமணத்துக்கும் வேண்டிய பணத்தையும் ஏற்கெனவே சேர்த்துவைத்து விட்டதாகவும் கூறினார். அது மட்டுமல்ல, Land Rover - 4 wheel Drive வாங்கி விட்டதாகவும் இனி வருவதெல்லாம் தனக்கும் தன் மனைவிக்கும் போனஸ்தான் என்றும் மகிழ்ச்சியாகக் கூறினார்.

இப்போது புரிந்துகொண்டீர்களா, செல்வத்தைப் பெருக்குவதற்கு பயிற்சி எத்தனை அவசியம் என்பதை.

எனவே நன்கு பயிற்சி செய்யுங்கள். நான் கூறிய பல வழிகளிலும் பணத்தைப் பெருக்குங்கள்.

பணம் பத்தும் செய்யும்! அதன் பத்து வகைகளில் எதேனும் ஒன்றையோ இரண்டையோ நீங்கள் பயிற்சி செய்தால் போதும். நீங்கள் செல்வந்தராவது உறுதி!

16

காசா? லேசா?

எனது சிறுவயதில் நான் படித்த புத்தகம் ஒன்று என் நினைவுக்கு வருகிறது. அது தமிழ் மொழியின் அழகைப்பற்றியும் அதன் வளத்தைப் பற்றியும், தமிழ் அறிஞர்களுக்கு தமிழின் மீது இருந்த ஆளுமையைப் பற்றியும் கூறிய புத்தகமாகும்.

ஒரு புலவர் பரிசு பெறவேண்டி ஒரு செல்வந்தனை நாடுகிறார். அந்தக் காலத்தில் புலவர்கள் பெரும்பாலும் செல்வந்தர்களையோ, அரசர்களையோ அண்டித்தான் பிழைக்கவேண்டி இருந்தது.

அப்படி அந்தப் புலவர் செல்வந்தனை மகிழ்விக்க பலவாறு அவனைப் பற்றி முகஸ்துதியாக பாடி பரிசுக்கு வேண்டி காத்துக்கொண்டிருந்தார்.

செல்வந்தனோ தலையை ஆட்டி ஆட்டி கேட்டுக் கொண்டிருந்தானே தவிர ஒரு பைசாவும் பெயர்வதாக இல்லை.

இறுதியில் பாவம் புலவர் வாய்விட்டு கேட்டே விட்டார்.

அதற்கு பதிலாக அந்தச் செல்வந்தன் இறுமாப்பாக, 'காசா? லேசா?' என்றானாம். அதாவது காசு கொடுப்பது என்பது அத்தனை லேசுப்பட்ட விஷயமா என்பதாக.

வெகுண்டெழுந்த புலவர் அவனை 'காசாலே சா!' என்று சபித்துவிட்டுச் சென்றாராம்.

இது தமிழின் ஒரு விளையாட்டை விளக்குவதாக இருந்தாலும், அதிலும் ஒரு அடிப்படை தத்துவம் இருக்கிறது என்பதை எனக்கு அனுபவம் வந்ததும் தெரிந்து கொண்டேன்.

காசு நமக்கு மிகவும் வேண்டுவதுதான், ஆனால் பலர் இன்று காசாலே செத்துக்கொண்டிருக்கிறார்கள் என்பது அதை சரியாகப் புரிந்து கொள்ளாததால் ஏற்பட்ட விபரீதம்.

ஆங்கிலத்தில் "Money is a means to an end but not an end in itself" என்று அழகாகக் கூறுவார்கள். ஆம், செல்வம் ஒரு நல்ல குறிக்கோளுக்கு வழியே தவிர குறிக்கோளாகி விடாது.

எனக்குத் தெரிந்து பல பேர் எதற்காக சம்பாதிக்கிறோம் என்று தெரியாமலேயே சம்பாதித்துக்கொண்டிருக்கிறார்கள்!

நமது உண்மையான குறிக்கோள் என்ன? வாழ்க்கையில் எந்த லட்சியத்தை அடைய முயற்சிக்கின்றோம் என்று தெரியாமல் பணம் சம்பாதிப்பது மட்டும்தான் லட்சியம், அதுதான் சர்வரோக நிவாரணி என்று நினைத்துக்கொண்டு வாழ் நாளை வீணடிக்கும் பலரை நான் கண்டிருக்கிறேன்.

கடைசி காலத்தில் அவர்களுக்கு ஒரு விழிப்பு வருகின்றது. ஆனால், அதற்குள் திரை விழுந்து விடுகின்றது!

செல்வம் என்பது ஒரு நல்ல பலமுள்ள குதிரையைப் போன்றது. அதை வைத்துக் கொண்டு நாம் சவாரி செய்யலாம். நாம் செல்ல விரும்புகின்ற இடத்துக்கு நம்மை பத்திரமாக, வேகமாக அழைத்துச் செல்லும் வல்லமை குதிரைக்கு உண்டு.

ஆனால் ஒருவன் ஒரு நல்ல அராபிய குதிரையை வாங்கிவிட்டு வாழ்நாள் முழுவதும் அந்தக் குதிரையைப் பராமரிப்பதிலும் அழகு செய்வதிலும் கவனம் செலுத்திக் கொண்டு அதன்மேல் ஏறி சவாரி செய்யாமல், தான் போய் சேரவேண்டிய இடத்துக்குப் போய் சேராமல் உட்கார்ந்து கொண்டிருந்தால் அவனைப்பற்றி நீங்கள் என்ன நினைப்பீர்கள்?'

இதுதான் இன்று பல லட்சக்கணக்கான செல்வம் விரும்பிகளின் நிலை!

முதலில் உங்கள் வாழ்க்கையின் லட்சியம் என்ன என்பதை தெளிவாக உணர்ந்து கொள்ளுங்கள். அதை அடைவதற்கு எந்த அளவுக்குப் பணம் தேவை என்பதைக் கணக்கெடுத்து அதற்காக உங்கள் உழைப்பைக் கொடுங்கள். வாழ்க்கைக்கு ஒரு அர்த்தம் கொடுங்கள்.

நான் எனது வேலையைத் தொடங்கும்போதே ஒரு முடிவெடுத்தேன்.

எனது ஐம்பதைந்தாவது வயது வரைதான் பணி செய்வேன். அதற்குள் எங்களுக்குத் தேவையான செல்வத்தைத் திரட்டுவது என்று தீர்மானித்தேன்.

அதற்குப்பின் எனது சுதந்திரத்துடன் சில பணிகளை வளரும் நிறுவனங்களுக்காகச் செய்துகொடுப்பது. எனது தொழில் வாழ்க்கையை மற்றவர்களுடன் பகிர்ந்து கொள்ள புத்தகங்கள் எழுதுவது. என்னால் முடிந்த சேவைகளை பெற்றோர்களுக்கும், உறவினர்களுக்கும் சமூகத்துக்கும் செய்வது. புனித தல யாத்திரைகள் செய்வது என்பது போன்ற குறிக்கொள்களை வகுத்துக்கொண்டேன்.

துபாயில் சுகமாகச் சென்றுகொண்டிருந்த தொழில் வாழ்க்கையை எனது ஐம்பத்து நான்காவது வயதிலேயே முடித்துக்கொள்ள எனது ராஜினாமாவை நிறுவனத்தின் டைரக்டருக்கு அளித்தேன்.

என்னை விட்டுவிட விருப்பமில்லாத காரணத்தால் அவர்கள் அதை ஏற்றுக்கொள்ள மறுத்தார்கள். அவர்களை இணங்க வைப்பதற்காக விற்பனைத்துறையில் நல்ல, அனுபவம் வாய்ந்த ஒருவரை வேறொரு நிறுவனத்திலிருந்து எனது நிறுவனத்திற்கு நேர்காணலுக்கு அழைத்தேன்.

அவரது தகுதிகளை எனது டைரக்டர்களுக்கு நிரூபித்து அவரை என் கீழ் பணியில் அமர்த்தினேன். ஒரு வருடம் அவரது பணிகளை மேற்பார்வை செய்தேன். அதன்பின் நான் எனது டார்கெட்டான ஐம்பத்தைந்தாவது வயதில் எனது நிறுவனத்திடம் பிரியா விடை பெற்று தாயகம் வந்தேன்.

இதுவரை நான் காண வேண்டி விரும்பிய அத்தனை இடங்களையும் சுற்றிப் பார்த்துவிட்டேன். மத்திய கிழக்கு நாடுகள், முக்கியமான ஐரோப்பிய நாடுகள், அமெரிக்காவின் கிழக்கு மற்றும் மேற்குப் பகுதிகள் இவைகளில் நான் துபாயில் பணி புரிந்த காலத்திலேயே சுற்றுப்பயணம் செய்திருக்கிறேன்.

இவை அல்லாமல் என் வாழ்க்கையின் உயர்ந்த கனவாயிருந்த கைலாச மலை யாத்திரை, பிரயாகையில் கும்பமேளா யாத்திரை இந்தியாவின் பல பிரசித்தி பெற்ற சுற்றுலாத்தலங்கள், புனிதத்தலங்கள் அனைத்துக்கும் செல்லக்கூடிய வசதிகளையும் வாய்ப்புக்களையும் பெற்றேன் என்று மகிழ்ச்சியாகக் கூறிக்கொள்வேன்.

இப்போது எனது வயதான அன்னைக்கு சேவை செய்யும் பாக்கியமும் அதற்கான நேரமும் கிடைக்கப்பெற்றேன் என்றால் அதற்கு நான் தேடிய செல்வம் உறுதுணையாக நின்றதனால் அல்லவா?

நான் வெறுமே பணத்தைச் சம்பாதித்து அது முழுவதையும் தங்கத்திலும், ஷேர்களிலும், டெபாசிட்டுகளிலும் மாத்திரம் முடக்கி வைத்திருந்தால் இந்த லட்சியங்களை எய்தி இருக்க முடியுமா?

குதிரையை வாங்குவது பெரிதல்ல, அதைப் பராமரிப்பதும் பெரிதல்ல, அதன்மேல் ஏறி சவாரி செய்வதும், செல்லவேண்டிய இடத்தை அடைவதும்தான் பெரிது!

எனவே நண்பர்களே நீங்களே உங்களுக்கு வேண்டியது எது என்று தீர்மானித்து அதற்காக செல்வத்தைக் குவியுங்கள்.

வேண்டிய தேவைகளுக்கும், வேண்டாத ஆசைகளுக்கும் நடுவே ஒரு கோடு வரையுங்கள்.

அந்தக் கோட்டை தாண்ட முயலாதீர்கள். அது லட்சுமணன் வரைந்த கோடு மாதிரி!

அதைத் தாண்டினால் பேராசை என்ற பத்து தலை ராவணன் கையில் அகப்பட்டுத் திண்டாடுவீர்கள்!

> ஆங்கிலத்தில் “Money is a means to an end but not an end in itself” என்று அழகாகக் கூறுவார்கள். ஆம், செல்வம் ஒரு நல்ல குறிக்கோளுக்கு வழியே தவிர குறிக்கோளாகி விடாது.

17

வசை சொற்களுக்குத் தடா!

'உன் உதட்டிலிருந்து வரும் சொற்கள் நல்ல சொற்களாகவே இருக்கும்படி பார்த்துக்கொள்.' இது என் அன்புத் தந்தை எங்களுக்குக் கொடுத்த அறிவுரை, ஏன், கட்டளை என்றுகூடச் சொல்லலாம்.

யார் வாயில் வசை சொற்கள் வருகின்றனவோ அவர்கள் வீட்டில் செல்வத்தின் தெய்வம் லட்சுமி தங்குவதில்லை என்று அவர் ஆணித்தரமாக கூறுவார்.

நான் இது ஏதோ ஒரு நம்பிக்கையின் பால் பட்டதாக இருக்கும் என்று ஆரம்பத்தில் நினைத்ததுண்டு. ஆனால் எனக்கு அனுபவம் கிட்ட, கிட்ட இந்த அறிவுரையின் பின்னணியில் ஏதோ தத்துவம் இருக்க வேண்டும் என்று புரிந்துகொண்டேன்.

நான் முதன்முதலாக விற்பனைத்துறையில் சேர்ந்தபோது வேலூரில் எனது வினியோகஸ்தராக ஒரு நிறுவனம் இருந்து வந்தது.அது ஒரு பார்ட்னர்ஷிப் நிறுவனம். மூத்தவர் மிக மதிப்பாக பேசக்கூடியவர், அன்பாக பழகக்கூடியவர். அவரது மகனும் அதேபோல் மரியாதையும் பண்பும் உடையவர்.

அவர்களுடைய சேல்ஸ்மேன்களுடனும், கூலி ஆட்களுடனும் இவர் ஸ்டேட்டஸ் பார்க்காமல் தானே விற்பனை வண்டியில் சென்று விற்பனை செய்வார். அவர்களுடன் மிக அன்பாகப் பழகுவார். ஒருபோதும் அவர் அவர்களை தரக்குறைவாக திட்டியோ நடத்தியோ நான் பார்த்ததில்லை.

அடுத்த பார்ட்னர் முதல் பார்ட்னருடைய தம்பி. இவரோ மிகவும் காட்டமாக பேசக்கூடியவர். அவரது வியாபார அணுகு முறையும் எப்போதும் எதிர்மறையாகவே இருந்தது. உற்பத்தியாளர்கள் ஏதோ வினியோகஸ்தர்களை ஏமாற்றுவதற் கென்றே பிறந்தவர்கள் என்பதுபோல பேசிக்கொண்டிருப்பார்.

இத்தனைக்கும் அந்த நிறுவனத்திடம் போதுமான வொர்க்கிங் காப்பிடல் இல்லாத காரணத்தால் எல்லா இன்வாய்ஸ்களுக்கும் காலவரை முடிந்த பின்னர்தான் பணம் செலுத்தி செட்டில் செய்வார்கள்!

இருந்தாலும் இவர்கள் பல வருடங்களாக கம்பெனியின் பொருள் களை வினியோகித்து வந்திருப்பதால் அவர்களுக்கு ஒரு சிறப்புச் சலுகையை வழங்கி இருந்தார் எங்கள் நிறுவனத்தின் மேனேஜர்.

எத்தனை ஒத்துழைப்பு கொடுத்தாலும் இவர் உதட்டிலிருந்து அடிக்கடி வரும் வாக்கியம், 'நாங்கள் எல்லாம் நஷ்டத்துக்கு பாடுபட்டுக் கொண்டிருக்கிறோம்' என்பதுதான். இதை அவர் ஒரு நாளுக்கு நாற்பது தடவையாவது சொல்லி அழுவார். தன் கீழ் வேலை செய்யும் தொழிலாளிகளையும் ஏகத்துக்கு விரட்டி வசை பாடுவார்.

வருடங்கள் ஓடின. நான் பல மாற்றங்கள், உதியோக உயர்வுகள் பெற்று பல நகரங்களுக்கு சென்றுவிட்டேன்.

பின்னர் துபாய் செல்லும் முன்பு ஒரு காரணத்துக்காக வேலூர் சென்ற போது அந்த வினியோகஸ்தரின் அலுவலகத்துக்குச் சென்றிருந்தேன்.

இப்போது அவர்கள் பார்ட்னர் ஷிப் பிரிந்து விட்டது. மூத்தவரின் மகன்தான் சில கம்பெனிகளின் ஏஜென்ஸிகளை எடுத்துக் கொண்டு அவற்றில் விரிவாக்கம் செய்து பெரிய அளவில் முன்னேறி இருந்தார்.

என்னைக் கண்டதும் மிக்க மகிழ்ச்சியுடன் வரவேற்றார்.

முன்பு வழக்கமாக நாங்கள் சென்று உணவருந்தும் பேலஸ் கஃபேயில் பாசந்தி சாப்பிட்டுக்கொண்டே எங்களை அப்டேட் செய்து கொண்டோம். அவர் தன் நிறுவனத்தின் வளர்ச்சிகளைப் பற்றி விவரமாகக் கூறினார்.

அவரது சிற்றப்பா சரியான முறையில் வியாபாரம் நடத்த முடியாமல் அவரது வாரிசுகளும் திறம்படச் செயல்படாமல் ஏதோ பெயருக்கு வியாபாரம் செய்துகொண்டிருப்பதாகக் கேள்விப்பட்டேன்.

நீங்கள் நினைக்கலாம் இதற்குக் காரணம் திறமையின்மைதான் என்று. ஆனால் எனக்குப்பட்டது அவர் அடிக்கடி மந்திரம் போல்

ஓதிக்கொண்டிருந்த வாக்கியம், 'நாங்கள் நஷ்டத்துக்கு பாடுபட்டுக் கொண்டிருக்கிறோம்' என்பது.

உங்களுக்கு இன்னும் ஒரு உதாரணத்தை காண்பிக்கட்டுமா?

வியாபாரத்தில் கை தேர்ந்தவர்களைப்பாருங்கள்.

அவர்களது கடைகளுக்கு சென்று நீங்கள் ஒரு குறிப்பிட்ட பொருளை கேட்டால், ஒருவேளை அது அவர்கள் கடையில் இல்லை என்றால் அப்படி எதிர்மறையாகச் சொல்ல மாட்டார்கள்.

அதற்கு சமமான வேறு ஒரு பொருளை எடுத்துக்காட்டி இதைத் தரட்டுமா என்றுதான் கேட்பார்கள்.

நன்கு யோசித்துப்பாருங்கள், உங்களுக்கும் இந்த அனுபவம் நினைவுக்கு வரும்.

ஆம், அடிப்படை தத்துவம் இதிலும் நான் முன்பு குறிப்பிட்டதுதான். எதிர்மறை வார்த்தைகளைத் தவிர்ப்பதுதான்.

18

அளவுக்கு மிஞ்சினால் அமிர்தமும் விஷம்!

எனக்கு நெருங்கிய நண்பர் ஒருவர் சட்டத்துறையில் தொழில் செய்து பின்னர் ரிடையர்மெண்டுக்குப்பின் ஏதாவது செய்து சம்பாதிக்க வேண்டும் என்று ரியல் எஸ்டேட் துறையிலும் கால் வைத்தவர்.

அவருக்குப் பாரம்பரிய சொத்தே பல கோடிகள் தேறும், என்றாலும் தான் சம்பாதித்தது போதாதென்று மேலும் மேலும் செல்வத்தைப் பெருக்கி தன் மகன், மகளுக்கும் சேர்த்து வைக்க வேண்டும் என்று ஆசைப்பட்டார்.

அவர்களோ வெளி நாட்டில் வாழ்பவர்கள். பல வருடங்களாக அங்கே வேலை செய்து தங்களது குழந்தைகளையும் அங்கேயே படிக்க வைத்துக்கொண்டு இந்தியாவுக்குத் திரும்பி வரும் எண்ணமே இல்லாதவர்கள். போதாக்குறைக்கு முதலீடு செய்யும் நோக்கத்தில் தந்தையிடம் சொல்லி இந்தியாவில் அவர்கள் பேரில் ஃப்ளாட்டு களையும் வாங்கிப்போட்டிருக்கின்றனர்.

இது வரை சரி. இப்போது கேள்வி என்னவென்றால் அந்தச் சொத்துக்களை பராமரிப்பது யார்? தந்தைக்கோ வயதாகிவிட்டது. இருந்தாலும் சென்னை, கோயம்புத்தூர், பங்களூரு, கேரளா என்று எப்படி அலைந்து கொண்டிருக்க முடியும்?

ஃப்ளாட்டுகளில் வாடகைக்கு இருப்பவர்கள் எல்லோரும் ஒழுங்காக அதைப் பராமரிக்கிறார்களா? நித்தம் ஒரு பிரச்னை! அவர்கள் காலி செய்யும்போது சென்று எல்லாம் சரியாக இருக்கிறதா, எத்தனை டாமேஜ், எத்தனை ரிப்பேர் என்று பார்த்து நடவடிக்கை எடுப்பது யார்? புதிதாக வாடகைக்கு ஆள் தேடும் படலம் என்பது அடுத்த பெரிய சவால்!

சரியான வாடகைக்கு சரியான குடும்பமாக அமையவேண்டும். தறுதலை பார்ட்டிகளாக இருந்து தொலைந்தால் வாடகையும் சரியாக வராது, பல பிரச்னைகளும் அக்கம் பக்கத்தில் உருவாகி சொந்தக் காரருக்கு தலைவலி கொடுக்கும்.

எனக்குத் தெரிந்த ஒருவர் அண்ணா நகரில் ஒரு பெரிய போர்ஷனை வாடகைக்கு விட்டு பல மாதங்கள், ஏன் பல வருடங்கள் வாடகையே கிடைக்காமல் போதும் இந்தத் தலைவலி என்று இறுதியில் அந்த வீட்டையே விற்று விட்டார்.

சரி, நண்பரின் கதைக்கு மீண்டும் வருவோம்.

இப்படியாக பல இடங்களில் ஃப்ளாட்டுகளையும், காலி மனைகளையும் வாங்கிப் போட்டு விட்டு இப்போது எழுபது வயதில் தடுமாறிக் கொண்டிருக்கிறார்.

'சார், என் பசங்களோ இந்தியாவிற்குத் திரும்பி வருவதாகத் தெரிய வில்லை. அத்தனை முதலீடுகளையும் நானே பார்த்துக்கொள்ள வேண்டியதாக இருக்கிறது, அலைச்சல் முடியவில்லை சார்' என்று வருத்தப்பட்டார்.

இதில் ஸ்ரீபெரும்புதூரில் ஏர்போர்ட் வரப்போகிறது என்று ஆசை காட்டி யாரோ ஒரு புரோக்கர் ஒரு வீட்டு மனையையும் இவர் தலையில் கட்டி விட்டான். பல வருடங்கள் ஆகியும் அங்கே லாரிகள்தான் ஊர்வலம் வந்துகொண்டிருக்கின்றனவே தவிர ஒரு ஃப்ளைட்டும் வர சான்ஸ் இல்லை!

மனிதர் இதை யார் பராமரிப்பது என்று நொந்துபோய் அதை விற்கப் பார்த்தால் அங்கே ஒரு கட்டைப்பஞ்சாயத்து கும்பல்! சில அரசியல் பிரமுகர்களின் தொடர்போடு இப்படி ஒரு குரூப் நாட்டில் சகஜமாக வியாபாரம் நடத்திக்கொண்டிருக்கிறது. 'இதை இந்த விலையில் எங்களுக்குத்தான் விற்க வேண்டும்' என்று கண்டிஷன் போடுகிறார்கள்.

'ஏதோ விற்றால் போதும் என்று ஒரு வழியாக அதை விற்று முடிப்பதற்கு நான் பட்ட பாடு! போதுமடா சாமி' என்று மனிதர்

அங்கலாய்த்துக்கொண்டார். இப்போது அவர் வாங்கிய சொத்துக்களே அவருக்கு பூதாகார பிரச்னை ஆகிவிட்டது. ஸ்ட்ரெஸ் கூடிப்போய் இதயவலி வந்து அவர் ஆஞ்சியோ ப்ளாஸ்ட்டி செய்யும்வரை அவரை கொண்டுபோய் விட்டது!

ஒன்றை நன்றாகப் புரிந்துகொள்ளுங்கள். 'நீங்கள் எதை ஜீரணிக்க முடியுமோ அதை மட்டும் வாயில் இடுங்கள்' இல்லையென்றால் வயிறு கெட்டு ஏனடா இதைத் தின்றோம் என்று அங்கலாய்க்க வேண்டி வரும். இதைத்தான் ஆங்கிலத்தில் "You bite what you can chew" என்று கூறுகிறார்கள்.

எனக்குத் தெரிந்த இன்னொரு நிகழ்வு.

தந்தை இறந்ததும் பிதுரார்ஜித சொத்தாக ஒரு ஃப்ளாட் பெண்மணி ஒருவருக்கு வரவேண்டியது. அவரோ காதல் திருமணம் - கலப்புத் திருமணம் செய்துகொண்டு அதனால் ஏற்பட்ட மனக்கசப்புகளால் தன் அன்னையைப்பிரிந்து கணவருடன் குடும்பம் நடத்தி வந்தார். அவருக்கு வரவேண்டிய அந்த ஃப்ளாட்டில் அவரது வயதான நோய்வாய்ப்பட்ட அன்னை தனியாக வசித்து வந்தார்!

அந்த மூதாட்டிக்கு உதவி செய்கிறேன் என்று ஒருவன் எப்படியோ அவரை நம்ப வைத்து அந்த ஃப்ளாட்டுக்குள் நுழைந்து விட்டான். 'நான் உங்களை என் அன்னையைப்போன்று பார்த்துக்கொள்கிறேன்' என்று நம்ப வைத்தும் விட்டான்.

அவன் அந்த அம்மையாருக்கு உதவினானோ என்னமோ, அவனும் அவன் குடும்பமும் நன்றாக அந்தச் சொத்தை அனுபவித்தார்கள். இறுதியில் அந்த மூதாட்டி மறைந்தபின் அவரது பெண் அந்த ஃப்ளாட்டை மீட்டெடுக்கப் பட்ட பாடு! அப்பப்பா! ஒரு த்ரில்லர் சினிமாவின் கிளைமேக்ஸ் காட்சிபோல் இருந்தது அது!

எனவே நம்மால் எந்த அளவுக்கு பராமரிக்க முடியுமோ அந்த அளவுக்கு மட்டும் பிராப்பர்ட்டிகளை வாங்கிப்போடுங்கள். இல்லை என்றால் நீங்கள் என்னுடையது என்று எண்ணிக்கொண்டிருப்பவைகளை வேறொரு கயவன் தன்னுடையது என்று சொல்லி அனுபவித்துக் கொண்டிருப்பான்!

19

சொத்துக்காக உறவுகளிடம் பிணக்கம் வேண்டாம்!

பொதுவாக சொத்து சேர்த்து வைப்பவர்கள் எல்லாரும் செய்யும் ஒரு தவறு என்ன என்றால் சேர்த்த சொத்தை தங்கள் வாரிசுகளுக்கு சரிவரப் பிரித்து எழுதி வைக்காமல் போவது. இதனால் குடும்பத்தில் வரும் பிரச்னைகள், பிணக்குகள் இருக்கின்றனவே... சொல்லவே வேண்டாம். ஒருவரை ஒருவர் வெட்டிக்கொள்ளாத குறைதான்!

இரண்டு தலைமுறைக்கு முன்பாக அட்வகேட்டாக பணி செய்து, நன்கு உழைத்து வாழ்க்கையில் முன்னுக்கு வந்தவர் அவர். ஏராளமாக சம்பாதித்தார். நிலபுலங்கள், வீடு வாசல் என்று கொடிகட்டிப்பறந்தார். அவருக்கு ஏகப்பட்ட வாரிசுகள்.

வக்கீலாக இருந்தும் கடைசிவரை அவர் உயில் எழுதி வைக்கவில்லை. விளைவு? அவரது சொத்துக்களை பகிர்ந்து கொள்வதில் ஏகப்பட்ட சிக்கல்.

ஒருவருக்கொருவர் விட்டுக்கொடுக்காத தன்மை.

மூத்தவர் 'நான்தான் அன்னை தந்தையரை இறுதி மூச்சுவரை பார்த்துக் கொண்டேன், எனவே இந்த வீட்டை விற்க முடியாது' என்று சொல்லி நகரத்தின் முக்கியமான இடத்தில் இருந்த அந்தப் பெரிய வீட்டை ஆக்கிரமித்துக் கொண்டிருந்தார்.

மற்றவர்கள் பலமுறை கேட்டுப்பார்த்தும் மனிதர் அசருவதாக இல்லை. இதனால் அவர்களுக்குள் இருந்த அன்பும் உறவும் கசந்து போனது.

அவர்களுடைய பேத்தி ஒருவர் பங்கை கேட்க சட்டரீதியாகவும் சில முயற்சிகளைத் தொடங்கி விட்டார்.

இறுதியில் எப்படியோ அந்த சொத்துக்கள் விற்கப்பட்டு, பாகம் பிரிக்கப்பட்டு வாரிசுகளுக்கு பகிர்ந்து கொடுக்கப்பட்டன. ஆனால் அதற்குள் அந்த பெரியவருடைய சில வாரிசுகள் மண்ணைவிட்டே சென்று விட்டனர்!

பின்னர் எப்படியோ அடுத்த தலைமுறை, மூன்றாம் தலைமுறை மக்கள் நடந்த கசப்பான நிகழ்ச்சிகளை எல்லாம் மறந்து வெட்டப்பட்ட உறவுகளை ஒட்டி உறவாட முயற்சி செய்துகொண்டு இருக்கின்றனர்.

நான் கூறுவது இதுதான். சொத்துக்காக உறவுகளைக் கெடுத்துக் கொள்ளாதீர்கள். உறவுகளில் எந்த அளவுக்கு இணக்கம் இருக்கின்றதோ அந்த அளவுக்கு உங்கள் செல்வம் பெருகும். பிணக்கம் ஏற்பட்டால் அது இழுபறியில்தான் முடியும்.

எனக்குத் தெரிந்த மற்றொரு குடும்பத்திலும் ஏறக்குறைய இதே கதை. தந்தை உயில் எழுதி வைக்கவில்லை.

வாரிசுகளில் ஒரு மகன், மற்றவர்கள் அனைவரும் பெண்கள்.

அவர்களுக்குத்தான் கல்யாணம், பிரசவம் என்று செலவழித்தாகி விட்டதே என்று மகன் தன் பாட்டனார் கட்டியிருந்த கோட்டை போன்ற வீட்டை தந்தையின் சம்மதத்துடன் தானே எடுத்துக் கொண்டார்.

சகோதரிகள் அனைவரும் தம்பியின்மீது உள்ள பாசத்தால் ஒரு பேச்சும் பேசாமல் தங்களுக்கு ஒன்றும் வேண்டாம் என்று எழுதிக்கொடுத்து விட்டனர். உறவுகளை கெடுத்துக்கொள்ளாமல் தங்களது வாழ்க்கையை அமைத்துக் கொண்டனர்.

மகனோ பல வருடங்கள் கழித்து வீட்டை நல்ல விலைக்கு விற்றார். அந்தப் பணத்தின் பெரும் பாகத்தை 'அதிக வட்டி தருகிறோம்' என்று நீட்டி முழக்கி விளம்பரம் செய்து கொண்டிருந்த மோசடி நிறுவனத்தில் முதலீடு செய்ய, வழக்கம் போல் சில காலத்திலேயே அந்தக் கம்பெனி சொல்லாமல் கொள்ளாமல் கடையை மூடிக்கொண்டு போயே போய்விட்டது.

இவரது பணமும் கோவிந்தா ஆகி விட்டது.

சரி, இப்போது உறவுகளின் மேன்மையைப் பார்க்கலாம்.

பெரும் நிறுவனமான ரிலையன்ஸ் கம்யூனிகேஷன் (R.COM) நஷ்டத்தில் தடுமாற, ஸ்வீடன் நாட்டைச் சேர்ந்த எரிக்சன் நிறுவனம் தனக்கு வர வேண்டிய பாக்கி தொகைக்காக ரிலையன்ஸ் குரூப் தலைவர் அனில் அம்பானி மீது கேஸ் தொடுத்து விட்டது.

கேஸ் சுப்ரீம் கோர்ட்வரைபோய் அனில் அம்பானி கைது செய்யப்படும் நிலைக்கு வந்து விட்டார். அண்ணன் முகேஷ் அம்பானி தன் தம்பிக்கு கை கொடுக்க 460 கோடிகளை எரிக்சன் நிறுவனத்துக்கு தாரை வார்த்து அவரை கைதாகும் அவல நிலையிலிருந்து மீட்டிருக்கிறார்.

இதைப்பார்த்து உறவுகளை மேம்படுத்த நாம் கற்றுக்கொள்ள வேண்டும்.

'தம்பி உடையான் படைக்கஞ்சான்' இது பழமொழி.

'அண்ணன் உடையான் கடனுக்கு அஞ்சான்' இது புது மொழி!

சொத்துக்காக உறவுகளைக் கெடுத்துக் கொள்ளாதீர்கள். உறவுகளில் எந்த அளவுக்கு இணக்கம் இருக்கின்றதோ அந்த அளவுக்கு உங்கள் செல்வம் பெருகும். பிணக்கம் ஏற்பட்டால் அது இழுபறியில்தான் முடியும்.

பகுதி 2

செல்வத்தைக் குவிக்கும் வழிகள்

அடிப்படை இலக்கணங்களை, தத்துவங்களை
அறிந்துகொண்டுவிட்டோம் அல்லவா?

வாருங்கள், இப்போது செல்வத்தைக் குவிக்கும்
வழிகளில் பயணம் செய்வோம்!

1

புதுமை செய்

நான் முதன்முதல் விற்பனைத்துறையில் கால் வைத்தபோது எங்களது தென்னிந்திய கோட்டத்தின் மேலாளராக இருந்தவர் திரு துரைசாமி அவர்கள்.

நான் அவருடன் பணி செய்த காலத்தில் அவர் அடிக்கடி சொல்வார், 'கடந்த நூற்றாண்டுகளின் மிகப்பெரிய கண்டுபிடிப்பு மனிதன் சக்கரத்தைக் கண்டு பிடித்ததுதான். மற்ற எல்லா கண்டுபிடிப்புக் களும் அதன் தொடர்பாகவே வந்தஅதனுடைய மறுவடிவங்கள் தான்' என்பார் அவர்.

இப்போது நடந்துகொண்டிருக்கும் மென்பொருள் தொடர்பான புரட்சிக் கண்டுபிடிப்புக்களை பார்த்தால் அவர் என்ன சொல்வாரோ தெரியவில்லை.

இன்னொன்றும் அவருக்கு பிடித்தமான ஒரு கருத்து.

'கொசுக்களைக் கொல்வதற்கு ஃப்ளிட் போன்ற மருந்துக்களை கண்டுபிடித்தவனுக்கு பிசினஸ் சென்ஸ் இல்லை.

கொசுக்களை விரட்டுவதற்கு டார்டாய்ஸை கண்டுபிடித்தானே (அன்று டார்டாய்ஸ் மார்க்கெட்டில் புதிதாக நுழைந்து சக்கை போடு போட்டுக்கொண்டிருந்தது) அவன்தான் வியாபாரத்தில் மேதாவி!

ஃப்ளிட் கொசுக்களைக் கொன்று விடுகிறது. எனவே மீண்டும் மீண்டும் அது விற்க வழி இல்லை. ஆனால் டார்டாய்ஸோ கொசுக்களை விரட்ட

மட்டும்தான் செய்கிறது, கொல்வதில்லை. எனவே மீண்டும் மீண்டும் விற்பனை ஆகிறது.'

இந்தியா நரசிம்மராவ் பிரதமராக இருந்த காலத்தில் பொருளாதாரத்தில் தாராளமயமாக்கல் என்ற கொள்கையை நிலை நிறுத்தி அதுவரை கட்டுப்பாடுகளிலேயே முடங்கிக் கிடந்த இந்திய பொருளாதாரத்தை விரிவு படுத்தியது.

அது இந்தியாவை உலக அரங்கில் பெரிய அளவிற்கு முன் நிறுத்தியது. குறிப்பாக மென்பொருள் தொழில் நுட்பத்தில் நமது இளைஞர்களுக்கு இருந்த திறமை அவர்களை உலகெங்கும் கொண்டு சென்றது. சாஃப்ட்வேர் எக்ஸ்போர்ட், பேக் ஆஃபீஸ் ஆபரேஷன் போன்ற வார்த்தைகள் சகஜமாக புழங்கத் தொடங்கின.

டாடாவின் கன்ஸல்டன்ஸி, இன்ஃபோஸிஸ், போலாரிஸ் போன்ற நிறுவனங்கள் அதிரடியாக அந்த வாய்ப்புக்களை பயன்படுத்திக் கொண்டு கோடிக்கணக்கில் டாலர்களை வாரின.

எனது மனைவியின் சகோதரியின் மகன் அட்வெண்ட் நெட் என்ற ஸ்டார்ட் அப் நிறுவனத்தில் தொண்ணூறுகளின் பிற்பகுதியில் சாஃப்ட்வேர் துறையில் நுழைந்தான். அப்போதுதான் அவன் மென்பொருள்துறையில் பட்டத்தை வாங்கி இருந்தான். ஆனாலும் அவனது கடும் உழைப்பால் அவனது முன்னேற்றம் மிகத் துரிதமாக இருந்தது. அவனது நிறுவனத்தின் வளர்ச்சியும் படு வேகமாக வளர்ந்தது.

ஸ்ரீதர் வேம்பு என்ற இளைஞன் தொடங்கிய அட்வெண்ட்நெட் இன்று ZOHO Corporation என்ற பல பில்லியன் டாலர்களுக்கு பிசினஸ் செய்யும் மாபெரும் உலகளாவிய நிறுவனமாக மாறி இருக்கிறது என்றால் அது அவர்கள் காலத்தின் மாற்றத்தை, டெக்னாலஜியின் மாற்றத்தை உணர்ந்து கொண்டு செய்த புரட்சிகரமான முயற்சிகள்தான்.

நாம் இப்போதெல்லாம் சொகுசாக சவாரி செய்கிறோமே டாக்ஸிகளில் அது எப்படி மாறி இருக்கிறது!

முன்பெல்லாம் டாக்ஸிக்காரர்களும் ஆட்டோக்காரர்களும் வைத்தது தான் சட்டம். அவர்கள் கேட்ட கட்டணத்தை மறு பேச்சு பேசாமல் கொடுத்து அழ வேண்டியிருந்தது.

கடந்த ஐந்தாண்டுகளில் எத்தனை மாற்றம்?

இன்று நான் என் மனைவியுடன் கொச்சினில் மரைன் ட்ரைவ் செல்ல ஒரு ஃபோன் அடித்தேன்.

நீங்கள் செல்வந்தராக வேண்டுமா?
அதுவும் வெகு விரைவில்?
உங்கள் தொழிலில், அல்லது
உங்கள் வேலையில் புதுமையாக
ஏதாவது செய்யுங்கள்.

அடுத்த 5 நிமிடங்களில் புதிய, அழகான, சொகுசான ஹூண்டாய் கார், சுத்தமான உடை உடுத்திய, மரியாதையோடு பேசக்கூடிய ஓட்டுனருடன் நான் இருக்கும் இடம் தேடி ஓடி வருகிறது.

முன்பெல்லாம் ஆட்டோவில் செல்வதற்கே 150 ரூபாய் கொடுத்திருந்த நான் மரைன் ட்ரைவ் சென்று சேர்ந்ததும் ஓட்டுனரது ஸ்மார்ட் ஃபோனைப் பார்க்கிறேன். 117 ரூபாய் காட்டுகிறது. இன்று நிலைமை எப்படி?

எல்லாம் ஊபரும், ஓலாவும் செய்த புரட்சி!

சரி, இந்த ஊபர், ஓலா என்றெல்லாம் நாம் ஆப்புகளைத் தேய்த்து டாக்ஸிகளை அழைக்கிறோமே அவர்கள் டாக்ஸிகளையா வாங்கி ஓட்டிக்கொண்டிருக்கிறார்கள்?

அவர்களிடம் உள்ளது மிக நுட்பம் வாய்ந்த சாஃப்ட்வேர் மட்டுமே! அதை வைத்துக்கொண்டு ஒரு காரைக்கூட தாங்கள் வாங்காமல் உலகமனைத்திலும் கோடிக்கணக்கில் பிசினஸ் செய்து கொண்டிருக்கிறார்கள். இதுவல்லவோ மூளை!

வேறொரு புதிய பரிமாணத்தை உங்களுக்குக் காட்டுகிறேன்.

நீங்கள் முன்பு ஒரு பிசினஸ் தொடங்கவேண்டும் என்றால் ஒரு இடத்தை வாங்கியோ அல்லது வாடகைக்கு எடுத்தோ அதிகம் செலவு செய்து உங்கள் ஆஃபீஸை உருவாக்கவேண்டும்.

இப்போது அந்தக் கவலை இல்லை. Workafella, போன்ற நிறுவனங்கள் அலுவலக இடத்தை பங்கிட்டுக் கொடுக்கும் ஒரு புதிய முயற்சியில் இறங்கியுள்ளன.

உங்களுக்குத் தனிப்பட்ட இடம் வேண்டும் என்றால் உங்களுக்கான பிரத்தியேகமான மேஜை, கம்ப்யூட்டர் எல்லாம் உண்டு. இல்லை,

'நான் எப்போது வந்தாலும் இருந்து வேலை செய்ய ஒரு மேசையும் ஒரு ஸிஸ்டமும் இருந்தால் போதும்' என்றால் அதற்கும் வழி உண்டு. அது உங்களுக்கென்ற தனிப்பட்ட மேஜையாக இராது அவ்வளவே!

முழு நேர இண்டர்நெட் வசதி, அவ்வப்போது குடிக்க காஃபி, டீ, தரமான உணவு விடுதி என்று எல்லா வசதிகளும் உண்டு.

நீங்கள் தனியாக அலுவலகம் தேடி, அதை செட்டப் செய்ய வேண்டிய அலைச்சல் இல்லை. எல்லா வேலைகளையும் அவர்கள் பார்த்துக் கொள்கிறார்கள்.

இப்படித்தான் புதுமை செய்வோருக்கே பணம் கொட்டோ கொட்டென்று கொட்டுகிறது.

'அய்யா, நானும் புதுமையாக ஏதாவது செய்யவேண்டும் என்றுதான் நினைக்கிறேன், ஆனால் அரைத்த மாவையே அரைத்துப் பழக்கமான மனதுக்கு புதிதாக எதுவும் தென் பட மாட்டேன் என்கிறதே, என்ன செய்ய?' என்று கேட்கிறீர்களா?

எல்லோராலும் புதுமையாக சிந்திக்க முடியாதபடித் தடுப்பது எது?

உங்கள் படைப்பாற்றலை வெளிவிட முடியாமல் அடக்கி வைப்பது எது?

இவற்றிற்கெல்லாம் விடை தெரிந்தால் நீங்களும் ஒரு படைப்பாளி ஆகலாம்தான்.

நான் இப்போது சில காரணங்களைக் காண்பிக்கிறேன், இவற்றில் எது உங்களை புதுமையாக சிந்திக்க விடாமல் தடுக்கிறது என்று பாருங்கள்.

- **மந்தை மனப்பான்மை:** 'கும்பலோடு கோவிந்தா' போட்டுப் போவது பழக்கமாகி விட்டது. தனியாக சிந்திக்க, செயல்பட சோம்பல்.

- **ஒரு கேள்விக்கு ஒரே பதில்தான் இருக்க முடியும் என்ற மனத்தின் வரையறை, கட்டுப்பாடு:** கணக்குப் பாடத்தில் வேண்டுமானால் அப்படி இருக்கலாம். ஆனால் அன்றாட பிரச்னைகளில் நாம் பல விடைகளை யோசித்து அதில் சிறந்த விடையைத் தேர்ந்தெடுக்க வேண்டும்.

- **நாம் புதிதாக ஏதோ செய்யப்போய் உலகம் நம்மை முட்டாள் என்று சொல்லிவிடுமா என்ற பயம்:** இன்று IPL கிரிக்கெட் பந்தயங்கள் உலகத்தையே கலக்குகின்றனவே, அதற்கு வித்திட்டவர் யார் தெரியுமா? கெர்ரி பேக்கெர் என்ற ஆஸ்திரேலியர். டெஸ்ட்

மாட்சுகள்தான் கிரிக்கெட்டின் அடிப்படை என்பதை மாற்றி 'ஒற்றை நாள்- பகல்-இரவு' பந்தயங்களை 40 வருடங்களுக்கு முன்பே நடத்திக்காட்டி உலக கிரிக்கெட்டின் போக்கையே மாற்றியவர்.

- **கண்கூடாக ஒன்று தெரிந்தால் அதை சவால் விட தயக்கம்:** உலகமே நம்பும் ஒரு தத்துவத்தை எதிர்த்து எப்படி சவால் விடுவது? கலிலியோ முதன் முதலில் உலகம் உருண்டை என்றும் பூமிதான் சூரியனைச் சுற்றுகின்றது என்று சொன்னதற்கு அவர் பட்ட பாட்டை பாருங்கள். வானத்தின் நிறம் நீலம் என்று நம்பிக்கொண்டிருந்த மக்களுக்கு ஒளிச்சிதறலை விளக்கி 'RAMAN EFFECT'ஐ உலகுக்குத் தந்தார் ஸர். C.V. ராமன்.
- **'என்னால் முடியாது' என்று நாமே நமக்கு போடும் முட்டுக் கட்டைகள்:** விமான ஊர்தி சேவை ஆங்கிலேயரால்தான் முடியும் என்ற நிலைப்பாட்டுக்கு சவால் விட்டார் திரு டாடா அவர்கள். ஏர் இந்தியாவை உருவாக்கி பெரும் சாதனை படைத்தார்.

தடைகளை பொடிப்பொடியாக்குங்கள்.

நீங்கள் செல்வந்தராக வேண்டுமா? அதுவும் வெகு விரைவில்?

உங்கள் தொழிலில், அல்லது உங்கள் வேலையில் புதுமையாக ஏதாவது செய்யுங்கள்.

2

செல்வந்தராவதற்கு ஒரு பசி வேண்டும்!

எனது உறவினர் ஒருவரை பல வருடங்களுக்கு முன் அவர் ஹைதராபாதில் வசித்துக்கொண்டிருந்தபோது பார்க்கச் சென்றிருந்தேன்.

பெரிய நிலப்பரப்பில் கட்டப்பட்ட பங்களா. அதில் தனக்கென்று, தன் மைந்தர்களுக்கென்று என்று தனித்தனி பிளாக்குகளாக அழகாக வடிவமைத்துக் கட்டியிருந்தார்.

ஆடம்பரமான கார் பார்க், அதில் கார்கள் நிறுத்தப்பட்டிருந்தன.

அவருடன் பேசும்போது எப்படி அவர் பெரிய செல்வந்தர் ஆனார் என்பதை மிகச் சுவைபட எனக்கு எடுத்துரைத்தார்.

•

நான் மிகவும் கஷ்டப்பட்ட பெரிய குடும்பத்தைச் சார்ந்தவன். எனது பெற்றோர்களால் எங்களை பெரிய அளவில் படிக்கவைக்க முடியவில்லை. எப்படியோ SSLC வரை படித்து முடித்தேன்.

அதற்குப்பின் மேலே படிக்க ஆர்வம் இருந்தும் நான் சம்பாதித்து குடும்பத்தை முன்னேற்றவே முடிவு செய்தேன். மூத்த மகன் அல்லவா, பொறுப்புகளை ஏற்றுக்கொள்ள நினைத்தேன்.

சம்பாதிக்க ஒரு வழி கிடைத்தது. ஒரு ஹோல்சேலரிடம் இருந்து உருளைக்கிழங்கு சிப்ஸ் பாக்கெட்டுகளை வாங்குவேன். அவற்றை ரயில் நிலையத்திலோ அல்லது பஸ் ஸ்டாண்டுகளிலோ சென்று விற்பேன்.

ரயில் வரும் புறப்படும் நேரங்கள் எல்லாம் எனக்கு அத்துப்படி. அதற்கேற்றாற் போல் எனது வியாபாரத்தை அமைத்துக் கொண்டேன்.

அதற்குப்பின் எனது பெரியப்பா பிள்ளை என்னை சென்னைக்கு அழைத்தான். அவன் சில பத்திரிகைகள், தினசரிகள் இவற்றை விநியோகம் செய்யும் தொழிலில் ஈடுபட்டு நன்கு முன்னேறி இருந்தான்.

அவன்தான் எனக்கு குரு. அவனிடம் சேர்ந்து அந்தத் தொழிலில் நுழைத்தேன். எனக்கு எல்லா நெளிவு சுளிவுகளையும் கற்றுக் கொடுத்தான். இன்று நான் இவ்வளவு செல்வந்தனாக இருப்பதற்குக் காரணம் அவன் கொடுத்த பயிற்சிதான். எனது அலுவலகத்தில் எனது பெரியப்பா பிள்ளையின் படத்தைத்தான் வைத்திருக்கிறேன்.

பிறகு ஹைதராபாத் திரும்பி வந்தேன். நானும் அதே தொழிலை அதாவது தினசரிகள், வாரப்பத்திரிகைகள் இவற்றை வினியோகம் செய்யும் ஏஜென்ஸி எடுத்தேன்.

எனக்கு இருந்த பசி வயிற்றுப்பசி அல்ல. பெரிய செல்வந்தனாகி என் குடும்பத்தை முன்னுக்குக் கொண்டுவர வேண்டும் என்ற ஒரே பசிதான் என்னை ஆக்கிரமித்திருந்தது அப்போது.

கடுமையாக உழைத்தேன். எனது டெலிவரி பையன்கள் சரியான ரூட்டில் சென்று சரியாக வினியோகிக்கிறார்களா என்று நானே சைக்கிள் எடுத்துக்கொண்டு விடு வீடாகச் சென்று சோதனை செய்வேன்.

கட்ட வேண்டிய பணத்தை கெடுவுக்கு முன்னாலேயே கட்டி விடுவேன். அதனால் என் மதிப்பு மிக ஓங்கியது.

அதற்கடுத்து எனக்கு மேலும் செல்வத்தைக் கூட்ட ஒரு வழி தென்பட்டது. அது விளம்பரங்களை விற்கும் பிசினஸ்.

ஆம், நான் 'மீடியா செல்லிங்க்' என்ற அற்புதத் தொழிலை ஆரம்பித்தேன். எனக்கு ஏற்கெனவே மார்க்கெட்டில் இருந்த நல்ல பெயரால் வெகு விரைவில் அத்தொழிலில் கால் ஊன்ற முடிந்தது.

நினைத்துப்பார் சிவா, நான் பன்னிரண்டு வயதிலேயே எனது விடுமுறை நாட்களில் ரயில்வே ஸ்டேஷன்களில் சிப்ஸ் விற்றவன். விற்பது எனக்கு கை வந்த கலை. வறுவல் விற்றால் என்ன, விளம்பரம் விற்றால் என்ன? எல்லாம் வாடிக்கையாளரை புரிந்து கொண்டு, அவர்

தேவையை அறிந்துகொண்டு, நாணயமாய் நல்ல பொருள்களையோ அல்லது சேவைகளையோ கொண்டு சேர்ப்பதுதானே!

(என் முன் பீட்டர் ட்ரக்கரோ அல்லது ஃபிலிப்ஸ் கோட்லரோ உட்கார்ந்து கொண்டு உரையாற்றிக்கொண்டிருக்கிறாரோ என்று ஒரு கணம் நினைத்தேன்.)

மீடியா விற்பதில் குறுகிய கால கட்டத்தில் நிபுணன் ஆனேன். இதில் எல்லாவற்றிலும் எனது தாரக மந்திரம் ஒன்றுதான்.

உரிய காலத்துக்கு முன்பே நாம் செலுத்தவேண்டிய பணத்தைச் செலுத்திவிட வேண்டும். ஒருவன் வியாபாரத்தில் முன்னேற வேண்டும் என்றால் அவனது 'கடனைத் திருப்பி செலுத்தும் மதிப்பு' (Credit Worthiness) மிக அதிகமாக இருக்க வேண்டும். பேர் கெட்டு விட்டதென்றால் அவனால் நிலைக்க முடியாது.

இப்படித்தான் எனது பசி, செல்வந்தனாக வேண்டும் என்ற பசி என்னை புதிய தொழில்களைக் கற்றுக்கொள்ள உந்தித்தள்ளியது.

பத்திரிகைகளை விநியோகம் செய்யக் கற்றுக்கொண்ட நான் அடுத்ததாக ஒரு க்ளியரிங் அண்ட் ஃபார்ச்வேர்டிங் ஏஜென்ஸி (C&F) தொடங்கினேன். இதுவும் ஒரு விநியோகம்தானே, லாஜிஸ்டிக்ஸின் அடுத்தபடிக்கு முன்னேறினேன். பெரும் செல்வம் சம்பாதித்தேன்.

நான் பெரிய வீட்டைக் கட்டினேன். எனது மகன்களில் ஒருவனை மருத்துவப்படிப்பு படிக்க வைத்திருக்கிறேன். அவன் இன்று ஒரு டாக்டர். எனது இரண்டாவது மகன் ஒரு பட்டதாரி. அவனை என்னுடன் பிசினஸில் வைத்துக்கொண்டு தொழிலை விரிவாக்க முனைந்திருக்கிறேன். அவர்களுக்கெல்லாம் கல்யாணம் ஆகி குடும்பத்துடன் வாழ தனித்தனியாக ஒரே காம்பௌண்டில் வீடுகள் கட்டிக்கொடுத்திருக்கிறேன்.

என் மகளை ஒரு நல்ல இடத்தில் திருமணம் செய்து வைத்திருக்கிறேன். எனது தம்பி தங்கைகளை நன்றாக படிக்க வைத்ததும் அல்லாமல் அவர்களுக்கும் பண உதவி செய்து சீரும் சிறப்புமாக சொத்து சுகத்துடன் வாழச்செய்திருக்கிறேன்.'

•

அவர் முகத்தில் ஒரு பெருமிதம், ஒரு நிறைவு, ஒரு கம்பீரம்.

இது பல வருடங்களுக்கு முன் நடந்தது.

நான் ஒரு நல்லபாடம் கற்றுக்கொண்டேன் அன்று.

செல்வந்தன் ஆவதற்கு ஒரு பசி வேண்டும், தீவிர பசி.

பொதுவாக வயிற்றில் பசி இருந்தால் ஒரு அடிகூட எடுத்து வைக்க முடியாது. ஆனால் செல்வந்தன் ஆவதற்கு ஒரு பசி வேண்டும் என்று சொன்னேனே! அது இல்லை என்றால் அந்தப் பாதையை நோக்கி ஒரு அடி கூட எடுத்து வைக்க முடியாது!

ஆனால் அதற்குப்பின் சில வருடங்கள் கழித்து அவரை சந்தித்தபோது நிலைமை மாறி விட்டிருந்தது.

என்ன காரணம் என்று புருவத்தை உயர்த்துகிறீர்களா?

சிறிது பொறுத்திருங்கள். **'செல்வத்தை பாதுகாப்பது எப்படி?'** என்ற அடுத்த பாகத்தில் உங்கள் கேள்விக்கு பதில் கிடைக்கும்.

ஒருவன் வியாபாரத்தில் முன்னேற வேண்டும் என்றால் அவனது 'கடனைத் திருப்பி செலுத்தும் மதிப்பு' மிக அதிகமாக இருக்க வேண்டும். பேர் கெட்டு விட்டது என்றால் அவனால் நிலைக்க முடியாது.

3

துணிந்து ரிஸ்க் எடு!

நடிகர் வடிவேலு காலரை தூக்கிவிட்டுக்கொண்டு அஸால்ட்டாக சொல்லி சிரிக்க வைக்கும் வசனம் எல்லோருக்கும் நினைவு இருக்கும் - 'ரிஸ்க் எடுப்பது எனக்கு ரஸ்க் சாப்பிடுவது மாதிரி'.

நீங்கள் செல்வந்தராக வேண்டுமென்றால்:

- வாழ்க்கையில் சில ரிஸ்க்குகளை எடுத்துத்தான் ஆகவேண்டும்.
- உங்கள் திறமையின்மேல் உங்களுக்கு அசாத்தியமான நம்பிக்கை இருக்க வேண்டும்.
- நீங்கள் எடுக்கும் முடிவுகளின்மேல் உங்களுக்கு ஆணித்தரமான, வெற்றிபெற்றே தீரும் என்ற வெறி இருக்கவேண்டும்.
- அதே நேரத்தில் ஒருவேளை எதிர்பார்த்த விளைவு கிடைக்காது போனால் செயல்படுத்த வேற்று திட்டம் ரிசர்வில் வைத்திருக்க வேண்டும்.
- அப்படி எதிர்பார்த்த வெற்றி கிடைக்காது போனால் சோர்ந்து விடாமல் உங்களது அடுத்த திட்டத்தை சமயத்தை வீண் செய்யாமல் செயல்படுத்தும் சாமர்த்தியம் வேண்டும்.

உங்கள் தொழிலில் ஆகட்டும், நீங்கள் பணிபுரியும் வேலையில் ஆகட்டும், உங்களது வியாபாரத்தில் ஆகட்டும் இந்த ரிஸ்க் எடுக்கும் துணிச்சல் உங்களுக்கு இருந்தால் நீங்கள் செல்வந்தர் ஆவது நிச்சயம்.

அதே நேரத்தில் 'அகலக்கால் வைக்காதே' என்ற மூத்தோர் வாய்மொழியையும் ஒதுக்கித் தள்ளிவிட முடியாது. இதைத்தானோ என்னவோ ஆங்கிலத்தில் 'கால்குலேடெட் ரிஸ்க்' என்று கூறுகிறார்கள்.

நான் துபாயில் பணி செய்துகொண்டிருந்தபோது லுலு ஹைப்பர் மார்க்கெட் என்ற நிறுவனத்தின் வளர்ச்சியை வியந்து பார்த்திருக்கிறேன்.

1999-ல் நான் துபாயில் நுழைவதற்கு சில வருடங்களுக்கு முன் லுலுவின் வியாபாரம் மிகச்சிறிய அளவில்தான் இருந்தது. துபாயிலும் அபுதாபியிலும் சிறு சூப்பர் மார்க்கெட்டுகளை மட்டுமே நடத்தி வந்தது அது. அதன் தலைவர் திரு யூசுஃப் அலி கேரளத்தைச் சார்ந்தவர். துணிச்சலானவர். 1991-ல் வளைகுடா யுத்தம் தொடங்கியபோது எல்லா பெரிய நிறுவனங்களும் முதலீடுகளைக் குறைத்து 'ஜகா' வாங்கிய போது துணிச்சலாக முதலீடுகளைக் கூட்டி மேலும் சில சூப்பர் மார்க்கெட்டுகளைத் தொடங்கியவர் இவர்.

இவரது கால்குலேஷன் சரியானது என்பதை காலம் நிரூபித்தது.

நுகர்வோர் பொருள்களுக்கு டிமாண்ட் கூடியபோது லுலுவின் சாமர்த்தியமான தொழில் விரிவு அவருக்கு மிகுந்த லாபத்தை அளித்தது. அதாவது போட்டியாளர்கள் பயந்து பின் வாங்கியதை இவர் தனக்கு சாதகமாக ஆக்கி உணவுப்பொருள்களை தாராளமாக தங்களது சூப்பர் மார்க்கெட்டுகளில் இறக்குமதி செய்து தனது லாபத்தையும் பெருக்கினார். தனது வாடிக்கையாளர்களின் நம்பிக்கையையும் மிகுந்த அளவில் பெற்றார்.

அன்று தொடங்கியது இவரது ஆட்டம் துபாயில்.

அடுத்த பத்து பதினைந்து வருடங்களுக்குள் மள மளவென்று ஐக்கிய அரபு நாடுகளில் பல சூப்பர் மார்க்கெட்டுகள் மட்டுமல்லாமல் உலகத்தரம் வாய்ந்த ஹைப்பர் மார்க்கெட்டுகளையும் துவக்கினார்.

அத்தோடு மட்டும் நின்றுவிடாமல் குவைத், கத்தார், சவுதி என்று அடுத்துள்ள அரபு நாடுகளிலும் லுலு தனது முத்திரையைப் பதித்தது. விளைவு!

தங்களை அடிக்க ஆளே இல்லை என்று மார் தட்டிக்கொண்டிருந்த பிரெஞ்ச் நாட்டின் உலகப்புகழ் வாய்ந்த கேர்ஃபோர் நிறுவனம் தடுமாற ஆரம்பித்தது. ஆரம்பத்தில் இவன் என்ன பெரிதாய் செய்துவிடப்போகிறான் என்று கேர்ஃபோர் ஏளனமாகப் பார்த்ததற்கு லுலு சரியான ஆப்பு வைத்தது.

அண்ணாமலை படத்தில் ரஜினிகாந்த் எஸ்கலேட்டரில் ஏற சரத்பாபு இறங்குவாரே அதுபோல லுலுவின் மார்க்கெட் ஷேர் ஏற, ஏற கேர்ஃபோரின் மார்க்கெட் ஷேரும் சரிய ஆரம்பித்தது.

இதை ஏன் இவ்வளவு விவரித்துக் கூறுகிறேன் என்றால் யூசுஃப் அலி துணிச்சலாக எடுத்த ரிஸ்க் எப்படி அவரது நிறுவனத்தை முன்னேற்றப் பாதையில் செலுத்தியது என்று உங்களுக்குக் காண்பிக்கத்தான்.

ஒரு போரைக் கண்டு பயந்து போட்டியாளர்கள் பின்வாங்கியதை போலில்லாமல் அந்த போரையே தனக்கு சாதகமாகப் பயன்படுத்தி ஆபத்தையே தன் வியாபாரத்தின் அடித்தளமாக ஆக்கி வெற்றி கண்டார் யூசுஃப் அலி. இவர்தான் உண்மையிலேயே சுனாமியில் ஸ்விம்மிங் செய்தவர்!

இன்று ஐக்கிய அரபு நாடுகளின் சேம்பர் ஆஃப் காமெர்ஸில் அராபியர் அல்லாத உறுப்பினர் ஒருவர் இருக்கிறார் என்றால் அது யூசுஃப் அலி மட்டும்தான்! நம் இந்தியர்களுக்கும் பெருமை சேர்த்திருக்கிறார் இவர்.

வியாபாரத்தில் மட்டும் அல்ல, உங்களது பணியிலும், தொழிலிலும் பல சமயங்களில் ரிஸ்க் எடுக்க வேண்டி இருக்கும். நீங்கள் மயங்கி நின்றால் வாய்ப்பு மலை ஏறிவிடும்.

என் தந்தை ஆர்டினன்ஸ் க்ளோதிங் ஃபாக்டரியில் மேலாளராக இருந்தபோது அவருக்கு இப்படி ஒரு வாய்ப்பு கிட்டியது.

டெபுடி சீஃப் கண்ட்ரோலர் என்ற பெரும் வாய்ப்பு அவரை நாடி வந்தது, ஆனால் சென்னையில் அல்ல, ஷாஜஹான்பூர் என்ற வட நாட்டில். அச்சமயம் எனது பாட்டியின் விருப்பத்திற்கிணங்கி அவர் அதைத் தவற விட்டார். மூத்த மகனாகிய காரணத்தால் அவர் சில குடும்ப பொறுப்புக்களை ஏற்க வேண்டியதாக இருந்தது. பின்னர் அத்தகைய வாய்ப்பு அவருக்கு வாழ்க்கையில் கிட்டவே இல்லை.

எனது மூத்த சகோதரர் கோபிக்கு அதேபோல் ஒரு வாய்ப்பு கதவை தட்டியது. சென்னையில் ஒரு பெரிய நிறுவனத்தில் டிசைன் எஞ்சினியராக இருந்தார் அவர். அந்த நிறுவனம் சிங்கப்பூரில் பெரிய அளவில் விரிவாக்கம் செய்தபோது அவரை ஒரு முக்கியமான பணியில் நியமித்து அங்கே அவரை அனுப்பத் தேர்ந்தெடுத்தது.

கோபிக்கோ எங்களது நெருக்கமான உறவுகளை விட்டு சிங்கப்பூர் செல்ல மனதில் ஒரு தயக்கம். ஏனென்றால் ஒற்றுமையான பெரிய குடும்பம் எங்களது குடும்பம்.

அப்போது எங்கள் அருமை அன்னை எடுத்த துணிச்சலான முடிவு எங்கள் அனைவரையுமே அதிசயத்தில் ஆழ்த்தியது.

அவர் சொன்னது இதுதான், 'அப்பா தகுந்த நேரத்தில் கிடைத்த வாய்ப்பைத் தவற விட்டு விட்டார். நீ அப்படிச் செய்வதற்கு எனது சுய நலம் குறுக்கிடுவதை நான் சம்மதிக்க மாட்டேன். உனது தொழிலில் நீ வெற்றி காண வேண்டும் என்றால் சில துணிச்சலான முடிவுகளை எடுத்தே ஆகவேண்டும்.' இன்று கோபி சிங்கப்பூரில் கொடி கட்டிப் பறந்துகொண்டிருக்கிறார், ரிடயர்மெண்டுக்குப்பின்னும் நான் நீ என்று போட்டி போட்டுக்கொண்டு நிறுவனங்கள் அவரை சேர்த்துக்கொள்ளத் துடித்துக்கொண்டிருக்கின்றன என்றால் அதற்குக் காரணம் அந்த துணிச்சலான முடிவுதான்.

நான் துபாய் சென்றதும் அதேபோலத்தான். இந்தியாவில் விற்பனைத் துறையில் தென்னகத்தின் நான்கு பெரிய மாநிலங்களையும் எனது கட்டுப்பாட்டின் கீழ் வைத்திருந்தவன். துபாயில் ஒரு பணி கிடைத்த போது பலர் என்னிடம், 'இத்தனை பெரிய அதிகார வட்டத்தைவிட்டு ஒரு சிறிய ஐக்கிய அரபு நாட்டின் அதிகார வட்டத்துக்குள் நுழைவது சரிதானா என்று யோசித்துக்கொள்ளுங்கள்' என்று எச்சரித்தார்கள்.

அதுவும் ஒரு வகை ரிஸ்க்தான். ஆனால் என் சாமர்த்தியத்தைக் காண்பித்து வெகு விரைவில் நிறுவனத்தின் டைரக்டருக்கு ரிப்போர்ட் செய்யும் அளவுக்கு உயர்ந்து எனது ராஜாங்கத்தை ஐரோப்பாவிலும், அமெரிக்காவிலும் இருந்த எங்கள் பிரின்ஸிபல் நிறுவனங்களின் முடிவுகளை இன்ஃப்ளுயென்ஸ் செய்யும் அளவுக்கு எனது அதிகார வட்டம் விரிந்ததற்கு நான் எடுத்த துணிச்சலான முடிவுதான் காரணம்.

செஸ் ஆட்டத்தைப்பற்றி அறிந்தவர்களுக்குத் தெரியும் எப்படி சில நேரங்களில் சில காய்களை விட்டுக்கொடுக்கவேண்டும் என்று.

கார்ச்னாய் என்ற ஒரு ரஷ்ய நாட்டு செஸ் விளையாட்டு வீரரது விளையாட்டுக்களைப்பற்றிக் கேள்விப்பட்டிருக்கிறேன். அதிரடியாகத் தனது காய்களை காவு கொடுப்பாராம். எதிராளிக்கே தலையும் புரியாது, வாலும் புரியாது, ஏன் இப்படி இவர் தன் காய்களை வெட்ட அனுமதிக்கிறார் என்று. வெட்டும்போது கூட எதிராளிக்கு வயிற்றைக் கலக்கும் ஏதோ நடக்கப்போகின்றது என்று.

ஆம், இவ்வாறு காவு கொடுத்தாலும் அதன் காரணமாக இவரது எஞ்சி இருக்கும் காய்கள் சரியான பொசிஷனுக்கு முன்னேறி அடுத்த சில மூவ்களில் 'செக் மேட்' என்று முடித்து சிரித்துக்கொண்டே எழுந்திருப்பாராம்.

இந்தியாவில் லிவர் நிறுவனம் தனது வேர்களை நாடெங்கிலும் பரப்பி ஒரு சாம்ராஜ்யத்தை நடத்திக்கொண்டிருந்த நேரத்தில் P&G நிறுவனம்

தங்களது ஏரியல் சோப் பௌடரை மார்க்கெட்டில் அறிமுகப் படுத்தியது.

அவர்கள் துணிச்சலாக செய்த தியாகம் முதல் ஐந்து வருடங்களுக்கு லாப நோக்கே இல்லாமல் அடித்து விளையாடுவது என்பதுதான்.

இன்று ஏரியல் எப்படி வளர்ந்திருக்கிறது என்பது எல்லோருக்கும் தெரியும்.

வியாபாரத்திலோ, தொழிலிலோ இதைப்போன்ற தியாகங்களை நாம் செய்வதற்குத் தயாராக இருக்கவேண்டும். அப்படிச் செய்யும்போது அதனால் நமக்கு, நம் நிறுவனத்துக்கு எந்த அளவுக்கு நீண்ட கால பயன்கள் கிடைக்கும் என்ற தொலை நோக்குப் பார்வையும் வேண்டும்.

எனவே நண்பர்களே, துணிந்து செயல்படுங்கள். வேண்டிய நேரத்தில் எடுக்க வேண்டிய ரிஸ்க்கை எடுங்கள்.

வீர லட்சுமி உங்களுக்கு வெற்றி மாலை சூட்ட காத்திருக்கிறாள்.

> உங்கள் தொழிலில் ஆகட்டும்,
> நீங்கள் பணிபுரியும் வேலையில் ஆகட்டும்
> இந்த ரிஸ்க் எடுக்கும் துணிச்சல்
> உங்களுக்கு இருந்தால்
> நீங்கள் செல்வந்தர் ஆவது நிச்சயம்.

4

சூழ்நிலைகளைப் புரிந்து கொண்டு செயல்படுங்கள்!

எனது நண்பர் ஒருவர் நல்ல நிறுவனங்களில் விற்பனைத் துறையில் பணிபுரிந்தவர். தானே பிசினஸ் தொடங்கவேண்டும் என்ற ஆர்வம் அவருக்கு இருந்தது. தான் உழைத்துச் சேமித்து வைத்திருந்த பணத்தை முதலாக வைத்து ஒரு எலெக்ட்ரிக் மோட்டார் பைக் விற்பனையை மதுரையில் தொடங்கினார்.

ஷோரூம் செலவு அது இது என்று தன் சேமிப்பு முழுவதையும் அதில் கொட்டினார். இது நடந்தது ஒரு பதினைந்து வருடங்களுக்கு முன்பு. அவர் நினைத்தது, வழக்கமான பெட்ரோல் உபயோகத்திலிருந்து மக்களை அடுத்த கட்டத்துக்கு எடுத்துச்செல்லும் முயற்சி இது. எனவே ஆதரவு அதிகம் இருக்கும், விற்பனையும் கூடும், தான் ஒரு விற்பனை முன்னோடியாக விளங்கப்போகிறோம் என்று.

அவர் சிந்திக்க மறந்த ஒரு முக்கியமான விஷயம் தமிழ்நாட்டில், முக்கியமாக மதுரையில் அன்றைக்கு இருந்த மின்சார தட்டுப்பாடு! முதலில் விற்பனை நன்றாக இருந்தது மக்களில் ஆர்வம் காரணமாக. ஆனால் வெகு விரைவில் கடுமையான மின்வெட்டின் காரணமாக இவரது விற்பனை தேய்ந்து தேய்ந்து விரைவில் நின்றே போனது.

'வேறு வழியில்லாமல் ஏதோ கிடைத்த விலைக்கு இருப்பு ஸ்டாக்குகளை தள்ளி விட்டு கடையை மூடினேன், பெருத்த நஷ்டம்

ஆகிப்போனது என் கன்னி முயற்சி' என்று வருத்தத்துடன் முடித்தார் நண்பர்.

எனது நெருங்கிய உறவினர் ஒருவர் தான் வாலண்டரி ரிடையர்மெண்ட் எடுத்துக்கொண்டபின் ஒரு தொழில் தொடங்க விரும்பி நண்பர்கள் சொல்வதைக் கேட்டு தனக்கு ஒன்றுமே தெரியாத டெக்ஸ்டைல் தொழிலில் கால் வைத்தார்.

தனது வீட்டிற்கருகிலேயே கடை திறந்தால் சுலபமாக இருக்கும் என்று நினைத்து ஒரு கடையை வாடகைக்கு எடுத்தார். ஆனால் அந்த இடம் மக்கள் போக்குவரத்து அதிகம் இல்லாத இடம். இரண்டாவது, ரெடிமேட் ஆடைகளை வாங்க அவருக்கு வினியோகஸ்தர்கள் கடனில் கொடுக்காமல் ரெடி கேஷ் கொடுக்கும்படி கட்டாயப்படுத்தினார்கள். முன் அனுபவம் இல்லாததால் அவர் அதற்கு சம்மதித்து பணம் கொடுத்து ஆடைகளை வாங்கினார். மூன்றாவது அவற்றில் சரியாக விற்காத ஆடைகளை திருப்பி எடுத்துக்கொள்ள அவர் வினியோகஸ்தர் களிடம் சரியான ஒப்பந்தமும் செய்துகொள்ளவில்லை.

எனவே விற்காத ஐட்டங்கள் தேங்கத் தேங்க அவரது முதல் போட்ட ரொக்கமெல்லாம் முடங்கிப் போய், ஒரு கட்டத்தில் விற்றுத்தீர்த்தால் போதும் என்று நஷ்டத்தில் அவற்றை விற்று அந்த வியாபாரத்திலிருந்து வெளியே வருவதற்குள் போதும் போதும் என்று ஆகிவிட்டது.

வியாபாரத்தைத் தொடங்குவதற்கு முன் சிறிது ஹோம் வொர்க் செய்யுங்கள்.

- *நீங்கள் தொடங்கும் தொழிலுக்கு ஏற்ற சூழ்நிலை நிலவுகிறதா? காற்றடிக்கும்போது மாவு விற்க முடியுமா?*
- நுகர்வோர் ஆர்வம் எப்படி இருக்கிறது? ஒரு சாம்பிள் சர்வே நடத்தி நுகர்வோரின் ஆர்வத்தை உறுதிப்படுத்திக் கொண்டு தொழிலை ஆரம்பியுங்கள்.
- *நீங்கள் தொழில் தொடங்க தேர்ந்தெடுத்த இடம் அந்தத் தொழிலுக்கு உகந்ததுதானா?*
- *உங்களது வினியோகஸ்தர்களிடம் நீங்கள் சரியான ஒப்பந்தங் களைச் செய்துகொண்டீர்களா? - இது மிக முக்கியம்!*
- *நீங்கள் உங்களது பொருள்களுக்கு நிர்ணயித்திருக்கும் விலை உங்களது வாடிக்கையாளர்களுக்கு உகந்ததுதானா?*

இப்படி எல்லா காரணிகளையும் நன்றாக ஆராய்ந்த பிறகே உங்களது முதல் அடியை வியாபாரத்தில் எடுத்து வையுங்கள். விற்பனை சூடு பிடித்து செல்வத்தை உங்கள் பக்கம் குவிக்கும்!

5

மாற்றி யோசி

என்னுடன் ஹார்லிக்ஸ் நிறுவனத்தில் சந்திரசேகர் என்பவர் பணி புரிந்தார். சில காலம் எனக்கு மேலாளராகவும் அவர் இருந்தார். அவரிடம் நான் கற்ற பாடங்கள் பல. அவர் எப்படி புதுமைகள் செய்து சென்னையின் மிகப்பெரிய புள்ளிகளில் ஒன்றாக மாறினார் என்பதை நீங்கள் தெரிந்துகொள்ளவேண்டும்.

ஹார்லிக்ஸ் நிறுவனத்தில் பணியாறியபின் அவர் ITC நிறுவனத்தின் உணவுப்பொருள் டிவிஷனில் ரீஜனல் மேனேஜராக சேர்ந்து தென்னாட்டில் இன்று பிரபலமாக விளங்கும் 'சன் ட்ராப்' சூரிய காந்தி எண்ணெயை மார்க்கெட்டில் வெற்றிகரமாக புகுத்தினார்.

பிறகு அந்த நிறுவனத்தின் இந்தியா முழுவதற்கும் விற்பனைத் துறையின் தலைவர் ஆனார். இத்தனைக் காலமும் FMCG என்ற வேகமாகச் செல்லக்கூடிய நுகர்வோர் பொருள்களிலேயே தனது அறிவு, அனுபவம், செயல்பாடு இவைகளை வளர்த்துக்கொண்டு வந்த இவர் அத்துடன் நின்று விடவில்லை.

அவர் கண்ட கனவு ஒரு நிறுவனத்தின் முக்கிய பதவி வகிப்பது மட்டுமல்ல. ஒரு நிறுவனத்தையே தான் ஏற்று நடத்த வேண்டும் என்பதுதான் அந்தக்கனவு. அதற்கு, தான் இத்தனை வருடம் அனுபவம் பெற்ற துறையை மாத்திரம் நம்பி இருந்தால் போதாது என்பதை உணர்ந்து கொண்ட அவர் மாற்றி யோசிக்கலானார்.

அப்போதுதான் பொருளாதார தாராளமயமாக்கல் இந்திய அரசாங்கத்தால் அமுல் செய்யப்பட்டிருந்தது.

அமெரிக்கா போன்ற வெளிநாடுகளில் செய்யவேண்டிய பணியை இந்தியாவில் வளர்ந்துவரும் Back Office - Outsourcing போன்ற துணிகர முயற்சிகளில் ஈடுபட்டு வந்த நிறுவனங்கள் தாங்களே ஏற்றுக்கொண்டு மிகக் கட்டுப்பாடான செலவில் அந்தப் பணிகளைக் குறிப்பிட்ட வெளி நாட்டு நிறுவனங்களுக்கு செய்து கொடுத்தன.

அதுவும் மிக இறுக்கமான காலக்கெடுவில்!

சந்துரு இந்த வாய்ப்பை முழுவதும் பயன்படுத்திக்கொள்ள நினைத்தார். அந்தத் துறையில் தனக்கு அனுபவமில்லாததை அவர் ஒரு பொருட்டாகவே நினைக்கவில்லை. அனுபவம் வாய்ந்த சிலரை தன்னுடன் பார்ட்னராக சேர்த்துக்கொண்டார். தொழிலை மிக விரைவில் கற்றுக்கொண்டார், பிசினஸை அதி வேகமாக நடத்தி இன்று மிகப்பெரும் செல்வந்தராக இருக்கிறார்.

அது மட்டுமல்ல, தான் இத்தனை காலம் பெற்ற FMCG அனுபவத்தையும் விட்டுவிடவில்லை. அத்துறையிலும் வெளி நாட்டு உணவுப்பொருள்களை இந்தியாவில் இறக்குமதி செய்ய தனது நீண்டகால அனுபவத்தையும் மார்க்கெட்டில் தனக்கிருந்த தொடர்பு களையும் அருமையாகப் பயன்படுத்தினார்.

இன்று அந்தத் துறையும் கன்ஸல்டிங்கில் அவர்களது நிறுவனத்தின் முக்கியமான ஒரு தூணாக விளங்குகிறது.

இது எப்படி சாத்தியமாயிற்று? சந்துருவின் மாற்றி யோசிக்கும் திறமை, அவரது விடா முயற்சி, தனது கனவை நனவாக்கவேண்டும் என்ற தீவிரமான சிந்தனை - இவற்றால்தான்.

நான் முதன் முதலாக முதலீடு செய்து எர்ணாகுளத்தில் வாங்கிய ஃப்ளாட்டைப்பற்றி கூறுகிறேன்.

அதை ஆரம்ப காலத்தில் வாடகைக்குக் கொடுத்திருந்தேன்.

அவ்வாறு வாடகைக்கு எடுத்திருந்தவர்களுள் ஒருவர் பிரவீன் என்பவர். நல்ல குடும்பம் - அவர் அவரது மனைவி மற்றும் இரு குழந்தைகள். பிரவீன் காரியர் ஏசி நிறுவனத்தில் ஒரு மெயிண்டனன்ஸ் எஞ்சினியராகப் பணிபுரிந்து வந்தார். அவரது மனைவி ஒரு பள்ளியில் ஆசிரியை. எளிய மகிழ்ச்சியான குடும்பம்.

பிரவீனுக்கு ஒரு பெரிய செல்வந்தனாக வேண்டும் என்ற கனவு இருந்தது. நான் வருடாந்திர வருகையாக இந்தியா

வரும்போதெல்லாம் கொச்சிக்கு அவர்களைக் காணச் செல்வேன். அவர் தனது தொழிலைப்பற்றி ஆர்வமாகப் பேசுவார். நானும் விற்பனைத்துறையில் இருப்பதால் வியாபாரத்தை தனியாக ஆரம்பிப்பதில் உள்ள நெளிவு சுளிவுகளை விவாதிப்போம்.

பிறகு துணிந்து முடிவு எடுத்தார். மற்றவருக்காக உழைத்துத் தேய்வதால் செல்வந்தராக முடியாது என்று, தனக்குத் தெரிந்த தொழிலாகிய ஏசி இயந்திரங்களை ஏன் தானே ஒரு ஏஜென்சி எடுத்து விற்கக்கூடாது என்று தானே ஒரு சிறிய நிறுவனத்தைத் தொடங்கினார்.

மழை பெய்தாலும் வெயிலடித்தாலும் மாத வருமானம் தரும் வேலையை விட்டுவிட நிச்சயம் தைரியம் வேண்டும்.

பிரவீனின் மனைவி வேலையில் இருந்ததால் துணிச்சலாக சொந்தத் தொழிலில் குதிக்க முடிவெடுத்தார். பிறகு எனது ஃப்ளாட்டை காலி செய்து விட்டு வேறு இடத்தில் குடிபெயர்ந்தார். எனக்கும் அவரது தொடர்பு விட்டுப்போயிற்று.

சமீப காலத்தில் ஒருமுறை நான் கொச்சிக்குச் சென்றிருந்தபோது எனது நண்பர் ஒருவர் பிரவீன் வியாபாரத்தில் நன்கு முன்னேறிவிட்ட தாகவும், எனது ஃப்ளாட்டுக்கு அருகிலேயே ஒரு மனை வாங்கி வீடு கட்டிவிட்டதாகவும் கூறினார்.

பழைய நண்பராயிற்றே, நான் மிக மகிழ்ந்து அவரைக்காண அவரது வீட்டிற்கு என் மனைவியுடன் சென்றேன்.

வீட்டை அழகாக ஆடம்பரமாகக் கட்டியிருக்கிறார் மனிதர். வாசலில் பகட்டான வெளிநாட்டுக் கார்! நான் வந்திருப்பதை பணியாளர் மூலம் கேள்விப்பட்டு அலுவலகத்திலிருந்து தானே வாசலுக்கு வந்து எங்களை மிகுந்த மரியாதையுடனும் அன்புடனும் வரவேற்றார்.

தான் இருக்கும் வீட்டிலேயே அலுவலகம் மற்றும் குடோன் வசதிகள் செய்திருக்கிறார். அவரது மனைவியை ஃபோனில் அழைத்து எங்களுடன் பேசச் சொன்னார். தேனீர் மற்றும் நொறுக்குத்தீனிகள் எங்களுக்கு வர, அவரது வியாபாரத்தைப்பற்றிக் கேட்டேன்.

'சார், உங்களது ஃப்ளாட் மிக அதிர்ஷ்டம் வாய்ந்தது என நினைக்கிறேன். அங்கு வசிக்கும்போதுதான் எனக்கு இந்தத் திருப்பம் ஏற்பட்டு மிகப்பெரிய அளவிற்கு முன்னேறியிருக்கிறேன். எனது மூத்த மகன் ப்ளஸ் டூ படித்துவிட்டு இசைத்துறையில் நுழைய விரும்பினான். இங்கிலாந்தில் திரு ஏ.ஆர். ரஹ்மான் நடத்தும் சங்கீதம் பயிற்றுவிக்கும் பள்ளியில் சேர்க்கும் அளவிற்கு வளர்ந்திருக்கிறேன்' என்று மிகப் பெருமிதமாகக் கூறினார்.

எனக்கு மிகவும் பெருமையாக இருந்தது. அவரது முன்னேற்றத்துக்குக் காரணம் அவரது மாற்றி யோசிக்கும் பாங்கு. அவர் மட்டும் தான் முதலில் செய்துகொண்டிருந்த பணியிலேயே இருந்திருந்தால் அதிக பட்சம் சில பிரமோஷன்கள் பெற்று சிறிதளவில் முன்னேறி இருப்பார்.

ஆனால் நிச்சயம் தனது பணத்தேவைகளை எல்லாம் தீர்த்துவிட்ட நிம்மதி அவருக்கு இவ்வளவு சிறிய வயதில் வந்திருக்க சான்ஸே இல்லை!

எனது சிற்றப்பாவின் மகன் சிவா மெட்ராஸ் சிமெண்ட்ஸ் நிறுவனத்தில் மேலாளராக 20 வருடங்கள் பணி செய்தார்.

அவருக்கு ஒன்று தோன்றியது, நமக்குத்தான் சிமெண்ட் விற்பதில் இத்தனை அனுபவம் இருக்கிறதே, நாம் ஏன் யாருக்கோ உழைத்துக்கொட்டிக்கொண்டு இருக்க வேண்டும்? கட்டடத் தொழிலில் உள்ள ஏராளமான பில்டர்களுடன் நமக்கு நல்ல தொடர்பிருக்கிறதே, இதை வைத்துக்கொண்டு நாமே இந்த சிமெண்ட் விற்பனையை ஓர் ஏஜென்சியாக எடுத்து ஏன் செய்யக்கூடாது?

சரியான கேள்வி! சரியான சமயத்தில்!

உதயமாகியது அவரது வியாபாரம். தன் கூடவே பணி செய்து கொண்டிருந்த ஒரு நண்பனோடு ஏஜென்சியைத் தொடங்கினார்.

எதிர்பார்த்தபடி வெகு விரைவில் வியாபாரத்தைப் பெருக்கினார். ஒரு சில வருடங்களுக்குள் சென்னையின் மிக முக்கிய பகுதியான தி. நகரில் ஒரு ஃப்ளாட்டை வாங்கிப்போடும் அளவுக்கு பணம்குவிந்தது.

அடுத்த சில வருடங்களில் அவரது சொத்துக்கள் பன் மடங்கு பெருகின.

- காரணம், மற்றவருக்கு உழைத்துக் கொட்டி சம்பளம் வாங்குவதை விட, தானே தொழில் செய்தால் என்ன என்ற அவர் கேட்ட அந்தக் கேள்வி!
- தனக்குத் தெரிந்த சிமெண்ட் தொடர்பான தொழிலையே தேர்ந்தெடுத்த புத்திசாலித்தனம்!
- தொழில் தெரிந்த நல்ல நண்பனாக இருந்த ஒருவரையே கூட்டாக அமைத்துக்கொண்டது.
- தன்னுடைய நெட் வொர்க்கை அருமையாக உபயோகித்துக் கொண்டது.

எனவே நண்பர்களே, அரைத்த மாவையே அரைத்துக் கொண்டிருப்பதில் என்ன நன்மை?

புதிதாகச் சிந்தியுங்கள்! எதைச்செய்தால் முன்னேற்றம் துரிதமாகும் என்று மூளையைக் கசக்கி (Brain Storming) வழிமுறைகளை ஆலோசியுங்கள்.

சந்துரு செய்ததைப்போல அனுபவம் இல்லாவிட்டாலும் தகுந்த பார்ட்னர்களை வைத்துக்கொண்டு களத்தில் குதித்து நீந்தி முன்னேறுங்கள். அல்லது, பிரவீனைப்போல், சிவாவைப்போல உங்களுக்கு எதில் அனுபவம் உள்ளதோ அதே துறையில் தனித்து குதித்து வேட்டையாடி விளையாடுங்கள்!

நீங்கள் செல்வந்தராவது உங்கள் கையில்!

6

தோள் கொடுக்கும் தொழில் மாற்றம்

இன்றைக்கிருக்கும் போட்டி மிகுந்த காலகட்டத்தில் உங்கள் தொழிலில் - அது வேலையாக இருந்தாலும் சரி, வியாபாரமாக இருந்தாலும் சரி, நீங்கள் மேலும் மேலும் முன்னேறி செல்வம் திரட்டவேண்டும் என்றால்:

- முதலில் உங்கள் தொழிலில் நிபுணத்துவம் வேண்டும்.
- காலத்திற்கேற்றவாறு மாற்றங்களை கைக்கொள்ள வேண்டும்.
- ஒரே தொழில் என்று மட்டும் தேங்கி இராமல் மாற்றுத் தொழில்களை கற்றுக்கொள்ள வேண்டும்.
- மதிப்பு கூட்டும் முயற்சியில் தொடர்ந்து ஈடுபட வேண்டும்.

நான் எனது மூத்த சகோதரர்களில் ஒருவரான கோபியைப்பற்றி ஏற்கெனவே எழுதி இருந்தேன்.

அவர் தலைமை டிசைன் எஞ்சினியராக சிங்கப்பூரில் ஒரு பன்னாட்டு நிறுவனத்தில் பணி புரிந்துகொண்டிருந்தார். அவருக்கு இயல்பாகவே ஏதாவது புதிதாக கற்றுக்கொள்ள வேண்டும் என்ற ஆர்வம் சிறுவயது முதலே உண்டு.

நாங்கள் முழங்கால் நீளம் (அன்று நாங்கள் பிள்ளைகளாய் இருந்த போது அணிவதற்கு வெறுத்தது - இன்று ஃபேஷனாக விளங்குவது!) நிஜார் அணிந்துகொண்டு தெருவில் விளையாடிக் கொண்டிருந்தபோது எங்களை அழைத்து எப்படி லென்ஸின் மூலம் வெப்பத்தைக் குவித்து ஒரு காகிதத்தை எரிக்க முடியும் என்று பரிசோதனைகள் பண்ணிக் காட்டுவார்.

அட்டைப்பெட்டியில் புரொஜெக்டர் செய்து ஃபிலிம் ரோல்களை வைத்துக்கொண்டு ஃபிலிம் ஷோ நடத்தி எங்களை மகிழ்விப்பார்.

அந்த ஆர்வம் அவரை இப்பொழுதும் விடவில்லை. புதிதாக ஏதாவது கற்க வேண்டும் என்று C.P.A. படிக்க தன்னை ஒரு புகழ்மிக்க இன்ஸ்டிடியூட்டில் பதிவு செய்துகொண்டார். வேடிக்கை என்ன வென்றால் அவர் பள்ளியில் படிக்கையிலேயே எஞ்சினியரிங்கை எலெக்டிவ் ஆக எடுத்திருந்ததனால் அக்கவுண்டிங்கை பற்றி அடிப்படை ஞானம் கூட இல்லாதவர்.

ஆனால் அவரது விடாமுயற்சி, புதிதாக அறிந்துகொள்வதில் ஒரு தாகம் இவை அவரது பெரிய பலம். வேலை செய்யும் நாட்கள் தவிர பாக்கி வார இறுதிகளில், விடுமுறைகளில் என இப்படியாக கடினமாக உழைத்துப்படித்தார்.

மிக மிகக் கடினமானது அந்தப் படிப்பு. சர்ச் வாசலில் சுவரில் JESUS NEVER FAILS என்று எழுதி வைத்திருப்பார்கள். ஒரு நாள் ஒருவன் அதன் கீழே எழுதினானாம், LET HIM APPEAR FOR C.A என்று! பாஸ் செய்வது அத்தனை கடினம்!

அப்படிப்பட்ட படிப்பை தன் வழக்கமான வேலையைச் செய்து கொண்டே ஒரே தாண்டாக அனுமன் கடலை தாண்டியதைப்போன்று தாண்டி சாதனை படைத்தார்.

அதுவும் அவர் ஐம்பது வயதைக் கடந்தபின்பு! இப்போது அவரது பலம் பன்மடங்காகியது. அதாவது ஏற்கெனவே டிசைன் துறையில் நிபுணத்துவம், இப்போது அக்கவுண்டிங்கிலும் ஆளுமை!

இந்த முயற்சி காலத்தினால் செய்ததைப்போன்று ஆயிற்று. ஏனெனில் அவரது நிறுவனத்தில் ஒரு பெரும் மாற்றம் நிகழ இருந்தது.

வழக்கமாக பன்னாட்டு நிறுவனங்களில் நடக்கும் நிகழ்வு அவரது நிறுவனத்திலும் நடந்தது. அவரது நிறுவனத்தில் ஷேர்களை வேறொரு திமிங்கல நிறுவனம் முழுங்கியது. விளைவு, இங்கு பணிபுரிந்து வந்தவர்களில் பெரிய பொசிஷன்களில் இருந்த பலபேருக்கு PINK SLIP கொடுக்கப்பட்டு வீட்டிற்கு அனுப்பப்பட்டனர்.

ஆனால் கோபி பல துறைகளில் கொண்டிருந்த தகுதிகள் அவரைத் தொட முடியாமல் இருந்ததோடு மட்டும் இல்லாமல் அவருக்கு மேலும் முன்னேற்றத்தைக் கொடுத்தன.

அதற்கடுத்த கால கட்டத்தில் உலகெங்கிலும் சுனாமியைப்போன்று மிகப்பெரும் பொருளாதார வளர்ச்சியைப்பெற்றிருந்த நாடுகளை எல்லாம் கூட தலைகீழாக புரட்டிப்போட்ட பொருளாதார பின்னடைவு ஏற்பட்டது. அப்போதும் பல தலைகள் உருண்டன. ஆனால் கோபி தொடர்ந்து பெற்றுக்கொண்டிருந்த தொழில் நிபுணத்துவம் அவரது வளர்ச்சியை மேன்மேலும் அதிகரித்ததே தவிர கைவிட்டு விடவில்லை.

தோள் கொடுப்பான் தோழன் என்பார்கள். உங்களுடைய உண்மை யான தோழன் நீங்கள் நாளுக்கு நாள் பெற்று வரும் தொழில் நிபுணத்துவம், மாற்றுத் துறைகளில் கால் வைத்து உங்களை உயர்த்திக்கொள்ளும் பாங்குதான் என்று அடித்துச் சொல்லுவேன்!

இன்று சங்கீத உலகில் கோலிவுட்டிலும் பாலிவுட்டிலும் பெரும் புகழ் பெற்று விளங்கும் சங்கர் மகாதேவனை எடுத்துக் கொள்ளுங்கள். அவர் பணியிலிருந்ததோ ஒரு சாஃப்ட்வேர் நிறுவனத்தில். ஆனால் அவரது நிபுணத்துவத்தை சங்கீதத்தில் மேன்மேலும் வளர்த்துக்கொண்டார்.

ஒரு கால கட்டத்தில் சாஃப்ட்வேர் உத்தியோகமா அல்லது சரித்திரம் படைக்கும் சங்கீதமா என்ற கேள்வி, அதுவும் மிகக்கடினமான கேள்வி அவரை குடைந்தது. அவர் துணிந்து எடுத்த முடிவைப்பற்றி நான் உங்களுக்குச் சொல்ல வேண்டியதில்லை!

என்னையே எடுத்துக்கொள்ளுங்கள். எனது அனுபவம் விற்பனைத் துறையில்தான் இருந்தது. அதாவது சேல்ஸ் மற்றும் விநியோகம். அந்தத் துறையில் துபாயில் நான் பணிக்குச் சேர்ந்தபோது என்னை மேலும் உயர்த்திக்கொள்ள இந்த சேல்ஸ் அனுபவம் மட்டும் போதாது என்று நிச்சயமாக உணர்ந்தேன்.

ஐரோப்பாவிலும் அமெரிக்காவிலும் இயங்கி வந்த எங்களது பிரின்ஸிபல் நிறுவனங்களுக்கு, அதாவது எந்த உற்பத்தியாளர்களிடம் இருந்து பொருள்களை நாங்கள் இறக்குமதி செய்துகொண்டிருந் தோமோ அந்த நிறுவனங்களுக்கு, தனியாக மார்க்கெட்டிங் துறை என்று இல்லாமல் இருந்தது.

இதையே ஒரு வாய்ப்பாக வைத்து அவற்றின் மார்க்கெட்டிங் தேவைகளை நான் ஏன் பூர்த்தி செய்யக்கூடாது என்று என்னையே நான் கேட்டுக்கொண்டேன்.

விளைவு, மார்க்கெட்டிங்கின் அடிப்படைகளை நான் எனது P.G. Management Course-ல் படித்திருந்ததாலும் மற்றும் மார்க்கெட்டிங் துறை நண்பர்கள் மூலம் நான் அறிந்து வைத்திருந்த நுணுக்கங்களைக் கொண்டும் எங்களது பிரின்ஸிபல் நிறுவனங்களின் மார்க்கெட்டிங் மேனேஜராகவும் என்னை உயர்த்திக்கொண்டேன்.

இந்த முயற்சி என்னை நல்ல ஒரு சேல்ஸ் மேனேஜராக மட்டுமின்றி ஒரு திறமை மிக்க மார்க்கெட்டிங் மேனேஜராகவும் பரிமளிக்க உதவியது. முக்கியமாக Below the line Marketing, Shopper Marketing என்ற துறைகளில் எனக்கென ஒரு தனி இடத்தைப் பிடித்துக் கொண்டேன். எங்கள் நிறுவனத்தின் டைரக்டர்களுக்கு நேரடியாக ரிப்போர்ட் செய்யும் அளவுக்கு என்னை உயர்த்தியது இந்த மதிப்பு கூட்டல்.

இதை நான் எழுதிக்கொண்டிருக்கும்போது எனது மனைவி ஒரு வாட்ஸாப் மெஸ்ஸேஜை காண்பித்து எனது சிந்தனை தொடரை வெட்ட, எனக்கு எரிச்சல் தோன்ற, நான் என் எரிச்சலை வெளிக்காட்டாமல் அதை வேண்டா வெறுப்பாகப் பார்க்க, உடனே என் எரிச்சல் இருந்த இடம் தெரியாமல் மறைந்து போனது.

எப்படி என்று வியக்கிறீர்களா?

அந்த மெஸேஜில் நம் நாட்டின் வைஸ் அட்மிரல் திரு கிரீஷ் லுத்ரா என்பவர் தற்போது பிரபலமான ஒரு பாலிவுட் பாடலை அனாயாசமாகப் பாடி ஒரு பெரிய ஆடியன்ஸிடம் பலத்த அப்ளாஸை வாங்குகிறார். அவரது வயதைக்காணும்போது அவரது குரல் ஒரு இளைஞனது குரலாக ஒலிக்கிறது. பாருங்கள், அவர் ரிடையர் ஆனதும் அவர் பிரகாசிக்க வேறொரு துறையிலும் நிபுணத்துவம் இருக்கிறதே!

இதோ கிடைத்துவிட்டதா உங்களுக்கு இன்னும் ஒரு உதாரணம், இந்தத் தொழில் மாற்றம் விஷயமாக!

> உங்களுடைய உண்மையான தோழன்
> நீங்கள் நாளுக்கு நாள் பெற்று வரும் தொழில்
> நிபுணத்துவம், மாற்றுத் துறைகளில் கால்
> வைத்து உங்களை உயர்த்திக்கொள்ளும்
> பாங்குதான் என்று அடித்துச் சொல்லுவேன்!

7

கேளிக்கைகளைத் தவிர்!

என் வாழ்வில் பல செல்வந்தர்களைப் பார்த்திருக்கிறேன், பழகி இருக்கிறேன். அவர்களிடம் நான் பொதுவாக கண்ட விஷயம் அவர்கள் கேளிக்கை விஷயங்களில் அதிக நாட்டம் செலுத்தாததுதான்.

அவர்கள் எல்லோரும் வெறும் பணத்தை உற்பத்தி செய்யும் தொழிற்சாலைகளாக உணர்ச்சியற்ற ஜடங்களாக வாழ்க்கை நடத்துகிறார்கள் என்று நான் கூற வரவில்லை.

பலர் வருடம் தோறும் தன் குடும்பத்தையோ நண்பர்களையோ அழைத்துக்கொண்டு வெளி நாடுகளுக்கு சுற்றுப்பயணம் செய்து வாழ்க்கையை அனுபவிப்பார்கள்தாம். ஆனால் அன்றாட வாழ்க்கையில் அவர்கள் கேளிக்கைகளுக்கு அதிக முக்கியத்துவம் கொடுப்பதில்லை.

கேளிக்கைகள் கஷ்டப்பட்டு சேர்த்துவைத்த பணத்தை வெகு சுலபத்தில் கரைத்து விடக்கூடியது மட்டுமில்லை, அது உங்களுடைய ஆற்றல் சக்தியை நொடியில் அழித்துவிடக்கூடியவை.

ஒரு டெலிவிஷன் சீரியலுக்கு அடிமையானாலும் போதும், அது உங்கள் நேரத்தை வீணடிப்பது மட்டுமல்லாமல் உங்கள் உணர்ச்சிகளைக் கிளப்பிவிட்டு உங்கள் ஆழ்மனதில் வடுக்களை ஏற்றிவிடக்கூடியது.

'பிசினஸை விரிவு படுத்துவதற்காக வாடிக்கையாளர்களுடன் வாரா வாரம் தண்ணி பார்ட்டியிலே கலந்துகொள்ளவேண்டியிருக்கிறது.

கிளப்புகளில் சென்று சீட்டாடினால்தான் நமது மதிப்பு உயர்ந்து நிற்கும்' போன்ற சால்ஜாப்புகள் இன்று மிக அதிகம். ஆனால் அவ்வாறு செய்பவர்கள் தண்ணி அடித்து, சீட்டாடி உருப்படியாய் தங்களது வியாபாரத்தைக் கூட்டியோ பெருக்கியோ நான் பார்த்ததில்லை.

நான் பார்த்து மிகவும் வியந்த செல்வந்தர் திரு. ஜோசெஃப் செல்லாவை பற்றி நான் ஏற்கெனவே எழுதி இருக்கிறேன்.

அவரிடம் இருந்த டிஸிப்ளின் மிகவும் பாராட்டுதற்குரியது. மனிதர் சுத்த சைவம். பீர் கூட குடித்தறியாதவர். ஞாயிற்றுக்கிழமை ஆனால் குடும்பத்துடன் விடியற்காலையிலேயே எழுந்து சர்ச்சுக்கு சென்று தொழுதுவிட்டு வருவார். தினசரி காலையில் எழுந்து கசரத் செய்துவிட்டுத்தான் மற்றவேலை. அவ்வளவு கட்டுப்பாடானவர்.

திருச்சி லயன்ஸ் கிளப்பில் முக்கிய பதவி வகித்து பல சமுதாய நலன்களைச் செய்தவர். அவரைத் தெரியாத பெரிய புள்ளிகளே திருச்சியில் இல்லை என்றே கூறலாம். ஆனால் அவர் கேளிக்கைகளில், வெத்து பார்ட்டிகளில் சமயத்தை வீணடித்து ஒருவரும் பார்த்திருக்க முடியாது.

அதே சமயம் குறுகிய காலத்தில் பெரும் செல்வம் ஈட்டியதோடு மட்டுமல்லாமல் சமுதாயத்திலும் மிகப் பிரபலமாக இருந்தவர்கள் பலர் இந்த வலையில் மாட்டிக்கொண்டு அதல பாதாளத்துக்குச் சென்றதை பல முறை பார்த்திருக்கிறேன்.

கையில் கொஞ்சம் பணம் சேரத்தொடங்கியதும் சேரக்கூடாதவர் களுடன் நட்பு, சினிமா நடிகைகளுடன் தொடர்பு என்று இப்படி பல வழிகளில் சேர்த்த செல்வத்தை வீணடித்து விட்டு மண்ணோடு மண்ணாய் கலந்துவிடுகிறார்கள்.

அதே திருச்சியில் ஒருவர் மிகச் சிறிய அளவில் ஒரு ஹோட்டல் ஆரம்பித்து தனது அயராத உழைப்பினாலும், நல்ல சுவையான சுத்தமான உணவுப் பதார்த்தங்களை சமைத்து ரகாயமான விலையில் மக்களுக்கு வழங்கி அந்த ஹோட்டலை நன்கு வளர்த்தார்.

சிறிய அளவில் தொடங்கப்பட்ட அந்த உணவகம் நாளடைவில் விரிவாக்கப்பட்டு மக்களிடத்தில் நல்ல வரவேற்பைப் பெற்று நன்றாக நடந்து கொண்டிருந்தது.

அவரது காலத்துக்குப்பின் அதனை அவரது இரண்டு மகன்கள் ஏற்று நடத்தினார்கள். சரியாக உழைத்திருந்தால் தந்தை உண்டாக்கியதை, அதை விட அதிகம் பிரபலமானதாக வளர்த்திருக்கலாம்.

மகன்களில் ஒருவன் சமர்த்தன். மற்றவன் கேளிக்கை பிரியன். தவறான பழக்க வழக்கங்களுக்கு அடிமையானான். ஒரு கட்டத்தில் வியாபாரத்தின் முதலிலேயே கை வைத்து வீண் செலவு செய்து கடனில் மாட்டிக்கொண்டு தத்தளித்து கடைசியில் அந்த நல்ல ஹோட்டலை அதுவும் திருச்சியின் மிக முக்கிய பகுதியிலிருந்த அந்த ஹோட்டலை அவர்கள் விற்று கடனை அடைக்கும்படி ஆயிற்று!

யுனைடெட் ப்ரூயெரீஸ், கிங்ஃபிஷர் விமான சேவை என்று பல களங்களில் கால் வைத்து ஜேம்ஸ் பாண்டைப்போன்று இளம் அழகிகளுடன் போஸ் கொடுத்துக்கொண்டு வித விதமான முடி அலங்காரங்களில் வளைய வந்த விஜய் மால்யாவின் சகாப்தம் முடிவடைந்தது இந்தக் கேளிக்கை விளையாட்டுகளினால்தான்.

உலகத்தையே தனது அற்புதமான நடனத்தில் மயங்கச்செய்து தன் காலடிகளில் போட்ட மைக்கேல் ஜாக்ஸன் வீழ்ந்ததும் இந்தக் கேளிக்கைகளினால்தான்.

ஆனால் முகேஷ் அம்பானியின் வளர்ச்சியைப்பாருங்கள். எந்த ஒரு சர்ச்சையிலாவது மாட்டிக்கொள்கிறாரா மனிதர்? மிகப் பத்திரமாக தனது சுத்தமான இமேஜை பாதுகாக்கிறார். காரணம் இவருக்கு நன்கு தெரியும் கேளிக்கைகள் விஷத்தைப் போன்றவை.

வளர்ந்து வரும் வியாபாரத்தின் வேரிலேயே விஷத்தைப் பாய்ச்சி அந்த மரத்தையே கருகச்செய்பவை.

> கேளிக்கைகள் கஷ்டப்பட்டு சேர்த்துவைத்த
> பணத்தை வெகு சுலபத்தில் கரைத்து
> விடக்கூடியது மட்டுமில்லை, அது
> உங்களுடைய ஆற்றல் சக்தியை
> நொடியில் அழித்துவிடக்கூடியவை.

8

வெற்றிப்படி ஏற நூல்களைப் படி!

கடந்த அத்தியாயத்தில் நான் கேளிக்கைகளைத் தவிர்க்குமாறு கூறி இருந்தேன். அதற்குக் காரணம் நமது நேரம் வீணான வழியில் செலவாகிப்போனால் நாம் என்ன செய்ய வேண்டுமோ அதைச் செய்யாமல் முன்னேற்றப் பாதையில் ஏற முடியாமல் சறுக்கு விளையாட்டு விளையாடிக்கொண்டு இருப்போம்.

எனவே கேளிக்கைகளைத் தவிர்த்து மிஞ்சும் நேரத்தை நாம் படிப்பதற்கும் நம்மைச் சுற்றி உலகில் என்ன நடக்கிறது என்று ஊன்றிக் கவனிக்கவும் பயன்படுத்திக்கொள்ளலாம்.

நமது தொழில் சம்பந்தமான நூல்களை வாங்கிப் படித்து அத்தொழிலின் நுணுக்கங்களை, அதில் மாறி வரும் அம்சங்களை, முன்னேற்றங்களைப் படிக்கப் படிக்க நீங்கள் உங்கள் தொழிலில் ஒரு நிபுணர் என்று கூறும் அளவுக்கு வளர்ந்து விடுவீர்கள்.

அது மட்டுமல்ல. படிக்கும்போது நம் தொழில் சார்ந்தது மட்டு மல்லாமல் பொதுவாக வியாபார உலகில் ஏற்படும் முன்னேற்றங் களையும், மாற்றங்களையும் படித்துப் புரிந்து கொள்ளுங்கள். இது உங்களது பொது அறிவை வளர்த்து உங்களது தொடர்பாற்றலில் ஒரு சாமர்த்தியத்தைக் கொடுத்து உங்களை தலைமை இடத்துக்கு அழைத்துச் செல்லும்.

நான் பணித்தொடர்பாக தினம் நூற்றுக்கணக்கான மைல் கணக்கில் பயணம் செய்திருக்கிறேன். அப்போதெல்லாம் எனக்கு உற்ற நண்பர்களாக என்னுடன் பயணம் செய்தவர்கள் நான் என்னுடன் கொண்டு சென்ற புத்தகங்களே!

புத்தகங்கள் என்று நான் குறிப்பிடுபவை அறிவை வளர்க்கும் புத்தகங்களை, கிசு கிசு செய்திகள் கொடுக்கும் புத்தகங்களை அல்ல! உங்கள் வாழ்க்கையை மேம்படுத்தும் புத்தகங்களை, உங்களது அறிவுக்கண்களைத் திறந்துவிடும் புத்தகங்களை, உங்களைச் சிந்திக்க வைக்கும் புத்தகங்களை நிதமும் படிக்கும் வழக்கத்தை வளர்த்துக் கொள்ளுங்கள்.

இதில் நான் வேறொரு பரிமாணத்தை இங்கு சுட்டிக்காட்ட விரும்புகிறேன்.

படிப்பதை வெறுமே வாந்தி எடுப்பதைப்போல மற்றவர்களிடம் ஒப்பிப்பவர்கள் தலைவர்கள் ஆவதில்லை. படித்ததை நன்றாக சிந்தித்து அதில் நம்முடைய சிந்தனை என்ன? எந்த விஷயங்களில் நாம் அவற்றுடன் ஒத்துப்போகிறோம்? ஏன் ஒத்துப்போகிறோம்? ஒருவேளை நாம் அந்தக்கருத்துக்களுக்கு மாற்றாக நினைத்தால், அதற்குக் காரணம் என்ன? தர்க்க ரீதியாக நம்மால் விளக்க முடியுமா?

இதைத்தான் value addition என்று நான் குறிப்பிடுவேன்.

படித்ததை ஒப்பிப்பவன் நல்ல மார்க் வேண்டுமானால் வாங்கலாம், ஆனால் புத்திசாலி அல்ல! படித்ததை நன்கு ஜீரணித்து அதிலிருந்து புதிதாகச் சிந்தித்து நல்ல கருத்துக்களைக் கொண்டு வருபவன்தான் புத்திசாலி!

இப்படி நீங்கள் படிப்பதை, சிந்திப்பதை உங்களது அன்றாட பழக்கத்தில் கொண்டு வந்துவிட்டால் வெகு விரைவில் நீங்கள் ஒரு நடமாடும் அறிவுக்களஞ்சியமாக உருவாகி விடுவீர்கள்.

உங்களது தலைமை பண்புகள் மெருகேறி உங்கள் வியாபார, தொழில் சார்ந்த, குடும்ப வட்டாரங்களில் உங்களை ஒரு நிபுணராக பார்க்க ஆரம்பிப்பார்கள்.

இது உங்கள் செல்வாக்கை அதிகரிக்கும். செல்வாக்கு அதிகரிக்க உங்கள் வியாபாரமும் அதிக வேகத்தில் வளரும். லாபம் கூடும். பின் என்ன? செல்வ வளத்தில் நீங்கள் புரள்வீர்கள்!

9

காலம் பொன்னானது

நீங்கள் பெரும் செல்வந்தர் ஆக வேண்டுமா?

நீங்கள் புரிந்துகொள்ளவேண்டிய முக்கியமான விஷயம் நீங்கள் செலவழிக்கும் ஒவ்வொரு நிமிஷமும் செல்வம்தான் என்பதை.

ஆம், செல்வந்தர்கள் பலரும் காலத்தை அளவுகோலாக வைத்துத்தான் தங்களது பொருளுக்கு விலையை நிர்ணயம் செய்கிறார்கள்.

புகழ்பெற்ற வழக்கறிஞர்களைப் பாருங்கள். ஜெத்மலானி, நானி பால்கிவாலா போன்றவர்கள் தாங்கள் கட்சிக்காரர்களுக்காக பேசும் ஒவ்வொரு நிமிடத்துக்கும் சார்ஜ் செய்வார்கள்.

இன்று தொலைக்காட்சி நிகழ்ச்சிகளில் மக்கள் சேவையே மகேசன் சேவை என்றும், மனித நேயமே எல்லாவற்றையும் காட்டிலும் உயர்ந்தது என்று வாய் கிழிய பேசும் புகழ் பெற்ற பேச்சாளர்கள் பலர் தாங்கள் பேச வருவதற்கு மணிக்கு இத்தனை லட்சம் என்று விலை வைத்திருக்கிறார்கள்.

ஏதோ சேவை உள்ளம் படைத்தவர்கள், நமது சேவை நிறுவனத்துக்கு ஓசியில் பேச வருவார்கள் என்று நினைத்தீர்களானால் நீங்கள் நிச்சயம் ஏமாந்துதான் போவீர்கள்.

அவ்வாறுதான் மிகப்பெரும் பாடகர்களும். தேங்காய் மூடி, வாழைப்பழ கச்சேரிகளுக்கு அவர்கள் பாடுவதில்லை.

இதைக் குறிப்பிடும்போது இசைத்துறையில் உள்ள நண்பர் ஒருவர் கூறிய ஒரு சம்பவம் நினைவுக்கு வருகிறது.

கேரளத்தில் மிகப்புகழ் பெற்ற பாடகர் ஒருவரை ஒரு கச்சேரிக்கு புக் செய்திருந்தார்கள். அட்வான்ஸாகவே முழுப்பணத்தையும் வாங்கும் அளவுக்கு மிகப் பெரிய பாடகர் அவர். பின்னால் எதோ தவிர்க்க முடியாத காரணத்தால் அந்தக் கச்சேரி நடக்கமுடியாமல் கான்ஸல் ஆகிப்போனது. காரணங்களை விளக்கி மேற்படி பாடகரிடம் இருந்து கொடுத்த முன் பணத்தை திருப்பிக் கேட்டவர்களுக்கு பட்டையாகக் குழைத்துப் போட்டாராம் நாமத்தை. 'நீங்கள் நடத்த முடியவில்லை என்பது உங்கள் பிராப்ளம், என்னுடையதல்ல' என்று கட் அண்ட் ரைட்டாக பேசி அவர்களை திருப்பி அனுப்பி விட்டாராம் அவர்!

இப்போது நான் உங்களுக்கு விளக்க முற்படுவது காலத்தின் முக்கியத்துவத்தை மட்டும்தான். நீங்களும் அதுபோல ஈவு இரக்கம் இல்லாமல் பணத்தை ஜரூராக வசூல் செய்யவேண்டும் என்று கூறுவதற்காக இல்லை.

ஒவ்வொரு நாளும் ஒரு ஆடிட் நடத்துங்கள். அதாவது நீங்கள் செலவழித்த நேரம் உண்மையிலேயே பயனுள்ளதா அல்லது வீணாக செலவழிக்கப்பட்டதா என்று அறிய நடத்த வேண்டிய ஆடிட்.

- எத்தனை மணி நேரம் நீங்கள் உங்களை முன்னேற்றிக்கொள்ள பயன்பட்டது.
- எத்தனை மணி நேரம் உங்களை எதிர்மறையாகச் சிந்திக்கவும் செயல் படவும் வைத்தது.
- எத்தனை மணி நேரம் வெட்டியாகக் கழிந்தது.
- எத்தனை மணி நேரம் கேளிக்கையில் கழிந்தது.
- எத்தனை மணி நேரம் உறக்கத்தில் கழிந்தது.

நீங்களே உங்கள் நேரத்துக்கு ஒரு விலையை நிர்ணயம் செய்யுங்கள். அந்த நிர்ணயத்தின் பேரில் ஒவ்வொன்றையும் கணக்கெடுத்துப் பாருங்கள். இப்படி தினமும் செய்து பாருங்கள். உங்களுக்கே தெரியும் நீங்கள் எவ்வளவு செல்வத்தைச் சேகரித்தீர்கள், எவ்வளவு வீணடித்தீர்கள் என்று.

காலம் கழிந்தபின் வரும் ஞானத்தால் உங்களுக்குப் பயன் ஏதும் இல்லை. ஒரு வேளை அந்த அனுபவத்தைக் கேட்டவர்களுக்கு, எப்படி இருக்கக்கூடாது என்பதற்கு வேண்டுமானால் அது பயன்படலாம்!

தற்கால இளைஞர்களும் யுவதிகளும் டேட்டிங்கிலும் PUBகளிலும் நேரத்தை வீணடித்துவிட்டு நடு வயதில் ஞானோதயம் பெற்று பின் யு-டர்ன் செய்து வாழ்க்கையை முன்னேற்றப் பாதையில் எடுத்துச் செல்ல முயல்வது மிகக் கடினமான ஒன்றாக இருக்கும்.

நான் பணியில் இருந்த காலத்திலும் சரி, இப்போது கன்ஸல்ட்டிங் தொழில் செய்து கொண்டிருக்கும்போதும் சரி, காலத்தைச் செலவழிப்பதற்கு சரியான திட்டமிடுதலைச் செய்து வந்திருக்கிறேன்.

அடுத்த நாள் என் வாடிக்கையாளர்களுக்கோ அல்லது மேனேஜ்மெண்ட்டுக்கோ செய்ய வேண்டிய பிரசண்டேஷனிலிருந்து, எனது அடுத்த நாள் அணிய வேண்டிய உடைகள், காலணிகளுக்கு செய்யவேண்டிய பாலிஷ் வரை எல்லாம் முதல் நாள் இரவுக்குள் தயாராகி விடும்! காலையில் எழுந்து அலுவலகத்துக்குச் செல்லும் அவசரத்தில் எதையும் தேடிப் பறந்துகொண்டிருக்க மாட்டேன்.

இது என் இமேஜை பிசினஸ் வட்டாரங்களில் பலப்படுத்தியது.

ஒருவேளை சில தவிர்க்க முடியாத காரணத்தால் குறிப்பிட்ட காலத்துக்குள் செல்லமுடியாது என்று தோன்றினால் கைபேசியில் நான் அப்பாயிண்ட்மெண்ட் கொடுத்தவருடன் தொடர்புகொண்டு இன்ன காரணத்தினால் என்னால் நேரத்துக்கு வர இயலவில்லை என்று மன்னிப்பு கேட்டுக்கொண்டு மாற்று நேரத்துக்கு மீட்டிங்கை தள்ளி வைக்க அனுமதி கேட்டுப் பெற்றுவிடுவேன்.

துபாயில் என் உடன் பணிபுரிந்து கொண்டிருந்த ஒருவர் இந்த விஷயத்தில் வெகு வீக்!

அப்பாயிண்ட்மெண்ட்டுகளை மறந்து விடுவார். திடீரென விழித்துக்கொண்டு ‘ஹோ, இன்று ஸ்பின்னீஸில் ஒரு மீட்டிங் இருக்கிறதே’ என்று சொல்லிக்கொண்டு அவசர அவசரமாக ஃபைல்களை எடுத்துக்கொண்டு காரை ரேஸில் செலுத்துவதைப்போல ஓட்டி குறிப்பிட்ட வாடிக்கையாளரிடம் செல்வார். அதற்குள் வாங்கிய அப்பாயிண்ட்மெண்ட் நேரம் முடிந்திருக்கும். வெறும் கையோடு திரும்பி வருவார்.

சிலசமயம் வாங்கிய அப்பாயிண்ட்மெண்ட் மறந்துபோக, வாடிக்கையாளர் இவரை ஃபோனில் கூப்பிட்டு, ‘என்ன மணியாகிறதே, இன்னும் உங்களைக் காணோமே!’ என்றால் கொஞ்சம் கூடத் தயங்காமல், ‘நான் உங்கள் ஆஃபீசுக்குத்தான் வந்து கொண்டிருக்கிறேன், ஒரே ட்ராஃபிக் ஜாம்!’ என்று கூசாமல் ஒரு அடி அடிப்பார்.

உண்மையில் அவர் அப்போது அவரது அலுவலகத்திலிருந்து புறப்பட்டுக்கூட இருக்கமாட்டார்! இதனால் அவரது இமேஜ் வெகுவாக பாதிக்கப்பட்டதை அவர் உணரவில்லை.

தற்காலத்தில் படு வேகமாகப் பரவி வரும் ஃபேஸ் புக், வாட்ஸப் போன்ற சமூக வலைதளங்கள் சில சமயங்களில் நல்ல செய்திகளைத் தருவதாக இருந்தாலும் பல சமயங்களில் உப்புக்குப் பயன்படாத விஷயங்களைக் கொட்டி நம் நேரத்தை எப்படி வீணடிக்கின்றன!

அதுவும் நீங்கள் பல குரூப்புகளில் இருந்தால் ஒரே விஷயம் எத்தனைமுறை உங்களுக்கு வந்து உங்கள் பொறுமையைச் சோதிக்கிறது? நொடிக்கொரு தரம் கைபேசியை தேய்த்துப்பார்க்கும் அளவுக்கு எல்லோரையும் பித்தாக்கி அல்லவா வைத்திருக்கிறது?

நீங்கள் காலத்தை சரியான முறையில் பயன்படுத்த விரும்பினால் இந்த சமூக வலைதளங்களையும் சரியான வழியில் பயன்படுத்த அறிந்திருக்க வேண்டும். எந்த குரூப்புகளில் உங்களை மேம்படுத்தும் செய்திகள் வருகின்றனவோ அதில் மட்டும் உறுப்பினராக இருங்கள்.

அல்லது தனிப்பட்ட எந்த நபர்களிடமிருந்து உங்களுக்குப் பயனுள்ள விஷயங்கள் பகிர்ந்து கொள்ளப்படுகின்றனவோ அவர்களிடம் மட்டும் தொடர்பு வைத்துக் கொள்ளுங்கள். இல்லையென்றால் ஒரு நாள் இல்லை ஒரு நாள், இவை உங்களை தலையைப் பிய்த்துக்கொண்டு பாயைப்பிராண்ட வைத்துவிடும்!

> நீங்களே உங்கள் நேரத்துக்கு ஒரு விலையை நிர்ணயம் செய்யுங்கள். அந்த நிர்ணயத்தின் பேரில் ஒவ்வொன்றையும் கணக்கெடுத்துப் பாருங்கள். இப்படி தினமும் செய்து பாருங்கள். உங்களுக்கே தெரியும் நீங்கள் எவ்வளவு செல்வத்தைச் சேகரித்தீர்கள், எவ்வளவு வீணடித்தீர்கள் என்று.

10

ஆள் பாதி ஆடை பாதி!

நீங்கள் எத்தனை திறமை பெற்றவராக இருந்தாலும் உங்களை எப்படி வெளிப்படுத்திக்கொள்கிறீர்கள் என்பது மிக மிக முக்கியம்.

நடை முறையிலேயே பாருங்கள்.

ஒரு சிறிய மளிகைக் கடைக்குச் செல்கிறீர்கள், கோதுமை மாவு ஒரு கிலோ கேட்கிறீர்கள். அவர் ஒரு பொட்டலத்தில் அரைத்து வைத்திருக்கும் மாவை கட்டிக்கொடுக்கிறார்.

இதே ஒரு சூப்பர் மார்க்கெட்டிற்குச் செல்கிறீர்கள். அங்கே வகை வகையாக பொருள்கள் வெவ்வேறு ஷெல்ஃப்களில் அடுக்கப் பட்டிருக்கின்றன.

நீங்கள் குறிப்பிட்ட ஷெல்ஃபை அடைகிறீர்கள். கலர் கலரான கவர்ச்சிமிக்க பாக்கெட்டுகளில் பாக் செய்யப்பட்டு, அதன் பின்னால் அந்தப் பாக்கெட்டில் உள்ள கோதுமை மாவில் என்னென்ன சத்துக்கள் உள்ளன, எத்தனை காலரிகள், அதை வைத்துக்கொண்டு என்னென்ன உணவுப் பதார்த்தங்களைச் செய்யமுடியும் என்ற விவரங்கள்ய. என்று இப்படி ஒரு புதிய அவதாரத்தில் அந்த கோதுமை மாவு மிளிர்கிறது.

நீங்கள் சிறு மளிகைக் கடையில் பார்த்த அதே கோதுமை மாவு இப்போது ஃபேஷனான சட்டை அணிந்து கொண்டு உங்களைக் கவர்ந்து இழுக்கிறது. விலை கூட இருந்தாலும் உடனே அதை எடுத்து உங்கள் ட்ராலியில் திணிக்கிறீர்கள் இல்லையா?

இப்படித்தான் நாம் நம்மை 'பாக்' செய்துகொள்ள வேண்டியிருக்கிறது.

எனக்கு விற்பனை பயிற்சி கொடுத்த எனது முதல் நிறுவனம் ஹார்லிக்ஸ் இந்த விஷயத்தில் மிகுந்த முக்கியத்துவம் கொடுத்தது.

கசங்கிய உடை, வாராத கிராப்பு, பாலிஷ் போடாத ஷூக்கள் இவைகளுடன் எவராவது மார்க்கெட்டிற்குச் சென்றால், அவர் அப்போதே அவரது மேலாளரால் மார்க்கெட்டிலிருந்து வெளியேற்றப்படுவார்.

விற்பனையாளர் என்பவர் நிறுவனத்தின் ஒரு பிரதிபிம்பம், அவர் சரியாக இல்லை என்றால் அது அந்த நிறுவனத்தையே பாதிக்கும்.

உங்களது இமேஜை பார்த்துக்கொள்ளும் விஷயங்களில் ஒருபோதும் காம்ப்ரமைஸ் செய்யாதீர்கள்.

எனது வரும்படியின் ஒரு நல்ல சதவிகிதத்தை எனது உடைகளுக்கும், நான் அணியும் காலணிகளுக்கும் நான் செலவழித்து வந்திருக்கிறேன். இந்தச் செலவை நான் ஒரு இன்வெஸ்ட்மெண்ட்டாகத்தான் பார்க்கிறேன். அது கொடுக்கும் டிவிடெண்டு மிக அதிகம்.

ஒருமுறை நான் விற்பனை பணி சம்பந்தமாக பயணித்துக் கொண்டிருக்கும்போது என்னுடைய ஒரு சக பயணியும் விற்பனைத் துறையில் இருந்ததைப் பார்த்து அவருடன் பேச்சு கொடுத்தேன்.

பேச்சு நம் தலைப்புக்கு வந்தது.

நான் எனது இமேஜை பாதுகாத்துக்கொள்ள தினமும் சவரம் செய்துகொள்கிறேன் என்று கூறியவுடன் அவர் திகைத்து 'அப்படியா, நான் வாரத்துக்கு இரண்டுமுறைதான் ஷேவ் செய்கிறேன்' என்று கூறி அத்துடன் விடாமல் 'தினமும் ஷேவ் செய்வதென்றால் எவ்வளவு செலவு!' என்று சொல்லி என்னை அதிர வைத்தார்.

மனிதர் ஷேவிங் செலவை பெரிதாகப் பார்க்கிறார். ஆனால் மழிக்காத அரை குறை தாடியுடன் அவர் விற்பனைக்குச் செல்லும்போது அவர் இழக்கும் வாய்ப்புக்களை அவர் கணக்கெடுக்கவில்லை போலும்!

நான் ஆலோசனை வழங்கும் ஒரு நிறுவனத்தின் விற்பனை மேலாளர்கள் அயர்ன் செய்யப்படாத பாண்ட் - அதுவும் ஜீன்ஸ், ஷூவிற்கு பதிலாக செருப்பணிந்து கொண்டு தங்களது விநியோகஸ்தர்களையும், வாடிக்கையாளர்களையும் காண வருவதைக்கண்டு வியந்தேன்.

இவர்களால் அந்த நிறுவனத்தின் இமேஜ் எவ்வளவு பாதிப்புக்கு ஆளாகிறது என்று அந்த நிறுவனத்தின் தலைவரிடம் கூறி ஒரு Dress code உண்டாக்க ஆலோசனை வழங்கினேன்.

எனவே செல்வந்தர் ஆக விரும்பும் ஒருவர் தனது உடைகளில், அணியும் காலணிகளில், கடிகாரத்தில், ஏன் உபயோகிக்கும் பேனாவில் கூட நல்ல கவனம் செலுத்தி உயர் ரக பொருள்களை உபயோகிக்க வேண்டும்.

இதே செல்வந்தர் ஆன பிறகு மிக சிம்பிளாக நீங்கள் உலா வந்தால், ‘பாரப்பா, இவர் எவ்வளவு பெரிய கோடீஸ்வரர், ஆனால் எவ்வளவு எளிமையாக இருக்கிறார்’ என்று உங்களை உலகம் பாராட்டும், புகழும். அது வேறு விஷயம்!

ஆனால் இந்த நிலையை அடைவதற்கு நீங்கள் முதலில் உங்களை பாலிஷ் செய்துகொள்ளவேண்டும்.

ஆம்! மெருகேற்றிக்கொள்ளுங்கள் உங்களை! செல்வந்தர் ஆக தயார் ஆகுங்கள்!

> வருமானத்தின் ஒரு நல்ல சதவிகிதத்தை
> உடைகளுக்கும், காலணிகளுக்கும்
> செலவழியுங்கள். இந்தச் செலவு ஒரு
> இன்வெஸ்ட்மெண்ட்டாகத்தான் இருக்கும்.
> அது கொடுக்கும் டிவிடெண்டு மிக அதிகம்.

11

எத்தொழில் யார் யார் செய்யினும்...

சமீபத்தில் பத்திரிகையில் வந்த செய்தி ஒன்று என் கவனத்தை மிகவும் கவர்ந்தது.

ஒருவர் தனது கேரள சுற்றுலா பயணத்தைப்பற்றி எழுதி இருந்தார்.

அதில் அவர் தான் வாடகைக்கு கார் அமர்த்திக்கொண்டு கேரளத்தின் குமரகம் போன்ற சுற்றுலாத் தலங்களுக்குச் சென்றதாகவும், அங்கு எப்படி தான் வரவேற்கப்பட்டு உபசரிக்கப்பட்டார் என்பதை எல்லாம் எழுதிவிட்டு தனது கார் ஓட்டுனருடன் தான் நிகழ்த்திய சம்பாஷணை எப்படி அவரை திகைப்பில் ஆழ்த்தியது என்றும் எழுதி இருந்தார்.

அவருக்கு டாக்ஸி ஓட்டியவர் MBA பட்டம் வாங்கியவராம். வளைகுடா நாடுகளில் வேலை பார்த்து திரும்பியவராம். பின் தனது சொந்த ஊருக்கு வந்து சிறியதாக இந்த டாக்ஸி ஓட்டும் தொழில் தொடங்கி, தற்போது அவருக்கு 30 டாக்ஸிகள் வேலை செய்துகொண்டு இருந்தன என்று கேட்டு நண்பர் வாயடைத்துப்போனாராம்.

இவ்வளவு இருந்தும் ஏன் இவரே டாக்ஸியை ஓட்டிக் கொண்டிருக்கிறார் என்று நண்பர் கேட்க அவர் கூறிய பதில் மிகத் தெளிவாக இருந்தது.

‘நானே ஓட்டுவதால் என் கீழ் வேலை செய்யும் மற்ற ஓட்டுனர்கள் என் தொழில் தர்மத்தின்மீது மதிப்பு வைத்திருக்கிறார்கள். அன்றாடம் எதிர்கொள்ள வேண்டிய சவால்களை நேரடியாக நானே அறிந்து கொள்ள இது உபயோகமாக உள்ளது. அதுமட்டுமல்ல நான் செல்லும் ரூட்டுக்களில் எனது மற்றைய டாக்ஸிகள் எப்படி ஓடிக் கொண்டிருக்கின்றன என்பதை நானே நேரடியாகக் கண்காணிக்கும் ஒரு உபாயமாகவும் இது இருக்கிறது.’

இந்தச் செய்தி நமக்கு அறிவுறுத்துவது என்ன என்றால் செல்வந்தன் ஆவதற்கு இந்தத் தொழிலைத்தான் செய்யவேண்டும் என்பதில்லை. எந்தத் தொழிலும் - அது நேர்மையான தொழிலாக இருக்கும் பட்சத்தில் - செய்யத் தயங்க வேண்டியதேயில்லை.

உங்களது மதிப்பு நீங்கள் கடைபிடிக்கும் தொழில் தர்மத்தை வைத்துத்தான் உயருமே தவிர அந்தத் தொழிலால் அன்று.

இந்த விஷயத்தில் கேரளத்தைச் சார்ந்தவர்களிடம் நான் ஒரு தொழில் மரியாதையைப் பார்க்கிறேன். எனது சமீபத்திய கேரள விஜயத்தின் போதுகூட இது மாதிரி ஒரு சம்பவம்.

ஒரு ஊபர் கால் டாக்ஸி ஓட்டுனருடன் நான் கொச்சின் மரைன் ட்ரைவுக்குச் சென்று கொண்டிருந்தேன்.

அவரிடம் பேச்சு கொடுக்கையில் அவர் ஒரு கம்ப்யூட்டர் ஆபரேட்டராக கத்தாரில் பணி புரிந்தவர் என்று அறிந்துகொண்டேன். பின்னர் அங்கு ஒரு பொருளாதாரப் பின்னடைவு ஏற்பட்டபோது தன் நாட்டுக்குத் திரும்பி வந்துவிட்டதாகவும் கூறினார். இப்போது நண்பர்களுடன் சேர்ந்து GPS உற்பத்தி செய்து அதை கஸ்டமர்களுக்கு டெமோ செய்வதாகவும் கூறினார். அவ்வாறு செய்வதற்கென ஒரு கார் வாங்கியதாகவும், மற்ற நேரங்களில் அதையே ஒரு டாக்ஸியாக ஓட்டவும் பெர்மிட் வாங்கி பார்ட் டைமில் அதைச் செய்வதாகவும் கூறினார்.

இப்போது அடுத்த உண்மைச்சம்பவம்.

சென்னை மடிப்பாக்கத்தில் ஒரு ஏழ்மையான குடும்பத்தில் பிறந்தவர் சரத்பாபு. அவரது அன்னை மதிய உணவுக்கூடத்தில் உழைத்துப்பெற்ற சம்பளம் மாதத்துக்கு ரூபாய் 30! அதாவது நாளுக்கு ரூபாய் ஒன்று! மற்ற நேரங்களில் அவர் வீட்டிலேயே இட்லி சுட்டுத் தர அதனை சரத்பாபு விற்க அதன் மூலம் கொஞ்சம் வரும்படி வந்தது.

இப்படி வறுமையில் பள்ளிப்படிப்பை முடித்து ஸ்காலர்ஷிப்பில் BITS - PILANI-ல் எஞ்சினியரிங் படித்து பின்னர் கஷ்டப்பட்டு உழைத்து

இந்தியாவிலேயே முதன்மை பெற்ற கல்விச்சாலையான IIM - அஹமதாபாத்தில் MBA படித்து முடித்தார்.

பன்னாட்டு நிறுவனங்கள் லட்சக்கணக்கில் சம்பளம் கொடுக்கத் தயாராக இருந்தும் அந்த சபலத்தில் வீழாமல் தன் அன்னை எப்படி இட்லி விற்று தன்னைப் படிக்க வைத்தாரோ அதே இட்லி உண்டாக்கும் தொழிலில் நான் வெற்றிவாகை சூடிக்காட்டுவேன் என்று முடிவு செய்தார்.

மிகச்சிறிய மூலதனத்தில் கேட்டரிங் சேவை ஆரம்பித்து பின்னர் அதை விரிவு படுத்தி இன்று 'FOODKING' நிறுவனத்தைத் தொடங்கி பல கோடிகள் டர்ன் ஓவர் செய்துகொண்டிருக்கிறார்.

அந்த இளைஞர் நினைத்திருந்தால் போட்டி போட்டுக்கொண்டு அவரை தேடி வந்த பன்னாட்டு நிறுவனங்கள் ஏதோ ஒன்றில் சூட்டும் பூட்டும் அணிந்துகொண்டு நுனிநாக்கில் ஆங்கிலம் உதிர்த்துக்கொண்டு ஒரு மேனேஜராக இருந்திருக்கலாம்.

ஆனால் அவர் அப்படிச் செய்ய விரும்பவில்லை. தானே சொந்தமாக தொழில் செய்து ஒரு முதலாளியாக வேண்டும் என்ற தன் கனவை மெய்ப்பித்து தனக்கென ஒரு முத்திரையைப் பதித்திருக்கிறார் சரத்பாபு.

> உங்களது மதிப்பு
> நீங்கள் கடைபிடிக்கும் தொழில் தர்மத்தை
> வைத்துத்தான் உயருமே தவிர
> அந்தத் தொழிலால் அன்று.

12

கடும் உழைப்புக்குத் தயங்காதீர்!

எத்தகைய கடும் உழைப்புக்கும் அஞ்சாதவன் பக்கம்தான் செல்வத்தின் காற்று வீசும். சோம்பேறிகள் சொர்க்கத்தின் வாயிலைக் கூட காண முடியாது.

எனக்குத் தெரிந்த சில பெற்றோர்கள் வயிற்றைக்கட்டி வாயைக்கட்டி சேர்த்து வைத்து, அல்லது கடன் வாங்கி மிகக் கஷ்டப்பட்டு படிக்க வைத்த பிள்ளைகள் எல்லாம் உருப்படியாக ஒரு வேலைக்கும் போகாமல் பெற்றோர்களின் பராமரிப்பில் வருடக்கணக்காக வண்டியை ஓட்டிக்கொண்டிருப்பதை பல இடங்களில் நான் பார்க்கிறேன்.

அதில் சிலர் எஞ்சினியரிங் பட்டதாரிகள் வேறு!

இவர்கள் நினைப்பெல்லாம் சொகுசான ஏசி ரூமில் வியர்க்காமல் அமர்ந்து கொண்டு லாப்டாப்பை தட்டிக் கொண்டு வேளா வேளைக்கு டீ, காபி குடித்துக்கொண்டு, ஸ்விக்கியில் பிட்ஸா ஆர்டர் செய்து அதைக்கடித்துக் கொண்டே கைபேசியை தேய்த்துக்கொண்டு செய்யக்கூடிய வேலை ஒன்றுதான் தங்களுக்கு சரியான வேலை என்று கனவு காண்கிறார்கள்!

எனக்குத் தெரிந்த ஒரு பூக்களை விற்றுப் பிழைத்துக்கொண்டிருக்கும் ஒரு தாய் மிகக் கஷ்டப்பட்டு தன் பையனை எஞ்சினியரிங் படிக்க

வைத்தார். அவனுக்கு ஏதாவது தெரிந்த இடத்தில் வேலை வாங்கித்தர முடியுமா என்று என்னிடம் கேட்டார்.

அவனை என்னிடம் அனுப்பி வையுங்கள், முதலில் நான் அவனைப் பார்க்க வேண்டும் என்றேன்.

பையனும் வந்தான்.

ஒவ்வொரு சப்ஜெக்ட்டிலும் எத்தனை மார்க் வாங்கினாய் என்று கேட்டேன்.

முதலில் தயங்கினான். பிறகு எல்லா பேப்பர்களையும் க்ளியர் செய்யவில்லை சார், என்று தலையை சொரிந்தான்.

சரி, எத்தனை பேப்பர்களில் அரியர்ஸ் இருக்கிறது என்றேன்.

சரியாக அதைக்கூட சொல்லத் தெரியவில்லை. குத்து மதிப்பாக ஏதோ சொன்னான்.

நான் மிகவும் வருத்தப்பட்டேன் அவனது அன்னைக்காக.

'சரி, அதுதான் போகிறது. நீ முழுவதையும் க்ளியர் செய்யும் முன்பு தற்காலிகமாக பணி செய்ய எனக்குத் தெரிந்த ஒருவருடன் பேசுகிறேன். குறிப்பிட்ட தினத்தில் அவரைச் சென்று பார்' என்று கூறி அவன் காணவேண்டிய நபரின் கைபேசி எண்ணைக் கொடுத்து அனுப்பினேன்.

அதன் பின் நான் குறிப்பிட்ட நபரைத் தொடர்பு கொண்டு இந்தப் பையனைப்பற்றிப் பேசி அவர் செய்துகொண்டிருந்த ரியல் எஸ்டேட் தொழிலில் ஒரு தற்காலிக வேலையில் அமர்த்துமாறு கேட்டுக் கொண்டேன்.

சில தினங்களுக்குப்பின் அவர் என்னைக் கூப்பிட்டு 'நீங்கள் அனுப்புவதாகச் சொன்ன கேண்டிடேட் வரவே இல்லையே' என்று சொன்னார்.

பையனைக்கூப்பிட்டுப் பேசினேன். ஏதேதோ சால்ஜாப்பு சொல்லி மழுப்பினான். நான் புரிந்து கொண்டது இதுதான், கடும் உழைப்புக்கு அவன் தயாராக இல்லை.

திரை உலகில் மிகக் கடுமையாக உழைத்து முன்னேறியவர் மக்கள் திலகம் எம்ஜிஆர். நாற்பது வயதுவரை அவருக்கு சரியான படங்கள் அமையவில்லை. ஆனாலும் தயங்காமல் உழைத்தார். சரியான வாய்ப்புகள் தேடி வந்தன. அவரும் வந்த வாய்ப்புக்களை சரியாகப் பயன்படுத்திக்கொண்டார். மாபெரும் செல்வந்தராக விளங்கினார்.

நாகேஷ் தன்னைப்பற்றி எழுதியிருந்த ஒரு புத்தகம் 'நாகேஷ் எனும் நான்'. அதில் தான் எப்படி வாழ்க்கையில் எதிர் நீச்சல் போட்டு முன்னேறினேன் என்று அழகாக விளக்கி இருந்தார்.

ஒரு கால கட்டத்தில் ஒரே நேரத்தில் 20 படங்களுக்கு மேல் புக் செய்யப்பட்டிருப்பாராம். வெவ்வேறு பாத்திரங்கள், வெவ்வேறு மேக் அப், வெவ்வேறு ஸ்டுடியோக்கள்! மனிதர் ஓட்டமாய் ஓடி இருக்கிறார்! அதிலும் ஒரே நேரத்தில் மிகப்பெரும் கதாநாயகர்களுடன் நகைச்சுவை வேடத்தில் நடிப்பு! இவர் லேட்டாக வருவதை அவர்கள் ஒருபோதும் சகித்துக்கொண்டிருக்க மாட்டார்கள்.

எப்படி அவர் சமாளித்தார் என்பதை அவருக்கே உரிய நகைச்சுவை யோடு எழுதி இருந்தார். சில சமயம் அவர் குறிப்பிட்ட கதாநாயக நடிகருக்கு மேக் அப் செய்யும் நண்பருக்கு ஃபோன் செய்து வேண்டுமென்றே சிறிது நேரம் தாமதப்படுத்தச் சொல்வாராம். அப்படிக் கிடைக்கும் நேரத்தில் அடித்துப் பிடித்துக்கொண்டு தான் ஏற்கெனவே நடித்துக்கொண்டிருக்கும் ஸ்டுடியோவில் இருந்து இங்கு வந்து சேர்ந்து விடுவாராம். ஆகவே இவரால் லேட் ஆனது என்று யாருக்கும் தெரியாதாம்.

இதில் நாம் தெரிந்துகொள்ளவேண்டிய தொழில் ரகசியம் நான்கு உண்டு.

1. கடும் உழைப்புக்கு அஞ்சக்கூடாது.
2. நேரத்தை ஒரு நொடியும் வீணாக்கக்கூடாது.
3. எப்பேர்ப்பட்ட ஜாம்பவான்களுடன் வேலை செய்யும் போதும் அவர்களுக்கிடையே உள்ள வேற்றுமைகளில் தன் தனித்தன்மையை இழந்துவிடக்கூடாது.
4. சவால்களைச் சமாளிக்கும் கலையை அறிந்துகொள்ள வேண்டும்.

இப்படிக் கடுமையாக உழைப்பவர்களிடம் செல்வம் சேர்வதில் என்ன ஆச்சரியம்?

நான் மதுரையில் ஏரியா மேனேஜராகப் பணிபுரிந்து கொண்டிருந்த போது எங்களது கிடங்கில் முருகன் என்ற ஒருவர் உதவியாளராகப் பணிபுரிந்து வந்தார். டெப்போ மேலாளர் என்ன விவரம் கேட்டாலும் படார் படார் என விடைகள் கொடுப்பார்.

ஸ்டாக்குகள் எப்படி அடுக்கப்பட்டிருக்கின்றன, எந்தெந்த வரிசைகளில் எந்தெந்த ஐட்டம் உள்ளது என்றெல்லாம் மனப்பாடமாகச் சொல்வார், ஒரு கம்ப்யூட்டர்கூட தோற்றுவிடும்!

அவரது தந்தை மதுரை லோக்கல் மார்க்கெட்டிற்கு மட்டும் டெலிவரி கொடுக்கும் ஒரு சிறிய தொழில் நடத்தி வந்தார், அதுவும் தள்ளுவண்டியில்! முருகனுக்கு பெரிய லட்சியம் இருந்தது. தந்தை செய்யும் தள்ளுவண்டி டெலிவரியை லாரி டெலிவரியாக்கி வாழ்க்கையில் முன்னேற வேண்டும் என்பதுதான் அது.

அவரது அதிர்ஷ்டம், எங்களுக்கு வழக்கமாக தென் தமிழ் நாட்டு மாவட்டங்களுக்கு டெலிவரி கொடுத்து வந்த போக்குவரத்து நிறுவனம் நாங்கள் கொடுத்து வந்த கட்டணம் போதாது என்று தங்களது சேவையை திடீரென நிறுத்திவிட்டது.

அவர்கள் எங்களது கையை முறுக்கி கட்டணத்தைக் கூட்ட முயற்சித்தது எங்கள் நிறுவனத்துக்குப் பிடிக்கவில்லை. 'உடனே வேறு ஆளை பிடி' என்று எனக்கு உத்தரவு!

நான் யோசித்தேன், முருகனைக் கூப்பிட்டேன், 'உன்னால் இந்த காண்ட்ராக்டை எடுத்து நடத்த முடியுமா? இது போன்ற சந்தர்ப்பம் உனக்கு இனி எப்போது வரும் என்று சொல்ல முடியாது. பயன்படுத்திக்கொள்ள முடியுமா பார்!' என்றேன். முருகன் உடனே தன் தந்தையையும் தனது மனைவியின் சகோதரரையும் கேட்டு எப்படியோ பணத்தைத் தயார் செய்து தாங்களே டெலிவரியை நடத்துவதாகக் கூறினார்.

அடுத்த நாளே எந்தவித பாதிப்பும் இன்றி டெலிவரி நடந்தது.

அடுத்த சில வருடங்களுக்குள்ளேயே முருகனது பிசினஸ் நன்கு வளர்ந்தது.

அதற்குப்பின் சில வருடங்கள் கழித்து நான் மதுரை சென்றிருந்தபோது அவரைக்கண்டேன்.

போக்குவரத்துத் தொழிலை தன் மச்சானுக்கே விட்டுக்கொடுத்து விட்டு அவர் உணவுப்பொருள்களை வினியோகம் செய்யும் தொழிலில் நுழைந்து, நல்ல பெயர் பெற்ற நிறுவனங்களான ஹெயின்ஸ், ப்ரோட்டீனெக்ஸ் போன்றவற்றின் உலகத்தரம் வாய்ந்த உற்பத்திகளை மதுரையில் வினியோகம் செய்து வருகிறார்.

'இப்போது ஐம்பது லட்சத்துக்கு மேலே டர்னோவர் வருகின்றது. அதி விரைவில் ஒரு கோடியை எட்டிவிடுவோம்' என்று நம்பிக்கையுடன் கூறினார்.

'நீங்கள் அன்று எனக்குக் கொடுத்த நல்ல வாய்ப்பு என்னை நன்றாக முன்னேற வைத்தது' என்று நன்றியுடன் கூறினார்.

அவர் தனது பிள்ளைகளை நன்கு படிக்க வைத்து நல்ல இடத்தில் திருமணம் நடத்தி வைத்திருக்கிறார். தனது இரண்டாவது மகனை வியாபாரத்தில் தன்னோடு வைத்துக்கொண்டு நல்ல பயிற்சி கொடுத்து வியாபாரத்தைப் பெருக்க வழி வகை செய்திருக்கிறார். இன்று மதுரையில் உள்ள பெரிய புள்ளிகளில் இவரும் ஒருவர்!

வேறு ஒரு உதாரணம் தரட்டுமா?

நான் சென்னைக்கு வந்த புதிதில் எங்களது துவைத்த துணிகளை இஸ்திரி போட்டுத்தர முத்து என்ற ஒருவர் வந்து துணிகளை வாங்கிச் செல்வார். சில மாதங்கள் சென்றபின் அதே முத்து ஒரு நல்ல பைக்கில் சவாரி செய்துகொண்டிருப்பதைக் கண்டேன்.

'என்ன முத்து, புதிய வண்டி வாங்கி விட்டீர் போல இருக்கிறதே!' என்றேன்.

'ஆமாம் சார், பகலில் துணிகளுக்கு இஸ்திரி போட்டு சம்பாதிக்கிறேன். மற்ற நேரங்களில் ரியல் எஸ்டேட் பிசினஸும் செய்கிறேன், இப்போது எனக்கு நல்ல வரும்படி வருகிறது. இதில் அதிகம் சுற்ற வேண்டி இருப்பதால் நல்ல பைக் ஒன்றை வாங்கிவிட்டேன்' என்று சொல்லிச் சிரித்தார் அவர்.

அதிகம் படித்ததில்லை. ஆனால், செல்வந்தனாக வெறும் இஸ்திரி போட்டால் மட்டும் போதாது என்ற அளவில் தெரிந்துகொண்டு நேரத்தை வீணாக்காமல் மாற்றுத்தொழில் ஒன்றைக் கற்றுக்கொண்டு உழைத்து முன்னேறிக் கொண்டிருக்கிறார் இவர்.

இன்னும் சில வருடங்கள் கழித்துப் பார்க்கும்போது முத்து ஒருவேளை காரில் பயணித்துக்கொண்டிருப்பாரோ என்னவோ?

> கடும் உழைப்புக்கு அஞ்சக்கூடாது. நேரத்தை ஒரு நொடியும் வீணாக்கக்கூடாது. தன் தனித்தன்மையை இழந்துவிடக்கூடாது. சவால்களைச் சமாளிக்கும் கலையை அறிந்துகொள்ள வேண்டும்.

13

மாறிவரும் டெக்னாலஜி

*1980*களில் நிறுவனங்களில் கம்ப்யூட்டரைசேஷன் தொடங்கியது. கைகளால் எழுதித்தள்ளிய ரிப்போர்ட்டுகள் Word Star-ல் டைப் செய்யப்பட்டு கணினியிலேயே 'சேவ்'செய்யப்பட்டன. மணிக்கணக்காய் உழைத்து எழுதிக்கொண்டிருந்த கணக்குகள் LOTUS மூலம் நிமிடங்களில் செய்யப்பட்டு கணினியின் C-Drive-ல் பாதுகாக்கப்பட்டன.

அதற்குப்பின் வந்த Microsoft Windows வேலைகளை இன்னும் சுளுவாக்கியது. Word, Excel, Powerpoint இவை எல்லாம் சகஜமாக விளையாடி பணியாளர்களின் வேலை நேரத்தை அர்த்தமுள்ளதாக்கின.

காகிதத்தில் எழுதப்பட்டு கவரில் அடைக்கப்பட்டு, டெஸ்பாட்ச் கிளார்க்கினால் எச்சில் தடவி ஸ்டாம்ப்புகள் ஒட்டி அனுப்பப்பட்டு, நான்கைந்து நாட்கள் கழித்து சென்றுசேர வேண்டிய இடத்துக்குப் போன தபால்கள் கண நேரத்தில் ஈமெயிலில் சேர வேண்டிய இடத்துக்கு போகத் தொடங்கின.

ஏன், நாம் மணிக்கணக்கில் வங்கிகளில் தவம் கிடந்து வாங்கி அனுப்பிக் கொண்டிருந்த DDக்களுக்கு பதில் நிமிடங்களில் Online Banking மூலம் வீட்டிலிருந்தோ அல்லது நம் அலுவலகத்தில் இருந்தோ பணத்தை அனுப்பி விடுகிறோம் இல்லையா!

டெக்னாலஜி இப்படி மாறிக்கொண்டிருக்கையில் நான் பணி புரிந்த ஒரு நிறுவனத்தின் மிகப்பெரும் பதவியில் இருந்த ஒருவர் இவற்றைக்

கொஞ்சம்கூட கண்டுகொள்ளாமல் இருந்தார். அவரது மேசையில் ஒரு கணினி இருக்கும், ஆனால் மௌஸை எப்படி உபயோகிப்பது என்றுகூட அவருக்குத் தெரியாது.

போதாக்குறைக்கு, 'நான் இதை எல்லாம் கற்றுக்கொள்ள வேண்டிய அவசியம் இல்லை. இவை எல்லாம் எனது செக்ரெட்டரியின் வேலை.' என்று அலட்டிக்கொள்வார்.

அவர் அன்று புரிந்துகொள்ளாத விஷயம், இந்த மாற்றங்கள் இத்தோடு நின்றுவிடப் போவதில்லை, இவை இனியும் வளரப்போகின்றன என்பதுதான். இப்போது தொடங்கா விட்டால் தான் ஒரு Computer illiterate ஆகி விடுவோம் என்பதை அவர் சிறிதும் உணரவில்லை.

அப்போதே அவர் ஐம்பதை நெருங்கிக்கொண்டிருந்தார். கற்க வேண்டிய காலத்தில் கற்கவில்லை. காலம் சுழன்றது, நிறுவனத்திலும் மாற்றங்கள் தோன்றின, அவர் டெக்னாலஜியின் எதிரியாக இருந்ததால் தாக்குப்பிடிக்க முடியவில்லை.

அதற்குப் பல வருடங்களுக்குப்பின் அவரை சந்தித்தேன். மொபைல் ஃபோனைக்கூட அவரால் சரியாகப் பயன்படுத்த முடியாத நிலை! நீங்கள் முன்னேற விரும்பினால் இந்த மாறிவரும் டெக்னாலஜிகளை கற்றுக்கொண்டே ஆகவேண்டும்.

பத்திரிகைகளில் வந்த விளம்பரங்கள் இன்று டிஜிடல் மீடியாவிற்கு சென்றுவிட்டன. ஃபேஸ்புக், ட்விட்டர், வாட்ஸாப் இவை எல்லாம் இல்லாமல் காலம் கழிக்க முடியாது என்ற நிலை!

இவற்றைக் கற்றுக்கொள்வது ஒன்றும் பெரிய சித்து வேலை அல்ல. வயதானவர்கள், தங்கள் வேலை நாட்களில் கம்ப்யூட்டரை தொட்டுப் பார்த்தறியாதவர்கள், இன்று வெளிநாடுகளில் இருக்கும் தம் மக்களோடு தொடர்புகொள்ள ஈமெயில், ஸ்கைப் இவைகளை சர்வ சாதாரணமாக உபயோகிப்பதை பார்க்கிறோம் இல்லையா?

நாம் எப்போதுமே புதிய கலை பயிலும் மாணவர்களாக இருக்க வேண்டும். வயது ஒரு தடையே அல்ல.

ஒன்றை நன்றாகப் புரிந்துகொள்ளுங்கள். நீங்கள் இவற்றைக் கற்றுக்கொள்ளாவிட்டால் உங்களுக்குக் கீழுள்ள பணியாளர்களை உங்களால் சரியாக வேலை வாங்க முடியாது. அவர்கள் சொல்கின்ற சால்ஜாப்புகளுக்கெல்லாம் தலை ஆட்டத்தான் வேண்டிவரும்.

ஆகவே என்றும் மாணவர்களாகவே இருந்து கற்கப் பழகிக் கொள்ளுங்கள். அது உங்களை நன்கு மேம்படுத்துவது மட்டும் அல்ல, உங்களை இளமையாகவே வைத்திருக்கும்!

14

தனி ஆவர்த்தனமா? கூட்டு கச்சேரியா?

இங்கே நான் தனி ஆவர்த்தனம் என்று குறிப்பிடுவது, நீங்கள் தனியாக வியாபாரம் செய்வதைப்பற்றியது. கூட்டுக் கச்சேரி என்பது உங்களுடன் சில பார்ட்னர்களை கூட்டிக்கொண்டு பிசினஸ் செய்வது. இரண்டு வழிகளிலும் குணங்கள் உண்டு, குறைபாடுகளும் உண்டு.

ஒரு தொழில் இப்படி இருப்பதாக வைத்துக்கொள்வோம்:

- அதிக தொழில் நுட்பம் இல்லாதது.
- தனியாகவே சமாளிக்கக்கூடியது.
- முதலீடு அதிகம் தேவைப்படாதது.
- அப்படித் தேவைப்பட்டாலும் உங்களிடம் அதற்கு பிரச்னை இல்லை.
- வியாபார ரகசியங்கள அதிகம் உள்ளது.
- நம்பிக்கையான குடும்ப உறுப்பினர்களோ, நண்பர்களோ உங்களுக்கு இல்லாமல் இருப்பது.

இந்த மாதிரி நிலைமைகளில் நீங்கள் இருந்தால் உங்களுக்கு தனி ஆவர்த்தனமே, மன்னிக்கவும், ப்ரொப்ரைடர்ஷிப்பே சிறந்தது. ஏனென்றால் இதில் அதிக சிக்கல்கள் இல்லை, நீங்கள் 'தனி ஒருவனா'கவே சமாளித்துவிடலாம்.

இப்போது வேறு ஒரு தொழில் நிலைமையைப் பார்ப்போம்.

- தொழில் நுட்பம் அதிகம் உள்ளது.
- தனியாகச் சமாளிக்க உங்களிடம் தன்னம்பிக்கை இல்லை.
- அதிக முதலீடு தேவை.
- அதிக முதலீடுகளுக்கு உங்களிடம் சொத்து பத்து ஏதும் இல்லை.
- வியாபார ரகசியம் என்று அதிகம் இல்லை. இருந்தாலும் பொறுப்புமிக்க பார்ட்னர்கள் கைவசம் உண்டு.

இந்தச் சூழ்நிலையில் நீங்கள் கூட்டுக்கச்சேரி செய்வது, அதாவது ஒரு பார்ட்னர்ஷிப் வியாபாரம் துவங்குவது மிக நல்லது.

முதலில் தனி உரிமைத்தன்மையுடன் ஆரம்பித்து பிறகு வியாபாரம் நன்கு வளர்ந்த பின்னர், சில பார்ட்னர்களை சேர்த்துக்கொண்டு அதை இன்னமும் பெரிய அளவிற்கு எடுத்துச்சென்றவர்களும் உண்டு.

அதேபோல முதலில் பார்ட்னர்களைக்கொண்டு ஆரம்பித்து பின்னர் அவர்களுக்குள் மோதல்கள், தகராறுகள் தோன்றி அந்த பார்ட்னர்ஷிப் உடைந்து பின்னர் வெளியேறிய சிலர் தனியாக தொழில் செய்வதையும் நாம் பார்த்திருக்கிறோம்.

சரியான பார்ட்னர்கள் அமையாவிட்டால் நன்கு ஓஹோ என்று ஓடிக்கொண்டிருக்கும் வியாபாரம்கூட நாளடைவில் படுத்து விடுவதுண்டு. இதில் முக்கியமான காரணம் உழைப்பை பங்கிட்டுக் கொள்வதில் சரியான தீர்மானத்துக்கு அவர்கள் வராதது தான்.

பார்ட்னர்ஷிப் என்றால் ஏதோ பணத்தைப் போட்டுவிட்டு சும்மா கால் ஆட்டிக்கொண்டு உட்கார்ந்திருக்கலாம் என்று சிலர் நினைக்கிறார்கள். அது துபாயில்தான் முடியும்.

துபாயில் எப்படி என்றால் ஒருவர் வியாபாரம் தொடங்கவேண்டும் என்றால் அந்த மண்ணின் மைந்தர் ஒருவரை கூட்டாக வைத்துக் கொண்டே (Sponsor) அதைச் செய்ய முடியும். அதற்கு தனி ஃபீஸ் உண்டு. அந்த ஸ்பான்ஸர் ஒன்றும் பெரிதாக வியாபாரத்தில் உங்களுக்கு உதவ வேண்டிய அவசியமும் இல்லை. ஆனால் வருட முடிவில் அவருக்குள்ள லாபத்தை மாத்திரம் கொடுத்து விட வேண்டும். இது அந்த லோக்கல் மக்களை வாழவைக்க ஒரு வழி, அவ்வளவுதான்.

ஆனால் இங்கே அப்படி இருக்க முடியுமா?

- எனவே பார்ட்னர்ஷிப் வியாபாரம் செய்வதாக இருந்தால் ஆரம்பத்திலேயே ஒவ்வொரு பார்ட்னருடைய பொறுப்புகளை, அவருடைய அதிகாரங்களை சரியாக வரையறை செய்யுங்கள்.

- கருத்து வேற்றுமைகள் வந்தால் உடனேயே மீட்டிங் போட்டு அவைகளை சமரசத்துக்குக் கொண்டு வாருங்கள்.
- அனைவரும் உழைப்பதற்குத் தயாராக இருங்கள். Sleeping Partner என்பது ஒன்றுக்கும் உதவாது.
- ரகசியங்கள் வியாபாரத்தில் இருந்தால் ஒற்றுமையாக இருந்து அவற்றைப் பாதுகாப்பதில் அதிக கவனம் எடுங்கள்.
- லாபத்தை முறையானபடி பகிர்ந்து கொள்ளுங்கள்.
- விவகாரங்களில் வெளிப்படைத்தன்மையை கடைபிடியுங்கள்.

இப்படி ஆரம்பத்திலிருந்தே முறையான கோட்பாடுகளை, வழி முறைகளைக் கடைபிடித்து வரும் பார்ட்னர்ஷிப் நிறுவனங்கள் பல வருடங்களுக்கு மேலாக நன்கு வியாபாரம் செய்வதோடு மட்டும் அல்லாமல் மிக அதிகம் வளர்ந்திருப்பதைப் பார்க்க முடிகிறது.

வேறொரு பரிமாணத்தையும் இங்கு நான் உங்களுடன் பரிமாறிக் கொள்கிறேன். சில சமயம் பார்ட்னர்ஷிப் நிறுவனங்கள் நல்ல முறையில் போய்க்கொண்டிருந்தாலும் சில கால கட்டங்களில் பார்ட்னர்கள் நல்ல நண்பர்களாகவே பிரிந்து பின் ப்ரொப்ரைட்டர் களாகவே தொழிலை மாற்றி அமைத்துக்கொள்வதும் உண்டு. பிரிந்து செயல்பட்டாலும் தங்களது தொடர்புகளால் ஒருவருக்கொருவர் உதவி செய்துகொண்டே தங்களது வியாபாரத்தைப் பெருக்கிக்கொள்வதும் உண்டு.

சரி, இப்போது எப்படி உலகப்புகழ் பெற்ற நிறுவனங்கள் தொடங்கப்பட்டன என்று சிறிது பார்ப்போம்.

இன்று உலகளாவி வளர்ந்து வரும் ஆப்பிள் நிறுவனம் நிறுவப்பட்டது ஸ்டீவ் ஜாப்ஸ், ஸ்டீவ் வொஸ்னியாக் என்ற இரு இளைஞர்கள் தங்களது விடுமுறைக்கால வேலையின்போது ஏற்பட்ட சந்திப்பில் பழகி, நல்ல நண்பர்கள் ஆனதால். ஒருவருக்கு கம்ப்யூட்டரை உண்டாக்கும் ஆற்றல், மற்றவருக்கு அதை வியாபாரம் செய்யும் பிஸினஸ் சென்ஸ். இப்படியாக இணைந்த கரங்கள் எவ்வளவு வலிமை ஆனவை என்று பின்னாளில் ஆப்பிள் நிறுவனம் நிரூபித்தது!

இன்று பலம் வாய்ந்த சமூக வலைத்தளமாக மக்களை ஆட்டிப் படைக்கும் ட்விட்டர், ஃபேஸ்புக் இவை எல்லாம் உருவானதும் இத்தகைய ஒற்றுமை மிக்க கூட்டுமுயற்சிகளால்தான்.

உலகப்புகழ் பெற்ற கம்ப்யூட்டர் நிறுவனம் ஹ்யூலெட் பெக்கார்ட் உருவானது இரு கல்லூரி நண்பர்கள் ஒன்று சேர்ந்ததால்தான்.

இன்று உலகின் தலை சிறந்த நிறுவனமாக உயர்ந்து நிற்கிறதே ப்ரோக்டர் அண்ட் காம்பிள் அதை உருவாக்கியவர்கள் உறவினர் இருவர். நம் ஊரில் சகலைகள் ஒற்றுமையாக இருப்பது அபூர்வம். அப்படி ஒற்றுமையாய் இருந்தாலும் அவர்கள் மணந்திருக்கும் சகோதரிகள் பைசா பெறாத விஷயத்துக்கு சண்டையிட்டு அந்த ஒற்றுமையைத் தகர்த்து விடுவார்கள். ஆனால் வில்லியம்ஸ் ப்ரோக்டரும், ஜேம்ஸ் காம்பிளும் அருமையான சகலைகள்! உலகின் மிகப்பெரிய நிறுவனத்தை உண்டாக்கி இருக்கிறார்கள். அவர்களை இணைந்து வியாபாரம் செய்யச் சொன்னவர் யார் தெரியுமா? அவர்களுக்கு தன் இரு பெண்களை கட்டிக்கொடுத்த அவர்களது மாமனார்தானாம்!

இது போகட்டும், சிறு வயதில் கோலி, கிட்டிப்புள் ஆடிய நண்பர்கள் பிற்காலத்தில் வியாபாரம் தொடங்கி உலகையே வியக்க வைக்கும் அளவுக்குக் கொண்டுபோனதை அறிவீர்களா?

ஆம், பில் கேட்ஸூம், பால் ஆலெனும் சிறு வயதில் பள்ளிக்கூடத்தில் ஒன்றாகப் படித்து விளையாடி பல குறும்புகளை ஒன்றாகச் செய்து மாட்டிக்கொண்டவர்கள்! அன்று மண்ணில் புரண்டு விளையாடியவர்கள் இன்று விண்ணைத்தொடும் அளவுக்கு வளர்ந்திருக்கும் மைக்ரோ சாஃப்ட் நிறுவனத்தை நடத்துகிறார்கள்!

ஏன், நமது இன்ஃபோஸிஸ் நாராயண மூர்த்தி தனது பிசினஸை தொடங்கியது நந்தன் நீல்கானி போன்ற அவருடைய நல்ல நண்பர்களுடன்தானே!

Family Concerns என்று அழைக்கப்படும் நிறுவனங்களான டிவிஎஸ், ரிலையன்ஸ், கோத்ரேஜ், விப்ரோ, ஆதித்ய பிர்லா போன்ற நிறுவனங்கள் பப்ளிக் லிமிடெட் நிறுவனங்களாக இருந்தாலும் மெஜாரிடி பங்குகள் ஒரு குடும்ப உறுப்பினர்களிடையேதான் உள்ளன.

நீங்கள் ஒரு ப்ரொப்பரை[illegible]ரி நிறுவனத்தைத் தொடங்கினால் நல்லதா அல்லது நல்ல பார்ட்னர்களை தேர்ந்தெடுத்து வியாபாரம் செய்வது உகந்ததா என்பதை நண்பர்களே, ஆழமாக யோசித்து உங்கள் முடிவை எடுங்கள். இந்த முடிவு உங்கள் வியாபார வரலாற்றில் நீங்கள் எடுக்கும் மிக மிக முக்கியமான முடிவாக இருக்கும்!

15

கடன் வாங்கி வியாபாரம் செய்வதா? சொந்தப் பணத்திலா?

உங்களிடம் ஒரு சூப்பர் பிசினஸ் ஐடியா இருக்கிறது, ஆனால் அதைத் தொடங்கப் போதுமான மூலதனம் இல்லை என்று வைத்துக் கொள்ளுங்கள். அப்போது வங்கிகள் மூலம் நீங்கள் தேவையான தொகையை கடனாகப் பெற்று அதைக்கொண்டு உங்களது வியாபாரத்தை நடத்தலாம். என்ன, அசலையும், உரிய வட்டியையும் தவறாமல் தவணைப்படி அடைத்து தீர்க்கவேண்டும்.

என்னிடமே தேவையான மூலதனம் இருக்கின்றதே அய்யா! நான் ஏன் வட்டிக்கு வாங்கி வியாபாரம் நடத்த வேண்டும் என்று சிலர் கேட்கலாம்.

அது அப்போதைய பொருளாதார நிலையைப் பொறுத்த விஷயம்.

உங்களது கையில் உள்ள பணம் ஒரு குறிப்பிட்ட முதலீட்டில் அதிக ரிடர்ன் பெற்றுக்கொண்டிருக்கிறது என்று வைத்துக்கொள்வோம்.

வங்கிகளின் மூலம் நீங்கள் பெறும் கடனுக்கான வட்டி அதைவிடக் குறைவாக இருக்கும் பட்சத்தில் நீங்கள் கடன் வாங்கி பிசினஸ்

செய்வதே மேல் என்பேன் நான். சில கடன்களுக்கு வரி சலுகையும் உண்டு. அது உங்களுக்கு சாதகமானது இல்லையா?

இப்போது புதிய தொழில்கள் தொடங்குவதற்கு செக்யூரிடி எதுவும் கேட்காமலேயே லோன் தருகிறார்களாம். ஆனால் நீங்கள் உங்களது ப்ராஜெக்டை நல்ல முறையில் உண்டாக்கி எப்படி வியாபாரம் செய்யப்போகிறீர்கள் என்பதை வங்கி மேலாளர்களுக்கு விளக்கி அவர்களை கன்வின்ஸ் செய்யவேண்டும்.

(அதற்கு பிரசெண்டேஷன் பயிற்சிகள் உங்களுக்கு உதவியாக இருக்கும். அது என்ன பயிற்சி என்று கேட்கிறீர்களா? பின்னால் வரும் தொடர்பாற்றல் பற்றிய அத்தியாயத்தில் அதைப்பற்றிக் கூறுகிறேன்.)

சில ஃபைனான்ஸ் நிறுவனங்கள் உங்களிடம் போதிய வொர்க்கிங் காபிடல் இல்லை என்றால் இன்வாய்ஸ்-டிஸ்கௌண்டிங் என்ற ஒரு முறையில் உங்களுக்கு கடன் தர தயாராக இருக்கிறார்கள். நீங்கள் டீல் செய்யும் பொருள்கள் நல்ல தரம் வாய்ந்தனவாகவும் உங்களது வியாபாரம் நல்ல முறையில் நடத்தப்படுவதாகவும் நீங்கள் நிரூபித்தால் அவர்கள் உங்களுக்கு 90 நாட்கள்வரை கடன் கொடுக்க தயாராக இருக்கிறார்கள்.

அரசாங்கம் கூட இத்தகைய வொர்க்கிங் காபிடல் லோன்களை தருகிறது. ஒரு வருடம்வரை நீங்கள் திருப்பி செலுத்த அனுமதிக்கிறது. வட்டி விகிதம் 12 முதல் 16 சதவிகிதம்வரை இருக்கலாம்.

உங்களுக்கு சொத்து பத்து இருந்தால் அதை செக்யூரிட்டியாக வைத்து டெர்ம் லோன் வழங்கும் தனியார் வங்கிகள் உண்டு. இது நீங்கள் பெரிய அளவில் உங்கள் வியாபாரத்தைத் தொடங்குவதற்கோ அல்லது தொடங்கிய வியாபாரத்தை விரிவாக்கம் செய்வதற்கோ உதவும்.

இதைப் பலவருடங்களில் நீங்கள் திருப்பித்தரலாம். ஆனால் வட்டி விகிதத்தை நீங்கள் சரியான முறையில் நெகோஷியேட் செய்ய வேண்டும். (அது என்ன சார் நெகோஷியேஷன் என்கிறீர்களா? அதையும் வேறொரு அத்தியாயத்தில் விவரமாகப் பார்ப்போம்.) அல்லது, நீங்கள் அசையா சொத்து எதுவும் உங்கள் வியாபாரத்துக் காக வாங்க விரும்பினால் அதற்கும் லோன் உண்டு. வட்டி விகிதம் 'ஃப்ளோட் முறையில் வசூலிக்கப்படும். அதாவது அந்த, அந்த மாதத்தில் மார்க்கெட் நிலவரம் எப்படி இருக்கிறதோ அதற்கேற்ப வட்டி விகிதம் மாறுபடும்.

இவற்றைத் தவிர அரசாங்கம் கிரெடிட் கேரண்டி ஸ்கீம், முத்ரா ஸ்கீம் என்று பல வகைகளில் லோன்களை வாரி வழங்குகிறார்கள்.

ஏன், பெண்களுக்கென்றே பிசினஸ் தொடங்குவதற்காகவும் கடன் வழங்கப்படுகிறது.

தாழ்த்தப்பட்ட சமுதாயத்தினர் தொழில் தொடங்க லோன் உண்டு.

இப்படி பலவழிமுறைகள் இருக்கின்றன தொழில் தொடங்குவதற்கு.

முக்கியமான விஷயம்...

- உங்களது வியாபாரத்தை / தொழிலைப் பற்றிய உங்களது 'பிராஜெக்ட் வொர்க்' நல்ல முறையில் உண்டாக்கப்பட்டிருக்க வேண்டும்
- உங்களைப்பற்றி வங்கிகள் விசாரிக்க நீங்கள் சரியான ரெஃபரென்ஸ்களை கொடுக்க வேண்டும்
- நீங்கள் குறிப்பிட்ட கால கெடுக்களில் லோனை திருப்பிச் செலுத்த முடியும் என்று கடன் கொடுக்கும் நிறுவனம் நம்ப வேண்டும்.
- உங்கள் பெயரில் சொத்து பத்து இருந்தால் செக்யூரிடியாக அது பயன்படும். லோன் வாங்குவது எளிது.

எனவே சரியான வழியைத் தேர்ந்தெடுத்து உங்கள் முதலீடுகளை முறையாகத் தொழிலில் அல்லது வியாபாரத்தில் செலுத்தி அதை முன்னேற்றப்பாதையில் கொண்டு செல்லுங்கள்.

நான் தென்னகத்தில் மேலாளராக இருந்தபோது சில வினியோகஸ்தர்கள் தாங்கள் வினியோகிக்கும் சரக்குகளை வங்கிகளில் அடகு வைத்து லோன் வாங்கி பிசினஸ் செய்வதைக் கண்டிருக்கிறேன்.

அதாவது ஒரு குறிப்பிட்ட அளவு ஸ்டாக்குகள் அடகு வைக்கப்பட்டு அதன் மூலம் குறைந்த வட்டிக்கு லோன் வாங்கப்படும். அந்த ஸ்டாக் விற்பனைக்குச் செல்லாது. அதைத் தவிர மீதம் உள்ள சரக்கு விற்பனைக்குச் செல்லும்.

இந்த முறை சிறிது அபாயகரமானது. ஏனென்றால் தெரிந்தோ தெரியாமலோ அந்தக் குறிப்பிட்ட அடகுவைக்கப்பட்ட சரக்கு விற்பனைக்குச் சென்று விட்டால், கெட்ட காலம் அந்தச் சமயத்தில் வங்கியின் மேனேஜர் அங்கு சோதனைக்கு வந்துவிட்டால்... நிலைமை மோசமாகி இனி கடன் வாங்கவே முடியாது என்ற நிலைக்கு அந்த வியாபாரியைத் தள்ளி விடும்.

அது மட்டுமல்ல, இப்படி லோன் வாங்கும்போது வங்கிகள் அந்த வியாபாரியின் குடோனில் ஒரு நோட்டீஸ் ஒட்டி வைக்கும். அதாவது 'இந்தச் சரக்குகள் அடகு வைக்கப்பட்டவை' என்று. அது அந்த வியாபாரியின் இமேஜையும் பாதிக்கும்.

எனவே இந்த முறையை நான் கட்டாயம் பரிந்துரை செய்ய மாட்டேன்.

அதைக்காட்டிலும் நீங்கள் முறையாக தொழில் நடத்துபவர் என்று வங்கிகள் கண்டு கொண்டால், ஓவர் டிராஃப்ட் என்ற முறையில் உங்களுக்குக் குறைந்த வட்டி விகிதத்தில் கடன் கிட்ட வழி உண்டு. அதைப் பயன்படுத்தி உங்கள் வியாபாரத்தைப் பெருக்கலாம்.

ஒன்றை நன்றாகப் புரிந்துகொள்ளுங்கள்.

கொடுக்க வேண்டிய கடனையும் வட்டியையும் நீங்கள் முறையாகச் செலுத்த ஆரம்பித்தால் வங்கிகளுக்கு உங்கள் பேரில் நம்பிக்கை அதிகரிக்கும்.

அப்போது நீங்கள் கடன் கேட்காமலேயே அவர்கள் உங்களை 'கடன் வாங்கிக்கொள்' என்று உங்களிடம் பணத்தைத் திணிக்கும் காலமும் வரும்!

கடன் வாங்கி பிசினஸ் செய்வதே மேல் என்பேன் நான். இப்போது புதிய தொழில்கள் தொடங்குவதற்கு செக்யூரிடி எதுவும் கேட்காமலேயே லோன் தருகிறார்களாம். சில கடன்களுக்கு வரி சலுகையும் உண்டு.

16

முதலுக்கு வேறு ஒரு வழி

எனது நண்பரின் சிபாரிசின் பேரில் தனது நிறுவனத்துக்காக ஆலோசனை கேட்க வேண்டி என்னை அணுகினார் ஒருவர். இளைஞராக இருந்தார், மிகவும் ஆர்வம் உள்ளவராகவும் அவர் காணப்பட்டார்.

அவர் குறிப்பிட்ட பிராண்டின் பெயரைக் கேட்டதும் நான் வியந்து போனேன். அது நான் சிறு வயது முதல் கேட்டறிந்த பெயர், பால், தயிர், வெண்ணெய் போன்ற பொருள்கள் அன்றே இந்தப் பெயரில் விற்று மிகப் பிரபலமாக இருந்தது.

அந்த ஸ்டோரின் பெயரே அந்த பிராண்டின் பெயராக இருந்தது.

அவர் கடந்த பல வருடங்களாக வேறு ஒரு திசையில் விற்பனையை செலுத்தியதாகவும் அது நன்கு வளர்ந்து வந்ததாகவும், பிறகு ஒரு மந்த நிலையில் தேங்கி நிற்பதாகவும் கூறி அதை மீண்டும் வளர்ச்சிப் பாதையில் செலுத்த வழி கேட்டார்.

அவர் எடுத்துக்கொண்ட வழி மிக நல்ல வழி. வெறும் பால், தயிர் இவைகளிலிருந்து குடும்பத்தலைவிகளுக்கு மிக உபயோகமாக இருக்கும் இட்லி மாவு, தோசை மாவு இவைகளைத் தயாரித்து அதைப் பாக்கெட்டில் அடைத்து விற்றிருக்கிறார்.

ஏற்கெனவே அந்த பிராண்ட் பிரபலமாக இருந்ததாலும், தரமும் நன்கு இருந்ததாலும் நுகர்வோரிடம் நல்ல வரவேற்பை பெற்றதாகக் கூறினார்.

அவரது விற்பனை, வினியோகம் சம்பந்தமான விவரங்களைச் சேகரித்தேன். அவரது விற்பனையாளர்களைச் சந்தித்து உரையாடி அவர்கள் சந்திக்கும் பிரச்னைகளை எல்லாம் பட்டியல் இட்டு பின்னர் வியாபாரத்தை விரிவாக்க ஒரு பிசினஸ் பிளானும் தயாரித்தேன்.

- அடுத்த 5 வருடங்களில் எப்படி வியாபாரத்தைச் செலுத்த வேண்டும்.
- வினியோக விரிவாக்கம்.
- புதிய தயாரிப்புகள் - தோசை, இட்லி தவிர என்னென்ன வகைகளை உண்டாக்கி நுகர்வோரை கவர்ந்திழுக்கலாம்.
- புதிய விற்பனையாளர்கள், மேற்பார்வையாளர்கள் வருட வாரியாக எவ்வளவு பேர் நியமிக்கப்படவேண்டும்.
- நுகர்வோர் சலுகைகள், டீலர் ஊக்கத்தொகைகள் இப்படி என்னென்ன செலவுகள்.

இப்படி விலாவாரியாகத் திட்டமிட்டு அதற்கு எந்த அளவு முதலீடுகள் தேவைப்படும் என்று விளக்கிக் கூறினேன். இதற்குக் காரணம் மார்க்கெட்டில் போட்டியாளர்கள் படு வேகமாக முன்னேறிக் கொண்டிருந்தனர்.

அப்போதுதான் அறிமுகப்படுத்தப்பட்டிருந்த ஒரு நிறுவனத்தின் இட்லி, தோசை மாவு தமிழ் நாட்டில் மட்டுமில்லாமல், கேரளா, கர்நாடகா என்று அசுர வேகத்தில் பரவிக்கொண்டிருந்தது. மற்ற போட்டியாளர்களின் பிராண்டுகளும் மார்க்கெட்டில் தங்களது அழுத்தத்தைக் கொடுத்துக்கொண்டிருந்தன. எனவே அதி விரைவில் எனது கிளையண்டிடம் மார்க்கெட்டைப் பிடிக்கும் ஆலோசனைகளை வழங்கினேன்.

இதுவரை எல்லாம் சரி. இப்போது பிரச்னை என்னவென்றால் எங்கிருந்து தேவையான முதல் தொகையைக் கொண்டுவருவது?

அப்போது எங்களுக்குத் தோன்றியது ஏன் Venture Capitalistகளை அணுகக்கூடாது?

வென்சர் காபிடல் என்பது தொடக்க நிலையில் உள்ள வியாபாரத்தில் முதலீடு செய்வது அல்லது சற்று ரிஸ்க் உள்ள வியாபாரங்களில் கால் வைப்பது, அதாவது முதலீடுகள் செய்வது.

உதாரணத்திற்கு,

- புதிய டெக்னாலஜி, எப்படி வரவேற்கப்படும் என்று சரியாகச் சொல்ல முடியாத நிலை.

- புதிய நிறுவனம் (Start-up) ஆனால் முதல் பற்றாக்குறை.
- ஏற்கெனவே தொடங்கப்பட்ட நிறுவனம் ஆனால் வளர்ச்சிக்கு வேண்டிய மூலதனமில்லை.
- அதிக ரிஸ்க் உள்ள தொழில்.

இது போன்ற நிலைமைகளில் முதலைக் கொண்டுவருவதற்கு வென்சர் முதலாளிகள் தயாராக உள்ளார்கள்.

ஆனால் முதல் பெறுபவர்கள் சில விஷயங்களுக்கு தயாராக இருக்க வேண்டும்

- முதலாவதாக தங்களது கணக்கு வழக்குகளை எந்தவித ஒளிவு மறைவும் இன்றி திறந்து காட்டவேண்டும்
- எந்தவித செக்யூரிடியும் இல்லாமல் கடன் கொடுப்பதால் அவர்கள் முதலீடு செய்ய நீண்ட ஆய்வு நடத்துவார்கள். எனவே அதிக நேரம் பிடிக்கும்
- முதல் கொண்டு வருபவர்கள் வெறும் வட்டிகள் கேட்பதற்குப் பதிலாக நிறுவனத்தின் பங்குகளைக் கேட்பார்கள்
- நிறுவனத்தை முன்போல் நம் இஷ்டப்படி நடத்த முடியாது. முதல் கொண்டு வந்தவர்கள் தங்களது செல்வாக்கைத் திணிப்பது நிச்சயம்

இப்படிப்பட்ட முதல்களைக் கொண்டு வருபவர்கள் ஏதோ கடன் கொடுத்து விட்டோம், வியாபாரத்தைப் பெருக்குவது என்பது கடன் வாங்கியவர்களின் வேலை என்று கைகளைக் கட்டிக்கொண்டு வேடிக்கை பார்த்துக்கொண்டிருக்க மாட்டார்கள்.

தங்களது உழைப்பையும் மூளையையும் செலவழித்து குறிப்பிட்ட வியாபாரம் சரியான முறையில் திட்டமிட்டபடி போய்க் கொண்டிருக்கிறதா என்பதை கண்களில் விளக்கெண்ணெய் இட்டுக் கொண்டு பார்த்துக் கொண்டிருப்பார்கள். அவர்களது உழைப்பும் சேர்வதால் பிசினஸ் வளர்வது உறுதி.

அதுமட்டுமல்ல அவர்கள் இந்த நிறுவனத்தில் பங்குகள் பெற்றிருக் கிறார்கள் அல்லவா, அதனால் சரியான லாபம் வராவிட்டால் அவர்களுக்கு என்ன ஆதாயம்?

ஏன், இத்தகைய முதலீட்டிற்குச் செல்ல வேண்டும்? இதில் நாம் நம் பங்குகளையும், நமது செல்வாக்கையும் முதலீட்டாருக்கு தாரை வார்த்துவிடுவதாக உள்ளதே என்று நீங்கள் நினைப்பது எனக்குப் புரிகின்றது.

இப்படி முதலீடுகளைக் கொண்டு வரும்போது நீங்கள் ஒரு குறிப்பிட்ட கால கெடுவரை இத்தகைய ஒப்பந்தங்களை அமைத்துக்கொள்ளலாம்.

உதாரணத்துக்கு '5 வருடங்களுக்கு உங்கள் முதலீட்டை உபயோகப் படுத்திக்கொள்கிறோம். அதற்குறிய பங்குகள் உங்களுக்கு வழங்கப் படும். ஐந்தாவது வருட முடிவில் உங்களது பங்குகளை நாங்கள் வாங்கிக்கொண்டு அதற்கான பணத்தைக் கொடுத்துவிடுகிறோம்' என்ற ஒரு ஷரத்தை ஒப்பந்தத்தில் வைத்து நாம் நமது சுதந்திரத்தை மீண்டும் நிலை நிறுத்திக்கொள்ளலாம்.

எனவே வியாபாரம் என்று தொடங்குவதற்கு எத்தனையோ வழிகளில் வேண்டிய காப்பிடலை ஒப்பேற்றி விடலாம்.

தேவையானது நமது தீவிரமான ஆர்வம், விடா முயற்சி, கடும் உழைப்பு இவைதான்!

வென்சர் காபிடல் என்பது தொடக்க நிலையில் உள்ள வியாபாரத்தில் முதலீடு செய்வது அல்லது சற்று ரிஸ்க் உள்ள வியாபாரங்களில் கால் வைப்பது, அதாவது முதலீடுகள் செய்வது.

17

ஓசியில் வராது அறிவுரை!

புதியதாக தொழில் தொடங்கும்போது அதில் உள்ள நெளிவு சுளிவுகளைப் புரிந்து கொள்ள சமயம் பிடிக்கும். சரியான ஆலோசனைகள் இன்றி கால் வைத்துவிட்டு பின் வருடக் கணக்காக முன்னேற முடியாமல் தவித்துக் கொண்டிருப்பவர்களை நான் பார்த்திருக்கிறேன். எனவே சரியான ஆலோசகர்களைத் தேர்ந்தெடுப்பது அவசியம்.

ஏற்கெனவே பல வருடங்களாக தொழில் செய்து சாதனைகள் பல புரிந்து பின்னர் வெற்றிகரமாக கன்ஸல்டிங்க் செய்துகொண்டிருப்பவர்களை நாடி அவர்களது அறிவுரையின்படி நடந்தால் நேரத்தை வீணடிக்காமல் தொழிலில் முன்னேற்றத்தை அடையலாம். இவ்வாறு செய்வதில் செலவுகள் ஆனாலும் அது நீண்டகால வளர்ச்சிக்கு துணை புரிவதால் ஏற்கத்தக்கதே.

சிலர் நினைக்கிறார்கள் தெரிந்தவர்களிடம் பைசா செலவழிக்காமல் அறிவுரை வாங்கிக்கொண்டு வியாபாரத்தை நடத்திக்கொள்ளலாமே, எதற்காக ஃபீஸ் கொடுத்து ஆளை அமர்த்திக்கொள்ள வேண்டும் என்று. என்னிடமும் இப்படி சிலர் அணுகுவதுண்டு.

'சார், நீங்கள் ஒருமுறை மதுரை சேம்பர் ஆஃப் காமெர்ஸில் கொடுத்த உரையைக்கேட்டேன். நான் ஒரு வியாபாரம் நடத்திக் கொண்டிருக்கிறேன். எனக்கு சில அறிவுரைகள் வேண்டும்' என்று ஆரம்பிப்பார்கள்.

நானும் தொடக்கத்தில் 'அதற்கென்ன, உதவி செய்கிறேன்' என்று ஆலோசனைகளை கைபேசியின் மூலமாகவோ அல்லது ஈ-மெயில் மூலமாகவோ கொடுத்து வந்தேன். சில சமயம் அவர்கள் சென்னைக்கு வரும்போது என்னைச் சந்திக்க விரும்பினால் நேரிலும் ஆலோசனைகள் வழங்கினேன்.

ஒரு நட்பு முறையில் நான் அவ்வாறு செய்வது ஒரு குறுகிய கால கட்டத்துக்குத்தானே என்று நான் நினைத்து எனக்குத் தெரிந்தவற்றை ஆர்வத்துடன் பகிர்ந்துகொண்டேன். ஆனால் சிலர் அதைப் பயன்படுத்திக்கொண்டு வருடக்கணக்காக அப்படியே ஓட்டிக் கொண்டு போய்விடலாம் என்று நினைக்கிறார்கள்.

ஒரு கட்டத்தில் 'நான் இதுவரை இலவசமாக உங்களுக்கு அறிவுரை வழங்கி வந்தேன். ஆகட்டும், இனி நாம் ஒரு ஒப்பந்தத்துக்கு வருவோம்' என்று கூறி கன்சல்டிங் அக்ரிமெண்ட்டை பற்றிப் பேசினால் உடனே 'ஐ எஸ்கேப்' என்று கவுண்டமணி காணாமல் போவாறே அதுபோல் அந்தர்தியானமாகி விடுவார்கள்!

இப்படிக் குறுகிய கண்ணோட்டத்துடன் ஓசியிலேயே அறிவுரைகளை வாங்க நினைப்பவர்கள் எவ்வாறு நீண்ட கால இலக்குகளைத் திட்டமிட முடியும்?

அனுபவம் உள்ள ஒருவரை உங்கள் நிறுவனத்தில் முழு நேர மேலாளராக அமர்த்துவதென்றால் அது வருடத்துக்கு பல லட்சங்களைச் செலவழிக்கும். ஆனால் ஒரு கன்ஸல்டன்ட்டை குறிப்பிட்ட பணிகளுக்கு ஆலோசனைகளுக்கு மட்டும் உபயோகப் படுத்திக்கொள்ளும் போது நீங்கள் செலவழிக்கப்போவது குறைவு.

இதை மனதில் வைத்துக்கொண்டு சரியான, உங்கள் தொழில் துறையில் அனுபவம் மிக்க ஒருவரை நீங்கள் அறிவுரைகளுக்கு ஆலோசகராகப் பயன்படுத்திக்கொள்ளவேண்டும்.

அது மட்டுமல்ல, உங்கள் வியாபாரத்தின் மற்ற துறைகளிலும் நீங்கள் அறிவுரை பெற விரும்பினால் அவரது நீண்டகால அனுபவத்தின் மூலம் பெற்றிருக்கும் தொடர்புகளால் உங்களுக்கு அந்தத் துறையிலும் நிபுணத்துவம் பெற்ற ஆலோசகர்களை அவர்கள் உங்கள் பர்ஸுக்கு அதிக பாதகம் வராதபடி நியமனம் செய்ய உதவுவார்கள்.

உதாரணத்துக்கு எனது அனுபவம் முழுமையும் விற்பனை, வினியோகம், விற்பனையாளர்களுக்கு பயிற்சி கொடுத்தல், வியாபாரக் கட்டமைப்பு என்று இப்படி இருக்கிறது.

சிலர் என்னிடம் மார்க்கெட்டிங் துறையில் அதாவது தங்களது தயாரிப்பை வடிவமைக்க, லேபிளை உருவாக்க, விளம்பர உத்திகளை மீடியாக்களில் புகுத்த, தங்களது நுகர்வோரை சரியாகப் புரிந்துகொள்ள என்று இப்படிப்பட்ட பணிகளுக்கு ஆலோசகர்களைத் தேடும்போது எனது நட்பு வட்டாரத்திலிருந்து உங்கள் தேவைக்கு ஏற்ற மாதிரி நல்ல நிபுணர்களைப் பரிந்துரைத்து உதவி செய்ய முடியும்.

ஆனால் அடிப்படை இதுதான்.

ஓசியில் பருப்பு வேகாது!

உங்கள் தொழில் துறையில்
அனுபவம் மிக்க சரியான ஒருவரை
நீங்கள் அறிவுரைகளுக்கு ஆலோசகராகப்
பயன்படுத்திக்கொள்ளவேண்டும்.

18

நெட் வொர்க்கும் தொடர்பாற்றலும்

செல்வம் தானாகவே வீடு தேடி வருவதில்லை. செல்வத்தைப் பெருக்க நீங்கள் விரும்பினால் தனி மரமாய் நின்று அதைச் செய்ய முடியாது. எந்த அளவுக்கு உங்கள் நெட் வொர்க்கை வளர்க்கிறீர்களோ அந்த அளவுக்கு உங்கள் பலம் பெருகும், செல்வாக்கு கூடும், செல்வம் வீடு தேடி வரும்!

நான் கூறும் நெட்வொர்க் என்பது ஏதோ நெட்வொர்க் மார்க்கெட்டிங் என்று விற்பனை மார்க்கம் ஒன்றைச் சொல்கிறார்களே, அது அல்ல.

பின் அது என்ன நெட் வொர்க் மந்திரம் என்று கேட்கிறீர்களா? அது ஒருவித வலையைப் பின்னுவது. வலையைப் பொதுவாக இரை பிடிப்பதற்கு பின்னி வீசுவார்கள்.

இந்த வலை நட்பு வட்டார வலை! தொழிலில் தொடர்புடையவர்கள் வலை! இதைப் பின்னுவதற்கு உங்களுக்குத் தேர்ந்த தொடர்பாற்றல் வேண்டும், இணக்கமான நட்பு முறை தேவை. தொழில்சார்ந்த நிபுணர்களின் கூட்டுறவு வேண்டும்.

எப்படி இந்த வலையைப் பின்னுவது?

வசதியான கிளப்புகள் இருக்கின்றன, உங்கள் தொழில் சார்ந்த நிபுணர்கள் வழக்கமாகத் தேடும் கிளப்புகள் எவை என்பதை நீங்கள்

முதலில் அறிந்து கொள்ளவேண்டும். அந்த கிளப்புகளில் மெம்பர்ஷிப் எடுத்துக்கொண்டு வாரம் இரண்டு, மூன்று முறையாவது விசிட் செய்ய வேண்டும். அப்போது உங்களை தகுந்த நண்பர்கள் மூலம் மற்ற நிபுணர்களுடன் அறிமுகம் செய்துகொள்ளவேண்டும்.

- தொடக்கத்திலேயே எனக்கு உங்களால் இது ஆகவேண்டும், அது ஆக வேண்டும் என்று பீடிகை போடக்கூடாது, அது முக்கியம். அப்படிச் செய்தால் அது உங்கள் மேலுள்ள அபிப்பிராயத்தை எதிர்மறை ஆக்கிவிடும்.
- முதலில் ஒருவரை ஒருவர் நன்கு தெரிந்து கொள்ள முயற்சி செய்யுங்கள்.
- பிறகு அவர்களிடம் இருந்து கற்றுக்கொள்ள வேண்டியவை எவை என்று பார்த்து அந்த நல்ல விஷயங்களை கடை பிடியுங்கள்.
- உங்களால் மற்றவர்களுக்கு என்ன உதவி செய்ய முடியும் என்று யோசித்து அவைகளைச் செய்யுங்கள்.

பிறகு பாருங்கள், உங்களது வட்டாரம் எப்படி பெருகுகின்றது என்பதை! உங்களது வட்டார வலை பெருக, பெருக சந்தையில் உங்களது செல்வாக்கும் உயர ஆரம்பிக்கும். உங்கள் பேச்சுக்கு மதிப்பு கூடும். உங்கள் பின்னால் ஒரு கூட்டமும் சேரும். அதுமட்டுமல்ல, உங்கள் தொழிலைத்தவிர மற்ற தொழில் புரிவோரின் நட்பும் உங்களுக்கு சமயத்தில் கை கொடுக்கும்.

ஆனால் இவ்வளவு தொடர்புகள் இருந்தும் அவற்றைச் சரியாக பயன்படுத்தத் தெரியாமல் கிளப்புக்குச் சென்று சீட்டாடி பணத்தைக் கோட்டை விட்டு, நாலு பெக்குகள் சரக்கேற்றிக்கொண்டு வீட்டுக்கு வந்து படுத்து, வியாபாரத்தில் இம்மிகூட வளர்ச்சி இல்லாமல் கடைசிவரை சாதாரண வாழ்க்கை வாழ்ந்து மறைந்தவர்கள் ஏராளம்! அதுபோல், தொடர்புகளை வீணடித்து விடாமல் நன்கு வளர்க்கக் கற்றுக்கொள்ள வேண்டும்.

இப்போதுள்ள சமூக தள வசதிகளையும் உங்களுக்குச் சாதகமாகப் பயன்படுத்திக்கொள்ளப் பழகுங்கள். ஃபேஸ் புக், ட்விட்டர் தவிர தொழில் சார்ந்த நிபுணர்களின் தளமான 'லின்க்டின்' இதற்குப் பெரிதும் துணையாய் இருக்கும்.

அரசியல் நையாண்டிகள், வெற்று உபதேசங்கள், காலணாவுக்குப் பயன்படாத அறிவுரைகள், பொய்யான, அச்சுறுத்தக்கூடிய தகவல்கள் இவை எல்லாம் வாட்ஸாப்புக்கே சொந்தமானவை! 'லின்க்டின்'னில் வரும் செய்திகள் முழுவதும் தொழில் சார்ந்தவைகளாகவே இருக்கும். உங்கள் அன்றாட தொழில் வாழ்க்கைக்கு உதவியாய் இருக்கும்.

இதற்கு முன் சொந்த தொழில் தொடங்குவதைப்பற்றி எழுதும்போது பிரவீன், சிவா போன்றவர்கள் எப்படி தனக்குத் தெரிந்த, தான் பணி செய்த அதே துறையில் தொழில் தொடங்கினார்கள் என்று காண்பித்திருந்தேன்.

அவர்களது வெற்றிக்கு முக்கிய காரணம் அவர்களுக்கு தொழில் தொடர்பாக ஏற்கெனவே உண்டாகி இருந்த வியாபார நெட்வொர்க்-தாங்கள் ஏற்கெனவே தொடர்பு கொண்டிருந்த டீலர்கள், உற்பத்தி நிறுவன மேலாளர்கள், விற்பனைப்பொருள்களை நேரடியாக உபயோகிப்பவர்கள் என்று இப்படி.

திருபாய் அம்பானியின் வெற்றிகளை நீங்கள் கூர்ந்து கவனித்தால் அவர் சிறிய ஜவுளி வியாபாரம் செய்தது முதல், ஸ்டாக் மார்க்கெட் உறுப்பினரானது, பெட்ரோ கெமிக்கல் தொழிற்சாலை தொடங்கியது, பப்ளிக் ஷேர்களை மிதக்கவிட்டது என்று ஒவ்வொரு செயல் பாட்டிலும் அவரது நட்பு வட்டாரத்தின் செல்வாக்கு, அவர்மேல் அவரது தொழில்துறையைச் சேர்ந்த மற்ற நபர்களுக்கு இருந்த நம்பிக்கை, அவரது அற்புதமான தொடர்பாற்றல் இவைதான் இந்த வெற்றிக்கெல்லாம் மூல காரணம் என்று தெரிய வரும்.

எனக்குத் தெரிந்து தொடர்பாற்றலை வளர்த்துக்கொள்ள முக்கியமான வழி மற்றவர்கள் கூற்றுக்கு மனம் சிதறாமல் செவி மடுப்பது. பொதுவாக எல்லோருக்கும் ஒரு பழக்கம் உண்டு, மற்றவர்கள் ஒரு விஷயத்தைச் சொல்லிமுடிக்கும் முன் இடைமறிப்பது. இது சொல்ல வந்தவரின் பேச்சையும் சிந்தனையையும் இடைமறிக்க, சொல்ல வந்ததை அவர் சொல்லி முடிக்காமலே நிறுத்தி விடக்கூடும். நஷ்டம் நமக்குத்தான்.

ஒருமுறை நான் கேரளாவில் ஏரியா மேனேஜராக இருந்தபோது எங்களது ரீஜனல் மேனேஜர் ஒரு குறிப்பிட்ட நபரிடம் இருந்து சில விஷயங்களைக் கறக்க விரும்பி அவரை ஒரு விருந்துக்கு அழைத்தார்.

அதில் எனது சேல்ஸ் ஆஃபீசரும் கலந்துகொள்ள வேண்டி இருந்தது.

விருந்தின்போது வெளிநாட்டு சரக்கும் தாராளமாக வழங்கப்பட்டது. எனக்கு சரக்கடிக்கும் வழக்கம் இல்லாததால் நான் பழச்சாற்றை வைத்துக்கொண்டு உரையாடிக் கொண்டிருந்தேன்.

எனது சேல்ஸ் ஆஃபீஸரோ காணாததை கண்டாற்போல் பெக்குகளை ஒன்றன் பின் ஒன்றாக இறக்கிக்கொண்டிருந்தார். அதுமட்டுமல்ல, ரீஜனல் மேனேஜர் குறிப்பிட்ட முக்கிய புள்ளியிடம் விவரங்களைக் கறந்து கொண்டிருக்கையில் குறுக்கிட்டுப் பேசி அதைத் தடை செய்யவும் ஆரம்பித்தார்.

நான் அவரது வாயை மூடிக்கொண்டிருக்கும்படி செய்கை காண்பித்தேன். நண்பர் விடுவதாக இல்லை. அவர் கழிவறைக்குச் செல்ல முனைந்தபோது பின்னால் சென்று 'தயவு செய்து வாயைத் திறக்காதே, இது முக்கியமான சந்திப்பு' என்று கூறினேன். அப்படியே என்று கூறிய மனிதர் திரும்பி வந்ததும் மேலும் இரண்டு பெக் ஏற மீண்டும் பழைய பல்லவி! ரீஜனல் மேனேஜரின் கண்களில் நெருப்புப்பொறி! விட்டிருந்தால் சுட்டெரித்திருப்பார்!

இறுதியில் ஒரு வழியாக தான் பெறவேண்டிய தகவல்களை எப்படியோ அவர் பெற்று விட்டார் என்று வைத்துக்கொள்ளுங்கள். இதனால் நிகர நஷ்டம் அந்த சேல்ஸ் ஆஃபீஸர் பெற இருந்த பதவி உயர்வு தள்ளிப்போனது!

ஆகவேதான் நாம் பேசுவதில் கவனமாக இருக்கவேண்டும். நம்மை மற்றவர்கள் எடை போட்டுக்கொண்டு இருக்கிறார்கள் என்பதை நன்கு உணர்ந்து நமது மதிப்பு கெடாமல் பார்த்துக்கொள்ளவேண்டும்.

நமது தாய்மொழி தவிர ஆங்கிலத்தில் நமது நா வன்மையையும் எழுதும் ஆற்றலையும் வளர்த்துக்கொள்ளவேண்டும். ஒரு தகவலை எப்படி சரியான முறையில் பகிர்ந்துகொள்ளவேண்டும் என்பதை, அதாவது presentation of facts, சரியாக அறிந்துகொண்டு சரியான முறையில் நமது பேச்சிலோ அல்லது எழுத்திலோ அவற்றைப் பகிர்ந்துகொள்ளவேண்டும். இதற்காக பயிற்சி வகுப்புகள் இருந்தால் கொஞ்சம் பணம் செலவழித்தாவது அந்தப் பயிற்சியைப் பெற்றுக்கொள்ள வேண்டும்.

(இதற்கு முன் நான் எழுதிய 'சூப்பர் சேல்ஸ் சக்ஸஸ் ஃபார்முலா' என்ற புத்தகத்தில் இந்தத் தொடர்பாற்றல் விஷயங்களைப்பற்றி டிடெய்ல் ஆக விவரித்திருக்கிறேன். படித்துப்பார்த்து பலன் பெறுக.)

எனது துபாய் வாழ்க்கையில் நான் பல அராபிய தொழில் அதிபர்களைக் கண்டிருக்கிறேன். ஆரம்பத்தில் இவர்களது கம்யூனிகேஷன் இவ்வளவு மோசமாக இருக்கிறதே என்று சிரித்திருக்கிறேன். ஆனால் சில வருடங்களிலேயே சரியான பயிற்சி எடுத்துக்கொண்டு தங்களை பாலீஷ் செய்துகொண்டு அவர்கள் முன்னேறியதைக்கண்டு மூக்கின்மேல் விரல் வைத்ததும் உண்டு.

ஆகவே உங்களது நட்பு வட்டாரத்தை நன்கு பெருக்குங்கள். தொடர் பாற்றலை சிறப்பாக வளர்த்துக்கொள்ளுங்கள். செல்வந்தராவதற்கு இவை இன்றியமையாதவை!

19

குபேரனாகவேண்டுமா? பேரக்கலையை பயிலுங்கள்!

ஒரு போருக்குப் போவதென்றால் நீங்கள் முதலில் போர்க்கலையைக் கற்க வேண்டும். அதேபோல ஒரு பேச்சு வார்த்தைக்குப் போக வேண்டும் என்றால் நீங்கள் பேரக்கலையைக் கற்றுக்கொள்ள வேண்டும்.

பேரக்கலையைக் கற்காமல் நீங்கள் செல்வந்தராவது நடக்காது. பேரக்கலையைப் பயிலுவதைப் பற்றி எனது 'சூப்பர் சேல்ஸ் சக்ஸஸ் ஃபார்முலா' என்ற புத்தகத்தில் விளக்கமாக எழுதி இருக்கிறேன்.

இப்போது சுருக்கமாக இந்த விளையாட்டைப்பற்றி உங்களுக்குச் சொல்கிறேன்.

எந்த விளையாட்டாக இருந்தாலும் அதற்கு சில விதிகள் உண்டு. பேரப் பேச்சு விளையாட்டிலும் சில விதிகள் உண்டு, அவற்றை இப்போது பார்க்கலாம்.

- கோரிக்கைகள் வைக்கும்போது தயங்காமல் அதிக அளவில் உங்கள் கோரிக்கைகளை வையுங்கள். வாயுள்ள பிள்ளையே பிழைக்கும்!

- உங்களுடன் பேரம் நடத்துபவர் அதிகச் சலுகைகளை உங்களிடம் கோரினால் அவர்கள் கோரும் ஒவ்வொரு கோரிக்கைக்கும் எதிரான வாதங்களை வைத்து அவற்றை ஃப்யூஸ் ஆகச்செய்யுங்கள்.
- ஒருவேளை சலுகை அளிக்க வேண்டி வந்தாலும் மிகக் குறைவான அளவில் அதைத்தொடங்குங்கள்.
- நீங்கள் கொடுக்கும் ஒவ்வொரு சலுகைக்கும் ஒரு பிரதி ஆதாயத்தைத் தவறாமல் கோருங்கள். (Every concession has a counterpart)
- பேரத்தின் எல்லா அம்சங்களிலும் சம்மதம் கிடைக்காத போது பேரப்பேச்சுவார்த்தைகளை முறிக்காதீர்! முடிந்தவரை ஒப்புக்கொண்டு மீதியை அடுத்த சந்திப்புக்கு ஒத்தி வையுங்கள்.
- அடுத்த சந்திப்பில் மிஞ்சி இருக்கும் அம்சங்களை மட்டும் எடுத்துக்கொண்டு சுமுகமாக பேரத்தை லாக் (ஃநிஇஓ) செய்யுங்கள்.

இப்படிப் பல விதிகள் இந்தப் பேரப்பேச்சு வார்த்தைகளில் உண்டு. இவற்றைத் தவறாமல் பயிற்சி செய்யுங்கள்.

நான் துபாயில் ஒரு பன்னாட்டு நிறுவனத்தில் பணி புரிந்து வந்தபோது எங்கள் நிறுவனத்தின் பிரின்ஸிபல் நிறுவனம் - ஃப்ரெஞ்ச் நாட்டைச்சேர்ந்த Fromagery Bel என்ற நிறுவனம்- மத்திய கிழக்கு நாடுகளின் மேலாளர்களுக்கு இந்த பேரக்கலையில் பயிற்சி கொடுக்க நினைத்தது.

எங்களை ஃப்ரான்ஸின் மிக அழகான பகுதியான லியான் நகரத்துக்கு அழைத்து ஒரு உலகப்புகழ் வாய்ந்த ஒரு நிபுணரை எங்களுக்குப் பயிற்சி கொடுக்க நியமித்து 10 நாட்களுக்கு இதன் முக்கியமான அம்சங்களை எங்களுக்குப் பயிற்றுவித்தது.

இதை ஒரு ட்ரெயினிங் என்று சொல்வதைவிட ஒரு வொர்க்-ஷாப் என்றே சொல்லலாம். இதில் பல கேஸ் ஸ்டடிகள் எடுத்துக் கொள்ளப்பட்டு விவாதிக்கப்பட்டன.

விளைவு, எங்களுக்கு முதல் தரமான பயிற்சி கிடைத்தது, அதைக் கொண்டு உலகின் மிகப்பெரிய ரீட்டெயில் செயின்களுடன் நேருக்கு நேர் மோதி பேரப் பேச்சு வார்த்தைகள் நடத்தி வெற்றிகரமாக எங்கள் வியாபாரத்தை நடத்தினோம். மிகக் குறைந்த முதலீட்டில் அதிக டர்ன் ஓவர், அதிக லாபம் ஈட்ட இது எங்களுக்கு மிகவும் உதவியது.

இப்போது அமெரிக்காவின் பிரெஸிடெண்ட் ஆக இருக்கிறாரே திருவாளர் ட்ரம்ப் அவர்கள், அவர் இந்தப் பதவிக்கு வரும் முன் ரியல் எஸ்டேட் துறையில் மிகக் கடுமையாகப் போட்டியிட்டு மிகப்பெரும் செல்வத்தை ஈட்டியவர்.

பல வருடங்களுக்குமுன் *The Art of Deal* என்கிற அவர் எழுதிய புத்தகம் ஒன்றைப் படித்திருக்கிறேன். அதில் அவர் ரியல் எஸ்டேட் களத்தில் ஒவ்வொரு டீலையும் எப்படி நடத்தினார், எப்படி பல இடையூறுகளை சமாளித்து பெரும் செல்வத்தை ஈட்டினார் என்று சுவைபட எழுதி இருந்தார்.

சில வெகு முக்கியமான சொத்துக்களை வாங்குவதற்கான டீல்களை பேரம் பேசி முடிக்க அவர் பல வருடங்கள் வரை கொக்குபோல் காத்திருந்தாராம். 'சாதகமான சமயம் வந்தவுடன் ஒரு நொடி கூட வீணாக்காமல் பேரங்களை படிய வைத்து டீல்களை முடித்திருக்கிறேன்' என்று அவர் கூறுகிறார்.

பேரம் என்பது வெறும் சேல்ஸ் அல்லது மார்க்கெட்டிங் சம்பந்தமான விஷயம் என்று நினைத்து விடாதீர்கள்.

- உங்களது தொழிற்சாலையில் உழைக்கும் தொழிலாளிகள் உங்கள் கட்டுப்பாட்டில் இயங்க அவர்களுடன் பேச்சு வார்த்தை நடத்துகிறீர்களே, அதுவும் நெகோஷியேஷன் தான்.
- ட்ரேட் யூனியன்கள் அதிக போனஸுக்கோ அல்லது சம்பள உயர்வுக்கோ கொடி தூக்கும்போது பேச்சு வார்த்தை நடத்துகிறீர்களே, அதுவும் நெகோஷியேஷன்தான்.
- அரசைச் சேர்ந்த நிறுவனங்களிடம் உங்கள் நிறுவனத்தின் விரிவாக்கத்துக்கு அனுமதி வேண்டி நடத்தும் பேச்சு வார்த்தைகளும் அதுவேதான்.
- புதிய சட்ட திட்டங்களையும், வழி முறைகளையும் அமல்படுத்த உங்களது மூத்த டைரக்டர்களிடமும், அலுவலர் களிடமும் மல்லுக்கட்டுகிறீர்களே அது என்ன? இதே பேரம் சம்பந்தமானதுதான்.

இவை எல்லாவற்றையும் விடுங்கள், உங்கள் வீட்டில் உங்கள் மனைவி மக்களை நீங்கள் எடுக்கும் முடிவுகளையே பின்பற்ற கன்வின்ஸ் செய்கிறீர்களே அதுவும்கூட ஒருவகை நெகோஷியேஷன் அல்லவா?

இப்படி நெகோஷியேஷன் கலையின் எல்லா பரிமாணங்களிலும் வெற்றி பெற்று நீங்கள் செல்வந்தராக என் வாழ்த்துக்கள்1

20

உங்களது வாடிக்கையாளர்களை புரிந்துகொள்ளுங்கள்!

நான் வாடிக்கையாளர் என்று குறிப்பிட்டதும் நீங்கள் ஒரு அலுவலகத்தில் பணி புரிபவராக இருந்தால் நான் தான் பிசினஸ் செய்யவில்லையே எனக்கெதற்கு இந்த டாபிக் என்று பக்கங்களைத் தள்ளி விடாதீர்கள்

- நீங்கள் பணி நிமித்தமாகத் தொடர்புகொள்ளும் ஒவ்வொரு துறையைச் சார்ந்த உங்கள் நிறுவனத்தின் பணியாளர்களும் உங்களது கஸ்டமர்கள்தான்!
- நீங்கள் ஒரு IT நிபுணரா? அப்படி என்றால் உங்களிடம் இருந்து கஸ்டமைஸ்ட் அக்கவுண்டிங் பேக்கேஜ் எதிர் பார்க்கிறார்களே உங்கள் அக்கவுண்ட் துறை மேலாளர்கள். அவர்கள், உங்களது வாடிக்கையாளர்கள்.
- உங்களிடமிருந்து தங்களின் விற்பனை சம்பந்தமான விவரங்களை ஒரு குறிப்பிட்ட ஃபார்மேட்டில் தங்களது சிஸ்டத்தில் வரும்படி செய்யக் கோரிக்கை வைக்கிறார்களே சேல்ஸ் துறையினர், அவர்களும் உங்களது கஸ்டமர்தான்.

- நிறுவனத்தின் தொழிலாளிகளின் பணியாற்றலை கணக்கிடுவதற்கு ஒரு பேக்கேஜ் சிஸ்டத்தில் உண்டாக்கும்படி கேட்கிறார்களே உங்களது மனிதவளத் துறையினர், அவர்களும் உங்களது கஸ்டமர்கள்தான்!

இப்படி கஸ்டமர் என்னும் சொல் இன்று ஒரு மந்திரச்சொல்லாக பரிணமித்திருக்கிறது என்றால் அது மிகை இல்லை.

சரி, புரிகிறது அய்யா, இந்த கஸ்டமர்களை கஷ்டமில்லாமல் கையாள்வது எப்படி? அதைச் சொல்லுங்கள் என்கிறீர்களா? இது சரியான கேள்வி.

மனிதர்கள் எல்லோரும் ஒரே மாதிரியாகவா இருக்கிறார்கள்? ஒவ்வொருவருக்கும் ஒரு தனித்தன்மை ஒரு தனி சிந்தனை, தனி பழகும் முறை இருக்கிறதல்லவா? அதை வைத்துக்கொண்டுதான் நாம் அவர்களைக் கையாள முடியும்.

இதற்கு நீங்கள் ஒரு கை தேர்ந்த மனோ தத்துவ நிபுணராக வேண்டும்.

ஒரு இயந்திரத்தை வழிக்குக் கொண்டுவர அதன் பாகங்கள், அவைகள் இணைக்கப்பட்டுள்ள முறை, அதன் வேலை செய்யும் அடிப்படைத் தத்துவம், அதன் ஸ்விட்ச்சுகள் இவற்றை எல்லாம் அறிந்தால் போதும். அதில் தினம், தினம் மாறுபாடுகள் வருவது என்பது இல்லை. எப்போதாவது கோளாறுகள் வரும்போது சரி செய்யும்முறை அறிந்தால் மட்டும் போதும். அல்லது கோளாறுகள் வராமல் தடுக்க, செய்யவேண்டிய தற்காப்பு வழிமுறைகளைக் கையாண்டால் போதும்.

ஆனால் ரத்தமும் சதையும் கலந்த மனிதர்கள்தாம் எத்தனை விதம்! ஒவ்வொரு நாளிலும் எத்தனை வகையான நடத்தைகள்?

இப்படி இருக்க இவர்களைக் கையாள்வதில் ஏதாவது அடிப்படை தத்துவம் இருக்குமா? அதை கடை பிடித்தால் இவர்களை சுலபமாகக் கையாள முடியுமா என்றுதானே நினைக்கிறீர்கள்?

ஆம், மனிதர்களின் நடத்தையைப் பின்பற்றி சில கேரக்டர்களை உங்களுக்கு அறிமுகம் செய்கிறேன். இவர்களை நீங்கள் நிச்சயம் பார்த்திருப்பீர்கள்.

ஏன், ஆலோசித்துப் பார்த்தால் நீங்களேகூட இந்த கேரக்டர்களில் ஒருவராக இருக்கலாம்.

என்ன வியப்பாக இருக்கிறதா?

சந்தேகம் வேண்டாம். நாம் இப்போது கேரக்டர்களுக்கு வருவோம்.

- புல்டோசர் - கடினமான பேரம்.
- விஷய ஞானி - எல்லாம் தெரிந்தவர்.
- தயக்கசாலிகள் -முடிவெடுக்க பயம்.
- அரட்டை ஆசாமிகள் - வெட்டிப்பேச்சு- காரியத்தில் பூஜ்யம்.
- மிளகாய்ப்பழம்- எதெற்கெடுத்தாலும் எரிந்து விழுபவர்கள்.
- ஆக்கபூர்வ சிந்தனையாளர் - நலம் விரும்பி.
- பழைய பஞ்சாங்கம்- பழமை விரும்பி.

இப்போது நான் விளக்காமலேயே இவர்களது நடத்தைகள் எப்படி இருக்கும் என்று உங்களுக்கு புரிந்திருக்கும்.

அது சரி, இவர்களைக் கையாள்வது எப்படி, நம்வழிக்கு இவர்களைக் கொண்டு வருவது எப்படி என்று புருவத்தை நெறிக்கிறீர்களா?

மிகச்சுலபம், எனது 'சூப்பர் சேல்ஸ் சக்ஸஸ் ஃபார்முலா'வை ஒரு தரம் படியுங்கள். எனது அனுபவங்களோடு சேர்த்து வாழைப்பழத்தை உரித்துக் கொடுப்பதைப் போல் கொடுத்திருக்கிறேன். எல்லாம் தெளிவாகப் புரியும்.

எத்தனை கேரக்டர்கள் வந்தாலும் நின்று, வார்த்தையாடி, பேரம் பேசி உங்கள் காரியங்களை சாதித்துக்கொள்ள முடியும்.

பேரம் வெற்றி என்றால் என்ன?

உங்கள் பேங்க் பேலன்ஸ் ஏறுவதுதானே?

சக்கைப்போடு போடுங்கள்!

21

பணியாளர்களை ஆளும் தந்திரம்

கொஞ்ச நாளைக்கு முன் Inspiring Conversations என்ற தலைப்பில் அற்புதமான உரையாடல் வீடியோ ஒன்றை பார்த்தேன். அது கவின்கேர் நிறுவனத்தின் தலைவரான திரு C.K.ரங்கநாதன் அவர்கள் பங்கு பெற்ற நேர்முகம். பல முக்கியமான கேள்விகளுக்கு அநாயாசமாக தனது கருத்தைத் தெரிவித்து அசத்தி விட்டார் மனிதர்!

அதில் நான் ரசித்த ஒன்று.

> 'உங்களது அசுர வளர்ச்சிக்குக் காரணமாக இருக்கும் உங்களது பலம் என்ன? உங்களது புதுமை செய்யும் ஆர்வமா, உங்களது பொருளாதார நிபுணத்துவமா, உங்களது வினியோக தந்திரமா?' திரு ரங்கநாதன் அமைதியாக பதில் அளிக்கிறார், 'எனது பணியாளர்களைத் தேர்ந்தெடுக்கும் திறமை, அவர்களை ஆளும் லாகவம்.'

ஆம், நீங்கள் ஒரு வெற்றி பெற்ற தொழில் அதிபராக விளங்க வேண்டும் என்றால் உங்களுக்கு உங்களது பார்ட்னர்களை, உங்களது பணியாளர்களை, உங்களது வாடிக்கையாளர்களைத் தேர்ந்தெடுக்கும் கலை என்பது அல்வா சாப்பிடுவதுபோல் இருக்கவேண்டும்.

எனக்கு விற்பனைத்துறை குருவாக இருந்த திரு நாராயணன் கூறுவார், 'நான் ஒருவருடன் ஐந்து நிமிடம் பேசினால் அவரது ஜாதகத்தையே அளந்து விடுவேன்!' அந்த அளவுக்கு உங்களது கவனமும்,

அடுத்தவர்களின் மனோ நிலையைப் படிக்கக்கூடிய ஆற்றலும் இருக்கவேண்டும்.

Body language என்று ஆங்கிலத்தில் குறிப்பிடுவார்கள். ஒருவரின் மனதில் இருப்பதுதான் அவரது செய்கைகள் மூலமாக வெளிப் படுகின்றது.

ஒருவர் பேசும்போது உங்களது கண்களை நேருக்கு நேர் பார்க்காமல் பேசுகிறார் என்றால் அவரது பேச்சில் உண்மை இல்லை அல்லது அவருக்குத் தன்னம்பிக்கை இல்லை என்று புரிந்துகொள்ளலாம். நகத்தைக் கடித்துக்கொண்டே இருந்தார் என்றால் இருப்புக் கொள்ளாமல் இருக்கிறார், ஏதோ தவிப்பில் இருக்கிறார் என்பது பொருள். நீங்கள் பேசும்போது கைகளைக் கட்டிக்கொண்டே கேட்டால் உங்களது பேச்சுக்கு மறுப்பாக அவர் மனம் செயல் படுகின்றது என்று அர்த்தம்.

இப்படி ஒருவரின் அவயவங்களின் போக்கை வைத்து அவரின் மனப்பாங்கை அறியலாம்.

அடுத்தது, உங்களுக்காக பணி புரிபவர்களின் பலம் என்ன, பலவீனம் என்ன என்பதை நீங்கள் நன்கு அறிந்திருக்க வேண்டும். அப்போதுதான் சரியான ஆளை சரியான வேலைகளுக்கு அமர்த்த முடியும்.

அது மட்டுமா? அவர்களை எப்படி ஊக்குவிப்பது என்ற தந்திரத்தையும் நீங்கள் அறிய வேண்டும். எல்லோரும் பணத்துக்கு மட்டும் ஆலாகப் பறப்பதில்லை. சிலருக்குப் பணத்தைக் காட்டிலும் தனக்கு கிடைக்கும் முக்கியத்துவம் தான் அவர்களை இயங்க வைக்கும் ஸ்விட்ச்!

என் கீழ் வேலை செய்தவர்கள் அனைவருக்கும் நான் உத்தியோக உயர்வு கொடுக்க முடியாது. ஆனால் தலைமை பண்புகள் பெற்ற சிலரை ஒரு சிறு குழுவிற்கு ஒரு தலைவனைப்போல பணி செய்ய அனுமதிப்பேன்.

தலைவனைப்போல செயல்பாடுதான், சம்பள உயர்வு ஏதுமில்லை. இந்த ஒரு மாற்றமே அவர்களை சூப்பர் ஸ்பீடில் செயல்பட வைத்தது.

இப்படி சில வருடம் செயல்படுவதைப் பார்த்துவிட்டு பின் சமயம் வரும்போது அவர்களுக்கு அதிகாரபூர்வமான உத்தியோக உயர்வைக் கொடுப்பேன்.

சிலருக்கு சில தனிப்பட்ட பிரச்னைகள் இருக்கும். எனவே அவர் களுக்கு வேலை நேரத்தை அவர்கள் இஷ்டப்படி ஃப்ளெக்சிபிளாக மாற்றி அமைத்துக்கொள்ள அனுமதித்தால் பேயாக வேலை செய்து உங்கள் நிறுவனத்தின் சவால்களைச் சமாளிப்பார்கள்.

நல்ல பணியாளர்களை ஊக்குவிப்பதோடு உங்கள் வேலை முடிந்து விடவில்லை. எந்த நிறுவனத்திலும் சில சோம்பேறிகள், சில அயோக்கியர்கள், சில எதிர்மறை சிந்தனையாளர்களும் எப்படியோ வந்து சேர்ந்து விடுவர்.

ஒன்று அவர்களை வழிக்குக் கொண்டுவரும் சாமர்த்தியம் உங்களுக்கு இருக்க வேண்டும். அல்லது 'திருந்தவே திருந்தாத கேஸ்' என்று கல்தா கொடுக்கும் திட மனமும், அத்தகைய சந்தர்ப்பங்களை எதிர்கொள்ளும் திறமையையும் நீங்கள் வளர்த்துக்கொள்ள வேண்டும்.

நான் ஒரு நிறுவனத்தில் ரீஜனல் மேனேஜராக இருக்கும்போது என் கீழ் வேலை செய்த ஒருவர் ஒரு பலம் மிக்க அரசியல் கட்சியின் உறுப்பினராகவும் இருந்தார். அப்போது தமிழ் நாட்டில் தேர்தல் வர, இவர் தன் பணியைக் காற்றில் பறக்கவிட்டு, தேர்தல் பணியில் குதித்துவிட்டார். அதுவும் லீவ் அப்ளிகேஷன் ஒன்றும் தராமலேயே! அவர் நினைத்தார், 'நான் சார்ந்திருந்த கட்சி பலமானது, பல தலைவர்களின் தொடர்பு உண்டு, யார் என்னைக் கேட்பது?' என்று.

எங்களது மனித வளத் துறையின் மேலாளருக்கு லேசாகப் பயம். அவர்மேல் கை வைத்தால் பிரச்னை ஆகி விடுமோ என்று. நான் அவரிடம் கூறினேன், 'வரும் விளைவுகளுக்கு நான் பொறுப்பு. டிஸிப்ளினரி ஆக்ஷன் எடுங்கள், நான் பார்த்துக்கொள்கிறேன்.'

நோட்டீஸ் போனதும் அலறி அடித்துக்கொண்டு ஓடி வந்தார் அந்த நபர். நான் உறுதியாக நின்று நிலைமையைச் சமாளித்தேன். 'எனக்கும் அரசியல் தலைவர்களைத் தெரியும். உன் வீரத்தை என்னிடம் காட்டாதே' என்று கர்ஜித்தேன்.

மனிதரின் சப்த நாடியும் ஒடுங்கி விட்டது. ராஜினாமாவைக் கொடுத்து விட்டு அப்பீட் ஆகி விட்டார்!

நீங்கள் செல்வந்தர் ஆக விரும்பினால் உங்களுக்காக வேலை செய்பவர்களைத் திறமையாக ஆளத் தெரிந்திருக்க வேண்டும். ஒவ்வொரு மனிதருக்கும் ஒரு பிரத்தியேக ஸ்விட்ச் உண்டு. அது எங்கிருக்கிறது என்பதைத் தெரிந்துகொண்டு அதைச் சரியான முறையில் ஆபரேட் செய்யக் கற்றுக்கொள்ளுங்கள்.

கற்றுக்கொண்டு நடைமுறையில் செயல்படுத்துங்கள். வெற்றி நிச்சயம்!

22

நெருக்கடிகளைச் சமாளியுங்கள்

நீங்கள் செல்வந்தர் ஆக வேண்டுமென்றால் அதற்குச் சில ஃபார்முலாக்கள் உண்டு. இதன் ஃபார்முலாக்கள் கெமிஸ்ட்ரியின் ஃபார்முலாக்களைப் போன்று அத்தனை எளிமையாய் இருப்பதல்ல. மிக காம்ப்ளெக்ஸ் ஆன ஃபார்முலாக்கள் இவை.

இந்தப் பாதை யாரோ உண்டாக்கிய பாதையில் நீங்கள் சுகமாக நடப்பது போன்றதும் அல்ல. இந்தப் பாதையை நீங்கள்தான் போட வேண்டும். ஒவ்வொரு மூட்டை ஜல்லியையும், ஒவ்வொரு சட்டி மண்ணையும் நீங்கள்தான் சுமக்க வேண்டும். தாரை ஊற்றிக் கைகளையும் கால்களையும் நீங்கள் அசுத்தப்படுத்திக் கொள்ளாமல் இந்தப் பாதை உருவாகாது. திமிசு கட்டையைப் போட்டு புல்டோசரை ஓட்டி நீங்கள்தான் சமன்படுத்தவேண்டும்.

இதில்தான் எத்தனை சிக்கல்கள்! எவ்வளவு கடுமையான உழைப்பு! ஒவ்வொரு நாளும் புதிது புதிதாக சவால்கள், நெருக்கடிகள்! இவற்றை எதிர்கொண்டு, சமாளித்தால்தான் நீங்கள் செல்வத்தைக் குவிக்க முடியும்.

நெருக்கடிகள் வெறும் தொழிற்சாலைகளின் இயந்திரங்களுக்கு மத்தியில் மட்டும்தான் வருகிறது என்று நினைக்காதீர்கள். அது உங்கள் அலுவலகத்தில், உங்களது சந்தையில், உங்களது

சப்ளையர்களிடமிருந்து, பொருளாதார மாற்றங்களிலி ருந்து, அரசின் புதிய சட்டங்களில் இருந்து என்று எப்படி வேண்டுமானாலும் வரலாம்.

இவற்றைச் சமாளிப்பதற்கு சில வழிமுறைகள் உண்டு.

- சரியாகத் திட்டமிட்டுச் செயல்பட்டால் நெருக்கடி வருமுன்னர் தற்காத்துக் கொள்ள இயலும். திட்டமிடுதல் என்றால் வெறும் மேம்போக்காக அல்ல, மைக்ரோ லெவல் திட்டங்கள்.
- தகவல் தொடர்புகளைப் பலப்படுத்துங்கள். பெரும்பாலான சமயங்களில் கம்யூனிகேஷன் சரியாக இல்லாததால்தான் நெருக்கடிகள் முளைக்கின்றன. உங்கள் தொழில் சார்ந்தவர் களுக்கும் உங்களுக்கும் இடையில் எந்தவித communication gap-ம் வராமல் பார்த்துக்கொள்ளுங்கள்.
- நாளுக்கு நாள் வளர்ந்துவரும் தொழில் நுட்பங்களை சரியாக அப்டேட் செய்து கொள்ளுங்கள். இப்போதெல்லாம் சிறிய மளிகைக்கடைகளில் கூட CCTV கேமராக்கள் பொருத்தப் பட்டிருப்பதைப் பார்க்கிறேன்.
- உங்களது பணியாளர்களின் ஆற்றலை மேம்படுத்தும் உங்களது மனிதவளத்துறை எப்படி இயங்குகின்றது? அதில் ஓட்டைகள் விழுந்தால் அது பெரும் நெருக்கடியில் கொண்டு சேர்த்துவிடும்.
- இவற்றை எல்லாம்விட மிக முக்கியமான விஷயம் உங்களுக்கும் உங்கள் பணியாளர்களுக்கும் சரியான பயிற்சிகள் கொடுக்கப் படுகின்றனவா என்பது.

பயிற்சிகளை இரண்டு வகையாகக் கொடுக்கலாம். உங்களது நிறுவனத்திலேயே நல்ல ஒரு ட்ரெய்னிங் மேனேஜரை நியமனம் செய்து அவர்மூலம் உங்களது பணியாளர்களுக்கு தொடர்ச்சியாகப் பயிற்சி கொடுக்கலாம். அல்லது மிகத் தொழில்தரம் வாய்ந்த நிபுணர்களை வெளியிலிருந்து வரவழைத்து ஒரு குறிப்பிட்ட கால இடைவெளியில் பயிற்சிகளை வழங்கலாம்.

இவற்றை விட நான் அதிக முக்கியத்துவம் கொடுப்பது மனப்பயிற்சிக்குத்தான்.

நெருக்கடிகள் வரும்போது சிலர் துவண்டு விழுந்து விடுகிறார்கள். ஆனால் சிலரோ எத்தனை நெருக்கடிகள் வந்தாலும் தங்களது திடமான மனத்தால் அந்த நெருக்கடிகளுக்கே நெருக்கடிகளைக் கொடுக் கிறார்கள்! காரணம் அவர்கள் தங்கள் மனத்துக்கு சரியான பயிற்சி கொடுத்து அதன் சக்தியை விரயம் ஆக்காமல் அதை கான்சென்ட்ரேட் செய்து பிரச்னைகளில் இருந்து தீர்வு காண்கிறார்கள்.

நமது கிரிக்கெட் வீரர் தோனியை எடுத்துக்கொள்ளுங்கள். மேட்ச் முடியும் நிலையில் டென்ஷன் ஏற, ஏற மனிதர் கொஞ்சமும் கலங்காமல் எப்படி விளாசித் தள்ளுகிறார் பாருங்கள். எந்த ஒரு நெருக்கடியான கட்டத்திலும் அவர் வியர்த்து முகம் வாடி பார்த்ததில்லை. காரணம் அவரது மனோ நிலை! உண்மையிலேயே அவர் மிஸ்டர் கூல் தான்! மனதுக்கு அத்தனை பயிற்சி கொடுத்து அப்படி நிலை குலையாமல் மலை போல் நிற்கிறார் மனிதர்.

இந்த விஷயத்தைப்பற்றிப் பேசும்போது எனக்கு துபாயின் பிரதமர் ஷேக் முஹம்மது அவர்கள் நினைவு வருகிறது,

2007வரை துபாயின் பொருளாதார நிலை வெகு வேகமாக வளர்ந்து கொண்டிருந்தது. ஆனால் உலகெங்கும் ஒரு கடும் வைரஸைப்போன்று பரவி அமெரிக்கா போன்ற வளர்ந்த நாடுகளையே திக்குமுக்காடச் செய்த பொருளாதார பின்னடைவு துபாயையும் நிலை குலையச்செய்தது.

உங்களுக்கே தெரிந்திருக்கும், துபாயின் பொருளாதாரம் அபுதாபியைப் போல் பெட்ரோலைச் சார்ந்ததல்ல. முழுதும் கமர்ஷியல் எகானமி அது. டிரேடிங்தான் அவர்களது பொருளாதாரத்தின் உயிர் நாடி.

அவர்கள் அரசு மிக அதிக அளவில் அமெரிக்காவில் முதலீடு செய்திருந்தது. அமெரிக்க பொருளாதாரம் படுத்துவிட, அங்கே அமெரிக்க வங்கிகள், மெர்ரில் லின்ச், லேமன் ப்ரதர்ஸ் போன்ற நிதித்துறை நிறுவனங்கள் எல்லாம் சீட்டில் கட்டப்பட்ட வீடுகள்போல் விழுந்து தரை மட்டமான போது அதன் தாக்கம் துபாயில் வெகு பயங்கரமாக இருந்தது.

ஷேக் முஹம்மது அதைச் சமாளித்த விதத்தை நாம் ஒரு கேஸ் ஸ்டடி ஆகக்கூட எடுத்துக்கொள்ளலாம்.

தாங்கள் கடன் வாங்கியிருந்த வங்கிகளின் தலைவர்களை எல்லாம் அழைத்து தனது கடனை மறு கட்டமைப்பு செய்தார் திரு ஷேக் முஹம்மத். கடன் திரும்பி வரும் என்று உத்திரவாதம் கிட்டியதில் அவர்களுக்கும் மகிழ்ச்சி. கடன் சுமையில் குறிப்பிட்ட டிஸ்கௌண்ட்டும் கொடுத்து அதைக் குறிப்பிட்ட தவணைகளில் அடைக்க கால அவகாசமும் கொடுத்தனர்.

அதற்குள் அபுதாபி ஷேக்குகளிடம் நல்ல சுமுகமான உறவு வைத்திருந்த காரணத்தால் அவர்களிடம் இருந்தும் சில பொருளாதாரச் சலுகைகள் பெற முயற்சித்தார்.

அதற்காக, தான் மிக ஆசைப்பட்டு, பார்த்துப் பார்த்துக் கட்டிய, துபாய்க்கே ஒரு அடையாளமாகத் திகழும் 'பூர்ஜ் துபாய்' என்று பெயர் வைக்க இருந்த, உலகின் மிக உயர்ந்த கட்டிடத்துக்கு 'பூர்ஜ் கலீஃபா' என்று அபுதாபி ஷேக்கின் பெயரை அதற்குச் சூட்டி ஒரு பெரும் தியாகம் செய்யவும் அவர் தயங்கவில்லை.

ஒரு தலைவன் என்றால் அவன் சில தியாகங்களுக்கும் தயாராக இருக்கவேண்டும். அதைத்தான் செய்து காட்டினார் ஷேக் முஹம்மது.

அந்தச் சமயத்தில் இந்தியா தனது உறுதியான பொருளாதாரக் கொள்கைகளினால் பொருளாதார வீழ்ச்சிக்கு இரை ஆகாமல் வளர்ந்து கொண்டிருந்தது. எனவே இந்தியாவிலிருந்தும், மற்ற பின்னடைவு இல்லாத நாடுகளிலிருந்தும் துபாய்க்கு முதலீடுகளை அதிக அளவில் கொண்டுவர தீவிர முயற்சிகள் எடுத்து அதற்காக பல சலுகைகளும் வழங்கி அதில் வெற்றியும் கண்டார்.

அத்தனை நெருக்கடியிலும் 'கூல்' ஆக இருந்து சில வருடங்களிலேயே துபாயை மீண்டும் முன்னேற்றப்பாதைக்குக் கொண்டு வந்தார்.

இதைத்தான் நான் மன வளப்பயிற்சி என்றேன். மனத்திண்மையை வளர்த்துக்கொள்ளுங்கள். எந்தச் சமயத்திலும் கலங்காமல் 'அடுத்தது என்ன?' என்ற கேள்வியை எழுப்பி விடைகாண முயலுங்கள்.

மனத்தை ஆழ் நிலைக்குக் கொண்டு சென்று அமைதியாகத் தியானம் செய்வதன் மூலம் அதற்கு ஒரு ஆற்றல் கிடைக்கிறது. அந்த ஆற்றலை விரிவுபடுத்துவதன் மூலம் நீங்கள் உங்கள் பிசினஸில் அல்லது உங்கள் பணியில் முடிச்சுகள் விழாமல் பார்த்துக் கொள்ளலாம், அல்லது ஏற்கெனவே விழுந்த அத்தனை முடிச்சுகளையும் அவிழ்த்துவிடலாம்.

எனவே சரியான மூச்சுப்பயிற்சிகள், யோகப்பயிற்சிகள் இவைகளை தகுந்த பயிற்சியாளரைக்கொண்டு எடுத்துக்கொள்ளுங்கள்.

இவை உங்கள் ஆற்றலை மேம்படுத்தி உங்கள் வியாபாரத்தை, தொழிலை அல்லது பணியைத் திறம்படச் செய்ய வைத்து உங்களைச் செல்வந்தராக்குவது மட்டுமல்ல, உங்களுக்குச் சிறந்த ஆரோக்கியத்தையும் அளிக்கும்.

நான் முதலிலேயே குறிப்பிட்டேன் அல்லவா, ஆரோக்கியமே ஆதாரம், அடிப்படை, நீங்கள் செல்வந்தராவதற்கு!

23

பாதகம் இல்லாத தொழில் செய்!

இப்போது நான் உங்களுக்கு சொல்லப்போகும் விஷயங்கள் உங்களுக்கு ஆச்சரியமாக இருக்கலாம். ஏன், சர்ச்சைக்குரியதாகக்கூட இருக்கலாம். ஆனால் நான் கண்கூடாகக் கண்ட சில நிகழ்வுகள், உங்களுடன் அவற்றைப் பகிர்ந்துகொள்ள என்னைத் தூண்டுகின்றன.

நான் விற்பனைத்துறையில் கால் வைத்து நன்கு முன்னேறிக்கொண்டு இருக்கையில் எனக்கு பல நிறுவனங்களிலிருந்து ஆஃபர்கள் வந்தன. அவற்றில் இரண்டு விஷயங்களில் ஈடுபட்டிருந்த நிறுவனங்களில் நான் வேலை செய்வதற்குத் தீர்மானமாக மறுத்து விட்டேன். ஒன்று மது விற்பனை, மற்றது சிகரெட் விற்பனை.

ஒரு மனிதனின் ஆரோக்கியத்தைக் கெடுத்துத்தான் நான் செல்வந்தன் ஆக வேண்டும் என்று நான் ஒருபோதும் விரும்பியதில்லை. 'நாய் விற்ற காசு குறைக்காது' என்பது போன்ற பழமொழிகள் இந்த விஷயத்தை நியாயப்படுத்தினாலும் என் மனசாட்சி அதற்கு ஏனோ இடம் கொடுக்கவில்லை.

அதேபோல் வேறொரு விஷயத்தையும் நான் கவனித்து வருகிறேன்.

தோல் வியாபாரம் செய்து பணம் ஈட்டுபவர்களின் வாழ்க்கை மிகக் கடும் சோதனைக்கு உள்ளாகிறது என்பது.

நானே பல குடும்பங்களில் இதைக் கண்கூடாகப் பார்த்திருக்கிறேன். இவற்றுக்கு என்னிடம் டேட்டா உண்டு.

இன்னும் ஒன்று சொல்லட்டுமா? லெதரைக்கொண்டு உண்டாக்கப் படும் காலணிகளையோ அல்லது பர்ஸ்களையோ நான் உபயோகிப்பதை அடியோடு தவிர்க்கிறேன். பல உயிர்களைக் கொடுமையான விதத்தில் கொன்று செய்யப்படும் வியாபாரங்கள் செல்வத்தைக் கொடுத்தாலும் அதை ஈட்டியவர்கள் அதற்குக் கொடுக்க வேண்டிய விலை மிக மிக அதிகம்!

அதே போல் அதிக வட்டிக்குக் கடன் கொடுத்து அதை மீட்க கொடும் செயல்கள் செய்ய கொஞ்சமும் தயங்காத கந்து வட்டிக்காரர்கள் தங்களது பிற்காலத்தில் படும் அவஸ்தைகளையும் கண்டிருக்கிறேன். கடும் வட்டிக்கு லேவாதேவி தொழில் செய்து வளர்ந்த பல குடும்பங்கள் சின்னா பின்னமாவதைக் கண்கூடாகப் பார்த்திருக்கிறேன்.

சிகரெட் விற்கும் நிறுவனங்களே தங்களது தொழிலில் சிறிது சிறிதாக மாற்றங்கள் கொண்டு வருவதையும் நீங்கள் பார்த்திருக்கலாம்.

இந்தியாவின் மிகப்பெரிய சிகரெட் விற்கும் நிறுவனம் ITC கடந்த சில வருடங்களில் அதன் உணவுத்துறையில் அதிக கவனம் செலுத்தி அதை வெகு வேகமாக வளர்த்து வருவதை நாம் பார்க்க முடிகிறது. இன்னும் சில வருடங்களுக்குப்பின் சிகரெட் விற்பனை வெறுமே புகைந்து கொண்டிருக்குமே தவிர எரியாது!

உலகளாவிய அளவில் சிகரெட் சாம்ராஜ்யத்தை நடத்திக்கொண்டிருக்கும் மார்ல்பொரோ நிறுவனமும் பல நாடுகள் புகைப்பதற்கு எதிராக தொடுக்கும் கடும் நடவடிக்கைகளால் தடுமாறிக்கொண்டிருக்கிறது.

அதுமட்டுமல்ல, சிகரெட்டை மட்டும் நம்பிக்கொண்டு காலம் தள்ள முடியாது என்றுதான் அது உலகின் மிகச்சிறந்த உணவுக்கம்பெனியான க்ராஃப்ட் நிறுவனத்தையும் பல வருடங்களுக்கு முன்பே வாங்கி அதில் கூடுதல் கவனம் செலுத்தியது.

மதுவகைகளை விற்று கோடீஸ்வரர் ஆன மல்லையாவை கோர்ட்டுகள் தண்ணீர் குடிக்க வைத்துவிட்டன!

கேடு விளைவிக்கும் போதைப்பொருள்களை விற்று மக்களைக் கெடுக்கும் மாஃபியாவை சேர்ந்த குறுக்குவழி பணக்காரர்கள் சிறிது காலம் கொண்டாட்டமாக உல்லாச வாழ்க்கை நடத்தினாலும் இறுதியில் என்கௌண்டர்களில் போட்டுத்தள்ளப்படுவதைத்தான் தினமும் பத்திரிகைகளில் படிக்கிறோமே!

நான் புரிந்துகொண்ட அடிப்படை தத்துவத்தை உங்களுடன் பகிர்ந்து கொள்கிறேன்.

ஒரு ஜீவனை வருத்தி அதனால் உண்டாக்கும் செல்வம் வெகு நாட்களுக்கு நிலைப்பதில்லை என்பது மட்டுமல்ல. அது அவ்வாறு உண்டாக்கியவருக்குக் கூடவே பெரும் துன்பத்தையும் அச்செல்வத்துடன் கொண்டுவருகிறது.

ஒவ்வொரு செயலுக்கும், ஏன், ஒவ்வொரு எண்ணத்துக்கும் ஒரு விளைவு உண்டு என்று நமது தத்துவங்கள் பறைசாற்றுகின்றன.

> ‘அழஅழக்கொண்ட எல்லாம் அழப்போம் இழப்பினும்
> பிற்பயக்கும் நற்பாலவை’

வள்ளுவர் வாக்கில் இந்தத் தத்துவம்தான் வெளிப்படுகிறது.

அதனை சரியாகப் புரிந்துகொண்டு முறையான தொழிலை சரியாக செய்து கடுமையாக உழையுங்கள்.

நீங்கள் ‘நற்செல்வர்’ ஆவது உறுதி, உறுதி, உறுதி!

ஒரு ஜீவனை வருத்தி அதனால் உண்டாக்கும் செல்வம் வெகு நாட்களுக்கு நிலைப்ப தில்லை என்பது மட்டுமல்ல. அது அவ்வாறு உண்டாக்கியவருக்குக் கூடவே பெரும் துன்பத்தையும் அச்செல்வத்துடன் கொண்டுவருகிறது.

24

எட்டாவது அதிசயம்!

‘சிவகுமார், நீங்கள் உலகத்தின் 7 அதிசயங்களைப்பற்றி அறிவீர்கள், எட்டாவது அதிசயம் என்று நான் குறிப்பிடுவது என்ன என்று தெரியுமா?’ கணேஷ் என்ற என் உறவினர் ஒருவர், மிகப் பிரபலமான ஆடிட் நிறுவனத்தை சென்னையில் நடத்தி வருபவர் கேட்ட கேள்வி இது.

‘நீங்கள்தான் ஃபைனான்ஸ் துறையில் உள்ளவர்கள் ஆயிற்றே, அது சம்பந்தமாக ஏதாவது இருக்கும்’ என்று பதில் சொன்னேன் நான்.

‘ஆம், நீங்கள் யூகித்தது சரிதான் என்று கூறிவிட்டு அவர் கூறினார், காம்பௌண்டிங் இண்ட்ரெஸ்ட் என்கிறோமே அதுதான், எங்களைப் பொறுத்தவரை அந்த எட்டாவது அதிசயம்’ என்றார் அவர்.

இதை அவர் மேலும் விவரித்துக் கூறினார், ‘பணம் குட்டி போடும் என்று சொல்கிறோமே அது இப்படித்தான். மிகச் சாதாரண உதாரணத்தைக் காண்பிக்கிறேன். ஒரு ரிஸ்க்கும் இல்லாத PPF ஸ்கீமில் பணத்தை முதலீடு செய்தால்கூட 8 வருடங்களில் அது இரட்டிப்பாகி விடுகிறது. ஒருவர் தனது 20 ஆவது வயதிலிருந்தே சேமிக்கத்தொடங்கி விட்டால் அவரது 45 ஆவது வயதுக்குள் அவருக்கு வாழ்க்கைக்குப் போதுமான பணம் கிடைத்துவிடும். இதுதான் காம்பௌண்டிங் இண்டரெஸ்டின் மாயா ஜாலம். அதுவும் இன்று IT-ல் பணி செய்பவர்கள் தொடக்கத்திலேயே 40 அல்லது 50 ஆயிரம்

சம்பாதிக்கிறார்கள். ஆனால் சரியானபடி சேமிக்கத் தெரியாமல் பார்ட்டி, பப், அது இது என்று ஊதித்தள்ளி விடுகிறார்கள்.'

அவர் குறிப்பிட்டது சரிதான் என்று எனக்குப்பட்டது.

நான் சம்பாதிக்க ஆரம்பித்த காலங்கள் வேறு. தொடக்க நிலை சம்பளம் ரூபாய் 500 என்பதே பெரிதாக இருந்தது. நான் உத்தியோக உயர்வு பெற்று ஏரியா மேனேஜர் ஆன பின்பும், ஒரு பன்னாட்டு நிறுவனத்தில் பணி புரிந்தும் சம்பள அளவுகோல்கள் மிகக் குறைவாக இருந்தன.

ஆனால் இன்று அப்படி இல்லை. இந்திய நிறுவனங்களே சம்பளத்தை வாரிக்கொடுக்கின்றன. ஸ்டார்ட் அப் நிறுவனங்கள் கூட அள்ளித்தரும் காலம் இது. எனவே இப்போதுள்ள பணியாளர்கள் ஒருவிதத்தில் அதிர்ஷ்டசாலிகளே என்பேன் நான். இருந்தும் சேமிக்கும் பழக்கம் அவர்களுக்கு இல்லாதிருக்கின்றது.

நண்பர் கணேஷ் குறிப்பிட்டதுபோல அவர்கள் தங்களது தொடக்க நாட்களில் இருந்தே ஒரு குறிப்பிட்ட தொகையை நான் தொட மாட்டேன் என்று தீர்மானித்து சேமிக்க ஒதுக்கி வைக்கவேண்டும். அத்தொகையை காம்பௌண்ட் வட்டி தரக்கூடிய எந்த வித ஆபத்தும் இல்லாத சேமிப்புத் திட்டங்களில் இட்டாலே அவர்கள் 45 வயதுக்குள் தங்களுடைய பணத்தேவைகளில் இருந்து சுதந்திரம் பெற்று விடுவார்கள் என்பது நிச்சயம்.

அதுமட்டுமல்ல, இந்த PPF போன்ற சேமிப்புகள் வரிச்சலுகை களோடும் வருகின்றன. அந்த லாபத்தையும் சேர்த்துப்பார்த்தால் நாம் பெறுகின்ற மொத்த லாபம் இன்னும் அதிகம்.

இப்போது கூகுள் தேடலில் எல்லா விவரங்களும் உங்கள் கைப்பிடியில் வந்துவிட்டன. தேடிப்பாருங்கள்,

- எந்த வகை முதலீட்டில் எவ்வளவு சதவிகிதம் கிட்டுகின்றது,
- அதையே குவாட்டர்லி இடைவெளியில் ஒட்டுமொத்தமாக வட்டியைக் கூட்டும் முறையில் முதலீடு செய்தால் எத்தனை சதவிகிதம் கூடும்,
- வரி சலுகைகளைக் கூட்டினால் எத்தனை நிகர லாபம் கிட்டுகின்றது...

இவற்றை எல்லாம் இப்போது மிகச்சுலபமாகக் கணக்கிட்டு விடலாம்.

என்ன, இதற்கெல்லாம் கொஞ்சம் மெனக்கெட வேண்டும். ஹோம் வொர்க் செய்ய வேண்டும், அவ்வளவுதான்.

இதற்கு நாம் நம் குழந்தைகளுக்கு சில நல்ல கட்டுப்பாடுகளை சிறு வயதிலேயே சொல்லித்தரவேண்டும். அப்போதுதான் செல்வம் என்றால் என்ன, அதை எப்படி சேமிப்பது, எப்படி பெருக்குவது, எப்படி வீண்செலவுகள் செய்யாதிருப்பது என்பதை அவர்கள் கற்றுக்கொள்வார்கள்.

உலகின் மிகப்பெரிய செல்வந்தர் வாரன் பஃப்பெட் தனது 11 ஆவது வயதிலேயே தனது முதலீட்டைத்துவங்கிவிட்டதாகக் கூறியிருக்கிறார். அது மட்டுமல்ல அதுவே கொஞ்சம் லேட் என்று ஒரு போடும் போடுகிறார்!

நமது கண்மணிகள் என்னடா என்றால் பெற்றோர்களின் 'பாக்கெட்மணி' போதவில்லை என்று புலம்பிக் கொண்டிருக்கிறார்கள்!

> காம்பௌண்டிங் இண்ட்ரெஸ்ட் என்கிறோமே அதுதான், ஃபைனான்ஸ் துறையில் உள்ளவர்களைப் பொறுத்தவரை அந்த எட்டாவது அதிசயம்!

25

தங்கமே தங்கம்!

நான் ஹார்லிக்ஸ் நிறுவனத்தில் பணி புரிந்து கொண்டிருக்கையில் டாக்ஸி டிரைவர் ராஜா என்பவரின் வினோதமான சேமிப்பைப் பற்றிக் கேட்டிருக்கிறேன்.

ராஜா திருச்சியில் டாக்ஸி ஓட்டிக்கொண்டிருந்தார். மிக ஒழுக்கமான மனிதர். ஹார்லிக்ஸ் நிறுவனத்தில் நான் பணி புரிந்து கொண்டிருந்த போது திருச்சி, மற்றும் சுற்றியுள்ள ஊர்களுக்கு எங்களது டிவிஷனல் மேனேஜர் டூரில் வருகையில், மிகக் குறிப்பாக ராஜாவின் டாக்ஸியைத்தான் ஏற்பாடு செய்யச் சொல்வார்.

காரணம், ராஜா பொறுப்பாக வண்டி ஓட்டும் விதம், பணிவாகப் பழகும் விதம், திருச்சி மற்றும் சுற்றுப்புறங்களின் மூலை முடுக்குகளை எல்லாம் நன்கு அறிந்து வைத்திருக்கும் விதம் எல்லாம் அவருக்கு மிகவும் பிடித்திருந்தது.

பொதுவாக டாக்ஸி ஓட்டுனர்களிடம் இருக்கும் எந்தக் கெட்ட பழக்கமும் இல்லாதவர், பீடாகூடப் போடாதவர். அப்படி இருந்ததனால் அவருக்கு வீண்செலவுகள் இல்லை. ஆகவே சேமிப்பை மிக அற்புதமாக முதலீடு செய்தார்.

- அவரது வழக்கம் என்னவென்றால் ஒவ்வொரு மாதச் சம்பளத்திலும் ஒரு குறிப்பிட்ட தொகையை ஒதுக்கி வைத்து விடுவது.

- அப்படிச் சேமித்து வைத்த பணத்தில் எவ்வளவு கிராம் தங்கம் வாங்கமுடிகிறதோ - அது ஒரு கிராமோ அல்லது இரண்டு கிராமோ- அதை வாங்கி விடுவது.
- அவ்வாறு வாங்கிய தங்கத்தை எந்த நெருக்கடியிலும் விற்பதோ அல்லது அடகு வைப்பதோ இல்லை என்று தீர்மானமாக இருப்பது.

நான் கூறுவது ஒரு 40 வருடங்களுக்கு முந்திய விஷயம். அப்போ தெல்லாம் தங்கத்தின் விலை சவரனுக்கு நூறு ரூபாயோ என்னவோதான்.

இவ்வாறு வருடா வருடம் அவரது தங்கத்தின் கையிருப்பு அதிகமாகிக் கொண்டே போனது. ஒரு கட்டத்தில் அது எவ்வளவு மதிப்பு மிக்கதாகியது என்றால் அவர் மகளின் முழு கல்யாணச் செலவுகளுக்கும் என்ன பணம் தேவையாக இருந்ததோ அவ்வளவு!

அவர் என்ன M.B.A - Finance படித்தவரா?

கல்லூரி வாசலைக்கூட தன் வாழ்நாளில் மிதித்திராத ஒரு பாமர மனிதர். ஆனால் தனது எதிர்கால தேவை என்ன என்று அறிந்து வைத்திருந்தவர். அதற்காக சரியான முதலீட்டை தேர்ந்தெடுத்தவர். இடையில் வரும் மனச்சபலங்களுக்கு இடம் கொடுக்காது கட்டுப்பாடான சேமிப்பை கடைபிடித்தவர்.

நான் ஏன் இந்த உதாரணத்தைச் சொல்கிறேன் என்றால், நினைத்தால் யார் ஒருவராலும் செல்வத்தைச் சேர்க்க முடியும் என்று காட்டத்தான்.

செல்வம் சேர்ப்பதற்கு ஆர்வமும், கட்டுப்பாடான வாழ்க்கையும், சரியான இடத்தில் சரியான நேரத்தில் செய்யும் முதலீடும் மட்டுமே போதும். படித்தவர் படிக்காதவர் என்ற பேதம் இங்கு இல்லை.

இவ்வளவுதான் அதன் ரகசியம். நீங்கள் ஒன்றைக் கவனித்து இருக்கலாம். எந்தக் காலத்திலும் மவுசு குறையாத ஒரு முதலீடு ஒன்று உண்டென்றால் அது தங்கம்தான்.

பல வருடங்களுக்கு பிறகு நான் என் மனைவியுடன் திருச்சிக்குச் சென்றிருந்தேன். நான் தங்கியிருந்த ஹோட்டலின் அருகே நின்று கொண்டிருந்த டாக்ஸி ஒன்றை அமர்த்திக்கொண்டேன், சில கோவில்களைத் தரிசிப்பதற்காக.

அப்போது அந்த ஓட்டுனரிடம் ராஜாவைப்பற்றி விசாரித்தேன். வயதாகிவிட்ட காரணத்தால் அவர் ஓய்வு எடுத்துக்கொண்டு விட்டதாகவும், பிள்ளைகள் எல்லோரும் வாழ்க்கையில் நன்கு செட்டில் ஆகிவிட்டதால் மிகத் திருப்தியாக வாழ்ந்து வருவதாகவும் கூறினார்.

அவரை செல்வந்தர் என்று கூறுவதில் தவறேதும் இருக்க முடியுமா?

தங்கத்தில் முதலீடு செய்யும்போது ஒரு விஷயம். சாதாரணமாக ஆபரணத்துக்கு வாங்கும் தங்கத்தில் மேக்கிங் சார்ஜ் அதிகமாக இருக்கும். அதன் டிசைனைப் பொருத்து அதன் விலை கிராமுக்கு இவ்வளவு என்று கூடும்.

எனவே அதிகம் மேக்கிங் சார்ஜ் இல்லாதவகையில் தங்கத்தை வாங்கி வையுங்கள். இப்போது Gold Bond என்று தங்கத்தை வாங்காமலேயே தங்கத்தில் முதலீடு செய்வதற்கு வழி இருக்கிறது.

நீங்களும் இப்படி ஏதாவது வழியில் உங்களது மாத வருமானத்தில் ஒரு பகுதியை சேமிப்பாக்கி முதலீடு செய்து வையுங்கள். பத்து பதினைந்து வருடங்களுக்குள் அது எவ்வளவு குட்டி போடுகின்றது என்று பாருங்கள்.

> செல்வம் சேர்ப்பதற்கு ஆர்வமும்,
> கட்டுப்பாடான வாழ்க்கையும், சரியான
> இடத்தில் சரியான நேரத்தில் செய்யும்
> முதலீடும் மட்டுமே போதும். படித்தவர்
> படிக்காதவர் என்ற பேதம் இங்கு இல்லை.

26

ஷேர் மார்க்கெட்டில் ஜோராக விளையாடு!

கடந்த நூற்றாண்டில் குறிப்பாக எண்பதுகளில் இந்த ஷேர் மார்க்கெட் முதலீடுகள் மிகப் பிரசித்தி பெற்றன.

ரிலையன்ஸ் நிறுவனத்தைத் தொடங்கிய திருபாய் அம்பானி தனது புதுமையான முயற்சிகளால் ஷேர் மார்க்கெட்டையே ஒரு கலக்கு கலக்கினார். அவர் கொண்டுவந்த கன்வெர்டிபிள் டிபென்ச்சர் போன்ற புதுமைகள் மக்களால் பெரிதும் வரவேற்கப்பட்டு ஷேர் மார்க்கெட்டின் முடிசூடா மன்னராக விளங்கினார் அம்பானி. அவரது வெளியீடுகள் எல்லாம் எப்பொழுதுமே ஓவர் ஸப்ஸ்க்ரைபிட்தான்! அவற்றில் முதலீடு செய்வதற்கு மக்கள் ஆலாய்ப் பறந்தார்கள்.

அதேபோல மற்ற பன்னாட்டு நிறுவனங்களும் ஷேர்களை பொது மக்களுக்கு வழங்க, மார்க்கெட்டில் மின்சாரம் பாய்ந்ததுபோல் ஆயிற்று. ஹிந்துஸ்தான் லிவர், கோல்கேட், ஹார்லிக்ஸ் போன்ற நிறுவனங்களின் பங்குகள் நல்ல டிவிடெண்ட், சில வருட இடைவெளியில் போனஸ் பங்குகள் என்று முதலீடு செய்தவர்களுக்கு நல்ல வரும்படியைக் கொடுத்தன.

அதற்குப்பின்னர் ஹர்ஷத் மேத்தா புகுந்து விளையாட, அதன் காரணமாக மார்க்கெட்டில் அடி விழுந்து ஷேர்களும் அதல

பாதாளத்துக்குச் சரிந்து முதலீடு செய்தவர்கள் தலையில் துணி போட்டுக்கொண்டு செல்லும் அளவுக்கு வந்தது. மேத்தாவும் கம்பி எண்ணி, களி தின்று இறுதியில் 'தானே'சிறையிலேயே மாண்டுபோனார்.

பிரிட்டானியாவின் மிகப்பெரும் ஷேர்ஹோல்டராக இருந்த ராஜன் பிள்ளை எப்படி தவறான பாதையில் நடந்து கடைசியில் சிறைக்கைதியாய் மாண்டுபோனார் என்பதும் சரித்திரம்!

இவ்வளவு நடந்தபோதும் பாதிக்கப்படாதவர்கள் யார் என்றால் மற்றவர்கள் ஓடுகிறார்களே, அதனால் நாமும் ஓடுவோம் என்று அவர்கள் பின்னால் ஓடி படுகுழியில் விழாமல், தங்களுக்கு என்று சில வழி முறைகளை வகுத்துக்கொண்டு சரியான நிறுவனங்களில் மட்டும் முதலீடு செய்தார்களே அவர்கள் மட்டும்தான்.

எனது விற்பனைத்துறை குருவான டாக்டர் நாராயணன் மிகக் கூர்மையான அறிவு படைத்தவர். எதிலும் யோசித்து முடிவு எடுப்பவர். அவர் செய்த ஷேர் முதலீடுகள் எல்லாம் பல்கிப் பெருகின.

அவர் என்னிடம் ஒரு அறிவுரை கூறினார். 'நமது ஹார்லிக்ஸின் பங்குகள் இப்போது மார்க்கெட்டில் அதிக விலைக்கு வாங்கினாலும் பரவாயில்லை, வாங்கி வை. பிற்காலத்தில் உனக்கு பெரிதும் பயன்படும்' என்றார்.

நானும் ஒரு ஐம்பது ஷேர், மார்க்கெட்டில் வாங்கி வைத்தேன். உடனடியாக ஒன்றும் பெரிதாக ஆகிவிடவில்லை. ஆனால், காலப்போக்கில் அவர்கள் ஷேர் விலை கூடியது, போனஸ் ஷேர்கள் வழங்கியது இதுபோன்ற காரணங்களால் நான் வாங்கிய ஷேர்களின் மதிப்பு பலமடங்கு கூடியது.

நான் எனது முதல் ஃப்ளாட்டை எர்ணாகுளத்தில் வாங்க எத்தனித்த போது அந்த ஷேர்களை விற்றுத்தான் முதல் இன்ஸ்டால்மென்ட்டை அடைத்தேன்.

ஆனால் ப்ராஸ்பெக்டஸ்களை சரியாகப் பார்க்காமல் அவசர அவசரமாக முடிவெடுத்து, கஷ்டப்பட்டுச் சம்பாதித்த பணத்தைக் கண்ட கண்ட கம்பெனிகளில் முதலீடு செய்தவர்கள் மொத்தத்தையும் இழந்து வருந்தியதைப்பார்க்க மிகவும் கஷ்டமாக இருந்தது.

செல்வம் குட்டி போடும் என்பது உண்மைதான். ஆனால், தவறான முதலீட்டில் பணத்தை இட்டால் அது குறைப்பிரசவம் ஆகிவிடும், ஜாக்கிரதை!

சிலர் மிக லாகவமாக விளையாடுகிறார்கள். அதாவது ஈக்விடி-ல் இவ்வளவு, டெப்ட் ஃபண்ட்டுகளில் இவ்வளவு என்று பிரித்துப்

போட்டு ஒன்றில் குறைந்தாலும் ஒன்றில் சரிக்கட்டிவிடலாம் என்று அவர்கள் நினைக்கிறார்கள்.

இப்போது மியூசுவல் ஃபண்டுகள் அதைத்தான் செய்கின்றன.

நம்மிடம் உள்ள ஒரு குணம் என்னவென்றால் அவசரப்படுவது.

மியூசுவல் ஃபண்டுகளில் இட்டால் குறைந்த பட்சம் 6 வருடங்களாவது கோழி அடைகாப்பதைப்போன்று அந்த ஃபண்டை அடை காக்க வேண்டும். அவசரப்பட்டு எடுத்துவிட்டால் எதிர்பார்த்த ரிடர்ன் கிடைக்காது.

இன்னொரு நல்லவழி SIP (Systematic Investment Plan). அதாவது மாதாமாதம் ஒரு குறிப்பிட்ட தொகையை உங்களது ஃபண்ட் மேனேஜரிடம் ஒப்படைப்பது. அவர்கள் அதை நன்கு வளர்ந்து கொண்டிருக்கின்ற நிறுவனங்களின் ஈக்விடிகளிலோ, டெப்ட்களிலோ முதலீடு செய்வார்கள்.

மாதா மாதம் முதலீடு செய்யும்போது மார்க்கெட்டின் ஏற்ற, இறக்கங்கள் சமன் செய்யப்படுகின்றன. முதலீடு செய்பவர்களுக்கு இது நல்ல வரும்படியை கொடுக்கின்றது.

எனது நண்பன் நோயெல் கோய்லோ துபாயில் என்னோடு பணி புரிந்தவன். பிறகு வேறு வேறு நிறுவனங்களுக்குச் சென்றான். ஷேர் மார்க்கெட்டில் விளையாடுவதில் சமர்த்தன். கெட்டிக்காரத்தனமாக முதலீடு செய்தான்.

அவன் தன் தொழிலில் சம்பாதித்ததைக் காட்டிலும் அதிகம் செல்வத்தை இந்த ஷேர் மார்க்கெட்டில் சம்பாதித்தான். ஒரு கட்டத்தில் அவைகளை எல்லாம் விற்று, துபாயின் ஒரு புதிய வளர்ந்துவரும் ஏரியாவில் ஒரு ஃப்ளாட்டையே வாங்கிப்போடும் அளவுக்கு அவன் சம்பாத்தியம் இந்த ஷேர் மார்க்கெட்டில் இருந்தது என்றால் பார்த்துக்கொள்ளுங்களேன்! JLT என்று பாப்புலராக அழைக்கப்படும் Jumeira Lake Towers-ல் ஒரு ஃப்ளாட் அவன் பெயரில் இருக்கிறது.

இவ்வாறு ஷேர்களில் முதலீடு செய்யும்போது உங்களுக்குக் குறைந்த பட்சம் எத்தனை சதவிகிதம் லாபம் வேண்டும் என்ற ஒரு டார்கெட்டை மனதில் வைத்துக்கொண்டு முதலீடு செய்யுங்கள்.

நீங்கள் எதிர்பார்த்த லாபம் வந்துவிட்டால் உடனே அவற்றை விற்று விட்டு மாற்று முதலீடுகளில் ஈடுபடுங்கள்.

குறுகிய கால முதலீடுகளில் விளையாடுவதற்கு இந்த உபாயம் உதவியாய் இருக்கும்.

அதிக லாபத்துக்கு ஆசைப்பட்டு நேரத்தைக் கடத்தினால் பெரிய திமிங்கலங்களின் ஆர்ப்பாட்டத்தால் நீங்கள் முதலீடு செய்து வைத்திருந்த ஷேர்கள் கபால் என்று அதல பாதாளத்துக்குச் சென்று உங்களையும் அங்கே தள்ளிவிடும்.

எனவே உங்களது சேமிப்பின் ஒரு பங்கை இந்தப் பங்கு மார்க்கெட்டில் சரியானபடி முதலீடு செய்து உங்கள் செல்வத்தை குட்டிமேல் குட்டி போட வையுங்கள்!

செல்வம் குட்டி போடும் என்பது
உண்மைதான். ஆனால்,
தவறான முதலீட்டில் பணத்தை இட்டால்
அது குறைப்பிரசவம் ஆகிவிடும்.
ஜாக்கிரதை!

27

மனையே துணை

'வீட்டைக் கட்டிப்பார்' என்பது காலம் காலமாக ஒரு ஒரு சவாலாகவே கருதப்பட்டு வந்திருக்கிறது. அன்று ஒரு குடும்பம் தங்கி வாழ்வதற்கு என வீட்டைக் கட்டினார்கள். இன்று வீடுகளிலும் மனைகளிலும் பணத்தை முடக்குவது ஒரு முதலீடாக இருக்கிறது.

நான் கேரளத்தில் ஹார்லிக்ஸில் ஏரியா மேனேஜராக இருந்த காலத்தில் எனது வினியோகஸ்தராக எர்ணாகுளத்தில் இருந்தவர் பர்வேஷ் ஜோஹர் என்ற சிந்த் பகுதியைச் சேர்ந்தவர்.

எங்களது நிறுவனத்தின் தயாரிப்புக்களை தவிர இந்துஸ்தான் லிவர் போன்ற மிக அதிகம் விற்கக்கூடிய நிறுவனங்களின் ஏஜெண்ட்டாகவும் அவர் இருந்தார். அதுமட்டுமல்ல, கோயம்புத்தூரில்கூட அவருக்கு ஒரு கிளை இருந்தது, அதில் அவர் உலகப்புகழ் பெற்ற உணவுப்பொருள் நிறுவனமான நெஸ்லேவின் பொருள்களை வினியோகிக்க ஒரு பெரிய படையே வைத்திருந்தார்.

ஆனால் அவரிடம் ஒரு விசித்திரமான விஷயத்தைக் கவனித்தேன். பல லட்சங்களை பிசினஸில் புரட்டிக்கொண்டிருந்த மனுஷன், தனக்கென ஒரு வீடு கூட வாங்காமல் வாடகை வீட்டில் குடி இருந்ததுதான்!

வியப்பில் அவரை நான் கேட்டே விட்டேன், 'இவ்வளவு சம்பாதிக்கும் நீங்கள் ஏன் இன்னும் உங்களுக்கென்று ஒரு வீட்டை வாங்கிக் கொள்ளவில்லை?'

மிக மெதுவாக அவருக்கே உரிய பாணியில் அவர் வார்த்தைகளை மெல்ல உதிர்த்தார்.

'சிவா, நல்ல பால் குறைந்த விலையில் கிடைக்கும்போது ஏன் நான் மாட்டை விலைக்கு வாங்கி என் பணத்தை முடக்க வேண்டும்? எனக்கு குறைந்த வாடகையில் அருமையான வீடு பனம்பள்ளி நகரில் (சென்னையின் தி.நகருக்கு சமம் அது) கிடைக்கும்போது பல லட்சங்களை வீட்டில் முடக்குவது சரியான வியாபார முடிவாக இருக்காது. அத்தனை லட்சங்களை என் வீட்டில் முடக்குவதற்குப் பதிலாக நான் எனது வியாபாரத்தில் முதலீடு செய்தேன் என்றால் எனக்கு வரும் லாபம், நான் இந்த வீட்டு வாடகைக்குக் கொடுக்கும் பணத்தைவிடப் பல மடங்கு அதிகம். இப்போது சொல்லுங்கள் நான் ஏன் வீடு வாங்க வேண்டும்?'

அவர் கூறியதில் ஒரு நியாயம் இருந்தாலும் வேறொரு பக்கத்தில் அது இடிக்கத்தான் செய்கிறது. அவர் கணக்கெடுக்க மறந்த ஒரு முக்கியமான அம்சம் வீட்டின் மதிப்பு பெருக்கம்.

50 வருடங்களுக்கு முன் சென்னை நுங்கம்பாக்கத்தில் அடிமாட்டு விலைக்கு மனை வாங்கியவர்கள் இன்று கோடிகளின் மேல் சொகுசாக அமர்ந்து கொண்டிருக்கிறார்கள். ஏன் 50 வருடங்கள் பின்னால் போகவேண்டும்?

ஒரு 35 வருடங்களுக்கு முன் அண்ணா நகரில் மனை வாங்கி வீடு கட்டிக்கொண்ட ஒருவர் சமீப காலத்தில் அதை ஒரு பிரமோட்டருக்கு ஒப்படைத்து தனக்கென்று ஐந்து ஃப்ளாட்டுக்கள், அது போதாதென்று ரொக்கமாக பல லட்சங்கள் இவைகளை உட்கார்ந்த இடத்திலேயே சம்பாதித்து விட்டார் என்றால் பாருங்களேன்?

இன்னும் சமீபமாக, ஒரு 25 வருடங்களுக்கு முன்பு சென்னை பெருங்குடியில் CLRI-ல் பணி புரிந்தவர்கள் முப்பதாயிரத்துக்கும், நாற்பதாயிரத்துக்கும் வீட்டுமனைகளை வாங்கி வீடுகளைக் கட்டிக் கொண்டார்கள். இன்று அவர்களது மனைகள் கோடிகளைத் தாண்டி விட்டன. இப்போது பெருங்குடியில் வாங்குவதற்கு மனை இல்லை என்ற நிலைமை. I.T காரிடார் என்று அந்த ஏரியா முழுவதும் அசுரவேகத்தில் வளர்ந்து கொண்டிருக்கிறது.

ஆகவே நான் பர்வேஷ் ஜோஹரின் கருத்தை முழுவதுமாக ஏற்க மாட்டேன். அதுமட்டுமல்ல, அவர் வெறும் வினியோகஸ்தர்தான், பொருள்களை உற்பத்தி செய்பவர் அல்ல.

பன்னாட்டு நிறுவனங்களை முழுவதும் நம்பவும் முடியாது. ஒரு நாள் ஒத்து வராவிட்டால் டாடா காண்பித்துவிட்டு வேறு ஒரு ஏஜெண்டை

போட்டுவிட்டு தன் பாட்டுக்கு போய்க்கொண்டிருப்பார்கள். அப்போது அவர் கதி என்ன?

வியாபாரம் செய்வதில் உங்களுக்கு ரிடர்ன் கூடுதல் வந்தாலும் சரியான இடத்தில் ரியல் எஸ்டேட்டில் செய்யப்படும் முதலீட்டில் வரும் மதிப்பு உயர்வை நாம் ஒதுக்க முடியாது.

ஆனால் முக்கியமான விஷயம்,

- எங்கு முதலீடு செய்கிறீர்கள்?
- அதன் வளர்ச்சிப்பாதை எப்படி இருக்கின்றது?
- அதைச் சுற்றி என்னென்ன பொருளாதார முன்னேற்றங்கள் நிகழ வாய்ப்பு உள்ளது?
- பள்ளிகள், கல்லூரிகள், தொழிற்சாலைகள் வளர வாய்ப்புகள் என்ன?
- நகர வளர்ச்சி திட்டத்தில் அரசாங்கம் இந்த இடத்தைப்பற்றி என்ன குறிப்பிட்டுள்ளது?
- பஸ் ஸ்டாண்ட்டுகள், ரயில்வே ஸ்டேஷன்கள், சூப்பர் மார்க்கெட்டுகள் அடுத்து உள்ளனவா அல்லது விரைவில் அமைக்கப்படப்போகின்றனவா?
- வாங்கும் மனையில் வில்லங்கம் எதுவும் இல்லாமல் இருக்கின்றதா?

இவற்றை நூற்றுக்கு நூறு சரிபார்த்து பின் முதலீடுகளை இடுங்கள்.

கரூரில் எங்களது ஹார்லிக்ஸ் விற்பனை செய்யும் வினியோகஸ்தர் ஒருவர் மிக நன்றாகச் செய்துகொண்டிருந்தார். அவர் நன்கு வினியோகம் செய்வதைப்பார்த்து லிப்டன் போன்ற மற்ற நல்ல நிறுவனங்களும் அவர்களது பொருள்களை வினியோகிக்க அவருக்கு ஏஜென்ஸியை கொடுத்தன.

இப்படி நன்கு போய்க்கொண்டிருக்கையில் அவருக்கு யாரோ விஷயம் தெரியாதவர் ரியல் எஸ்டேட்டில் விளையாடினால் இந்த பிசினஸில் கிடைக்கும் லாபத்தைவிட பல மடங்கு லாபம் கிடைக்கும் என்று ஆசை காட்ட, இவரும் பிசினஸில் புழங்கிக்கொண்டிருந்த காபிடலில் இருந்து பணத்தை எடுத்து ‘வை ராஜா வை’ என்று விளையாடுவதைப் போன்று ரியல் எஸ்டேட்டில் போட்டார்.

போட்ட இடம் சரியாக இல்லை, காரணம் முறையான ஹோம் வொர்க் செய்யாததுதான். எதிர்பார்த்த திடீர் வளர்ச்சி ஒன்றும் காணப்பட வில்லை.

வியாபாரத்தில் இருந்து காபிடல் வெளியே போய்விட்டதால் அங்கும் பெரிய தொல்லை. நெருக்கடி அதிகரிக்க, மனுஷர் இன்சால்வென்ஸி கொடுத்துவிட்டு ஊரை விட்டே போய்விட்டார் என்று கேள்விப்பட்டு வருந்தினேன்.

இதே போலத்தான் தொண்ணூறுகளில் தூத்துக்குடியில் ஏர் போர்ட் வரப்போகின்றது, எனவே அதைச்சுற்றியுள்ள இடத்தின் விலைகள் ராக்கெட் வேகத்தில் ஏறப்போகின்றன என்று புரோக்கர்கள் சொன்ன ஜோசியத்தை நம்பி தாங்கள் ஒழுங்காகச் செய்துகொண்டிருந்த வியாபாரத்திலிருந்து காபிடலை எடுத்து மனைகளில் முடக்கியவர்கள் கதையும்!

தூத்துக்குடியில் விமானங்கள் பறந்தனவோ இல்லையோ இவர்கள் எதிர்பார்த்த ராக்கெட் வேகம் வெறும் புஸ்வாணமாகிப்போய் பலரை பாப்பராக்கியது.

அதே போல் விற்பதிலும் கவனமாக இருக்கவேண்டும்.

எனது நெருங்கிய உறவினர் ஒருவர் குரோம்பேட்டைக்கு அருகில் மனை வாங்கி அழகாக வீட்டைக்கட்டினார். பின்னர் சில நிர்பந்தங் களுக்காக இந்த வீட்டை விற்று சென்னையின் வேறொரு பகுதியில் ஒரு ஃப்ளாட் வாங்கினார். அவசரப்பட்டு விற்றதில் மிகக் குறைந்த லாபமே கிடைத்தது.

அவர் ஃப்ளாட் வாங்கின இடத்திலும் பல வருடங்கள் கழிந்தும் அதிக மதிப்புயர்வு கிடைக்கவில்லை. அவர் மட்டும் முதலில் வாங்கிய வீட்டை அவசரப்பட்டு விற்காதிருந்தால் இன்று சில கோடிகளுக்கு அதிபதியாக இருந்திருக்கலாம்.

நண்பர்களே, பத்திரம், பத்திரம், பத்திரம்! ரியல் எஸ்டேட் வியாபாரம் நல்ல மதிப்புயர்வை கொடுக்கக்கூடியதுதான் ஆனால் உங்களுக்கு அதிகம் ஹோம் வொர்க் தேவை.

பகுதி 3

செல்வந்தராக நீடிப்பது எப்படி?

செல்வந்தராகி விட்டீர்கள்! வாழ்த்துக்கள்!
அது மட்டும் போதுமா?

சேர்த்த செல்வம் உங்களை விட்டுச் சென்றுவிடாமல்
தக்க வைத்துக்கொள்வது எப்படி?

தங்கிய செல்வம் தேங்கி நிற்காமல்
பல பரிமாணங்களில் வளர்ந்து
நம்மை தாங்குவதெப்படி?

அடுத்த தலைமுறைகளுக்கு அதைக்
கொண்டுசேர்ப்பது எப்படி?

1

தொழில் மாற்றங்கள்

சிறிய அளவில் தொடங்கி நன்றாக வளர்ந்து வந்த பல நிறுவனங்கள் காலப்போக்கில் காணாமல்போனதைக் கண்டிருப்பீர்கள்.

காலம் மாற மாற உபயோகிப்பவர் தேவைகளும் மாறுகின்றன. அதற்கேற்றாற்போல் உற்பத்தியாளர்கள் தங்களது தொழிலை மாற்றி அமைத்துக்கொள்ளவேண்டும். இல்லாவிடில் தொழில் தேங்கி விடும், நீங்கள் தேடி வளர்த்த செல்வமும் கரைந்துவிடும்.

20 அல்லது 25 வருடங்களுக்கு முன் கொடி கட்டிப் பறந்த கோனிகா ஃபிலிம் போயே போச்சு! காரணம் டிஜிடல் மீடியாவின் ஆக்கிரமிப்பு.

ஒரு காலத்தில் நாம் உபயோகித்து வந்தோமே லோட்டஸ், வொர்ட் ஸ்டார் போன்ற கம்ப்யூட்டர் அப்ளிகேஷன்கள் நினைவு இருக்கிறதா? அவைகள் போன இடம் தெரியவில்லை!

காரணம் மைக்ரோசாஃப்ட்டின் எக்ஸெல், வொர்ட் போன்ற விண்டோஸை சார்ந்த பேக்கேஜுகள்.

பட்டன்களை தட்டி உபயோகித்து வந்த செல்ஃபோன்கள் இப்போது டச் ஸ்க்ரீன்கள் ஆகிவிட்டன.

வழி தெரியவேண்டும் என்றால் பெரிய வண்ண வண்ண மேப்புகளை துழாவிக்கொண்டிருந்த காலம் போய், இன்று உங்கள் ஆண்ட்ராய்ட் ஃபோனிலேயே கூகுள் மாப்!

நாம் வருடக்கணக்காக உபயோகித்து வந்த ட்ரான்ஸிஸ்டர்கள், வி.சி.ஆர்கள், டிவிடிக்கள் எங்கே போயின? எல்லாம் டிஜிடல் மீடியாக்களிடம் அடக்கமாயின!

நம் நாட்டில் மூலைக்கு மூலை காணப்பட்டனவே பப்ளிக் டெலிஃபோன் பூத்துகள், அவை தடால் என்று எங்கே பறந்து விட்டன? மொபைல் ஃபோன்கள் அவைகளுக்கு பிரியாவிடை கொடுத்து அனுப்பி விட்டன!

கட்டுக்கட்டாக சேர்க்கப்பட்டும், ஃபைல்களில் பின்னப்பட்டும் அலுவலகங்களில் குவிக்கப்பட்டிருந்த காகிதங்கள் எங்கே போயின? எல்லாம் சிறிய பென் ட்ரைவுக்குள் பைட்டுகளாகி பதுங்கிக் கொண்டிருக்கின்றன.

முன்பெல்லாம் உறவினர்களுக்கும், நண்பர்களுக்கும் பக்கம் பக்கமாக கடிதம் எழுதி தபாலில் அனுப்பிவிட்டு, பதில் கடிதம் எப்போது வரும் என்று தபால்காரர் வரவுக்கு வழி மேல் விழி வைத்துக் காத்திருந்தோமே!

தீபாவளி, பொங்கல் வாழ்த்துகளை கலர் கலரான வாழ்த்து மடல்களில் எழுதி சகட்டு மேனிக்கு அனுப்பிக்கொண்டிருந்தோமே, அவைகள் எல்லாவற்றையும் இன்று ஈ-மெயில் கபளீகரம் செய்து விட்டது!

தமிழ் நாட்டையே கலக்கிக்கொண்டிருந்த AVM, ஜெமினி போன்ற ஸ்டுடியோக்கள் இன்று 5 ஸ்டார் ஹோட்டல்களாகவும், பெரிய பல அடுக்கு குடியிருப்புப் பகுதிகளாகவும் மாறிவிட்டன.

பெரிய தியேட்டர்கள் மக்கள் குவியும் 'மால்'களாக மாறிவிட்டன!

இப்படி நான் அடுக்கிக்கொண்டே போகலாம்.

எல்லாம் டெக்னாலஜி செய்யும் மாயங்கள் அய்யா! இன்று டெக்னாலஜி போகும் வேகம் அசுரத்தனமாக இருக்கிறது. எனவே, நீங்கள் செல்வந்தராக நிலைக்க வேண்டுமென்றால் இந்த ஓட்டத்தில் ஓடிக்கொண்டேதான் இருக்க வேண்டும்.

மாறுதல்களை சமாளிக்கக் கற்றுக்கொள்ள வேண்டும்.

ஓட்டப்பந்தயத்தில் நீங்கள் மூன்றாவதாக ஓடிக்கொண்டு இருந்தாலும், அதே மூன்றாவது இடத்தில் இருக்கக்கூட நீங்கள் வேகமாக ஓடிக்கொண்டுதான் இருக்க வேண்டும்.

உங்களின் வேகம் குறைந்தால் நான்காம் இடத்தில் இருப்பவன் உங்களை பின்னுக்குத் தள்ளிவிட்டு அவன் மூன்றாம் இடத்துக்கு வந்து விடுவான்!

அதனால் தொழில் சக்கரம் எப்படிச் சுழல்கின்றது என்பதை அனுசரித்து உங்கள் வியாபாரத்தை மாற்றி அமைத்து உங்கள் வாழ்க்கைச் சக்கரத்தை ஓட்டப்பழகிக்கொள்ள வேண்டும்.

இன்னொரு முக்கியமான விஷயம்!

ஒரு தொழிலில் நீங்கள் ஈடுபட்டுக்கொண்டிருக்கையில் உங்கள் முதலீடுகள் உங்கள் தொழிற்சாலை, ஸ்டாக்குகள் இவற்றில் மட்டுமல்ல, உங்களுக்கு வாடிக்கையாளர்களிடம் இருந்தோ, நுகர்வோரிடம் இருந்தோ வர வேண்டிய பாக்கித் தொகைகளிலும் இருக்கும். எனவே தடால் என்று நீங்கள் ஒரு வியாபாரத்திலிருந்து இன்னொன்றுக்கு தாவ முடியாது.

வரவேண்டிய பாக்கித் தொகைகளை வசூல் செய்ய வியாபார வண்டி ஓடிக்கொண்டிருக்கவேண்டும். அதே நேரத்தில் நிலுவையில் உள்ள தொகைகள் வசூலிக்கப்பட்டு வண்டி மாற்றுத்தடத்தில் ஓடும்போது எந்த நஷ்டமும் இருக்கக்கூடாது!

இந்த தந்திரத்தை நீங்கள் அறிந்திருக்க வேண்டும்.

எனக்குத் தெரிந்த ஒருவர் கட்டுமான தொழில் நிறுவனங்களுக்கு சிமெண்ட் சப்ளை செய்து வியாபாரம் நடத்திக்கொண்டிருந்தார். சில வருடங்களுக்கு முன் அந்தத் துறை அதிவேகமாக வளர்ந்து கொண்டிருந்தது. அதைப் பயன்படுத்தித் தனக்கு வர வேண்டிய கடன் தொகைகளை ஜரூராக வசூலித்து மிக நல்ல பொசிஷனில் வியாபாரத்தை வைத்துக்கொண்டிருந்தார் மனிதர்.

அந்த நேரத்தில் அவருக்கு வருடக்கணக்காக செய்து வந்த தொழிலில் ஒரு சலிப்பு தட்டி வேறு ஒரு புதிய தொழிலைத் தேர்ந்தெடுத்தார். ஆனால் அவரது மனைவி புதிதாக ஏதாவது செய்கிறேன் என்று இந்த மனுஷன் இருப்பதைக் கோட்டை விட்டுவிட்டால் என்ன செய்வது என்று அதற்கு ப்ரேக் போட்டுவிட, இவரும் அந்த எண்ணத்தை செயலுக்குக் கொண்டு வராமல் ஆறப்போட்டு விட்டார்.

அவரது கஷ்டகாலம் தடால் என கட்டுமான தொழிலில் ஒரு தேக்கம் ஏற்பட அவரது பணம் மீண்டும் முடங்கியது. வசூல் இயந்திரத்தை முடுக்கிவிட்டுப்பார்த்தார். நகரவில்லை.

சமயம் சென்று விடவே அவர் தொடங்க இருந்த தொழில் வாய்ப்பும் கையை விட்டுப்போயிற்று.

'இனி எப்போது அந்த மாதிரி சான்ஸ் வரும். - நான் எனது அவுட்ஸ்டாண்டிங் தொகைகளை கலெக்ட் செய்துவிட்டு இந்தத்

தொழிலில் இருந்து வெளியே வருவேன்!' என்று புலம்பிக் கொண்டிருக்கிறார் இந்தப் பேர்வழி!

ஆகவே நண்பர்களே, தொழில் மாற்றங்கள் வளர்ந்துவரும் சந்தையில் இன்றைய மிக முக்கியமான தேவைகள். ஆனால்,

- தொழில் மாற்றங்களை முன் கூட்டியே திட்டமிடுங்கள்.
- புதிய தொழில் ரகசியங்களைக் கற்றுக்கொண்டு அதில் இறங்குங்கள்.
- மாறி வரும் தொழில் நுட்ப முன்னேற்றங்களை பழகிக் கொள்ளுங்கள்.
- திட்டமிட்டுச் செயல்பட்டு நட்டம் வராதபடிப் பார்த்துக் கொண்டு பழைய தொழிலில் இருந்து வெளியேறுங்கள்.
- உங்களது மார்க்கெட் இமேஜ் கெடாமல் பார்த்துக் கொள்ளுங்கள்.

தொழில் சக்கரம் எப்படிச் சுழல்கின்றது
என்பதை அனுசரித்து உங்கள்
வியாபாரத்தை மாற்றி அமைத்து
உங்கள் வாழ்க்கைச் சக்கரத்தை
ஓட்டப்பழகிக்கொள்ள வேண்டும்.

2

வரவுக்கு மேலே செலவுகள் செய்தால்...

பாலசந்தரின் 'பாமா விஜயம்' படத்தில் வரும் 'வரவு எட்டணா, செலவு பத்தணா' பாடல் சாதாரண நையாண்டி பாடல்போல் தோன்றினாலும் உண்மையில் மிக ஆழமான அர்த்தம் உள்ளது.

எனக்குத் தெரிந்து பல பேர் தாங்கள் செய்யும் செலவுக்கு கணக்கு வைத்துக் கொள்வதில்லை.

நான் என் அன்னையிடம் கற்றுக்கொண்ட நல்ல பாடம் ஒவ்வொரு செலவையும் சரியாக கணக்கு வைத்துக்கொள்வது. அவர் கணக்குகளை தனது டைரியில் எழுதிவைக்கும் பழக்கத்தை எனது சிறு வயதிலிருந்தே பார்த்திருக்கிறேன்.

ஒவ்வொரு மாதமும் வருகின்ற வரும்படி எவ்வளவு என்பதைக் குறிப்பிட்ட தேதியில் எழுதி விட்டு தேதிவாரியாக ஒவ்வொரு செலவுக்கணக்கையும் எழுதி வைப்பார்.

அது வழக்கமான பால் கணக்கோ, மளிகை சாமான் வாங்கிய கணக்கோ, எங்களுடைய பள்ளி கட்டண கணக்கோ, அல்லது திடீர் செலவுகளான குழாய் ரிப்பேர், அல்லது மருத்துவ செலவு, அல்லது வேறு ஏதாவது எதிர்பாராத செலவோ எதுவாகினும் அது டைரியில் கணக்குக்கு வந்துவிடும்.

உதாரணத்துக்கு ஒரு ரிப்பேருக்கு குறிப்பிட்ட செலவு செய்திருந்தார் என்று வைத்துக் கொள்வோம், அதே போன்ற ரிப்பேர் மீண்டும் அடுத்த வருடம் வருகின்றதென்றால் அதற்குண்டான ஃபீஸை ரிப்பேர் செய்தவருக்குக் கொடுக்கும் முன் டைரியை புரட்டிப்பார்த்து கடந்தமுறை எவ்வளவு கொடுத்திருக்கிறோம் என்று கவனித்து வைத்துக்கொள்வார்.

இந்தமுறை ரிப்பேர் செய்தவர் கூட்டிக் கேட்டால் 'அதெப்படி, கடந்தமுறை இவ்வளவுதானே வாங்கினீர்கள்' என்று அவரை மடக்கி செலவை கட்டுக்குள் வைப்பார்.

இன்று அவருக்கு வயது தொண்ணூறு என்றாலும் டைரி எழுதுவதை விடாமல், எங்களையும் ஒவ்வொரு செலவையும் எழுதவைத்து அந்த நல்ல பழக்கத்தை இன்னும் விடாமல் பாதுகாத்து வருகிறார் என்றால் அதன் முக்கியத்துவத்தை நீங்கள் உணர்ந்து கொள்ளலாம்.

மிகக் கடுமையான பொருளாதார நெருக்கடிகளை எங்களது பெரிய குடும்பம் சமாளித்து இன்று நல்ல நிலைக்கு வந்ததற்கு முதற்காரணம் என் அன்னையின் இந்தப் பொறுப்பான ஒரு வழிமுறை.

எந்தச் செலவானாலும் கூர்ந்து கவனிக்கக் கற்றுக்கொள்ளுங்கள். ஒரு பில் வந்தால் அதன் அத்தனை அம்சங்களையும் பார்த்துவிட்டு அதை செட்டில் செய்யுங்கள். ஒருமுறை எனது கரண்ட் பில் வழக்கத்தைக் காட்டிலும் மிக அதிகமாக இருந்தது.

செலவான யூனிட்டுகளை பார்த்தேன், ஏதோ பொறி தட்டியது, கீழே சென்று மீட்டரை பார்த்தேன். ஒரு வாரத்துக்கு முன் மின்சார வாரியத்தின் அலுவலர் எடுத்திருந்த ரீடிங்கை காட்டிலும் இப்போது ரீடிங் கம்மியாக இருந்தது. உடனே அவர்களது எஞ்சினியருக்கு போன் செய்து தவறைச் சுட்டிக்காட்டினேன். அவர் வேறு ஒருவரை அனுப்பி மீண்டும் ரீடிங் எடுக்கச்செய்து எனது பில்லை சரி செய்தார். இல்லை என்றால் ரூபாய் ஆயிரம் பழுத்திருக்கும்!

பொதுவாக நாம் காண்பது என்னவென்றால் செல்வத்தைச் சேர்ப்பதில் முனைந்து செயல்பட்டு அதில் சிலர் வெற்றியும் காண்கிறார்கள். ஆனால் அதில் பலர் வரவுக்கு மீறிய செலவுகளில் சிக்கிக்கொண்டு அதிலிருந்து மீள முடியாமல் தத்தளித்து மீண்டும் வறுமை நிலைக்கே தள்ளப்பட்டுவிடுகிறார்கள்.

ஒரு சிலர்தான் நான் குறிப்பிட்டதுபோல் செலவுகளைக் கட்டுக்குள் வைத்துச் செல்வத்தை மேலும் பெருக்குகிறார்கள்.

ஏன் செலவுகள் கட்டுக்கடங்காமல் போகின்றன?

- எதையாவது பார்த்தவுடனேயே அது நமக்குத் தேவையா அல்லது நாம் வெறுமே வேண்டுவதா என்று அறியாமல் வாங்கிப் போடுவது. (Need vs Want)
- கிரெடிட் கார்டுதான் பர்ஸில் இருக்கிறதே என்று எங்கே தள்ளுபடி விற்பனை நடந்தாலும் கார்டை தேய்த்து சகட்டுமேனிக்கு வாங்கித்தள்ளுவது.
- தனது டாம்பீகத்துக்காக ஆடம்பரமாக செலவுகளைச் செய்து பின் கடன்களிலிருந்து மீள முடியாமல் தவிப்பது.
- செலவுகளை கணக்கில் வைத்துக்கொள்ளாததினால் சரியாக பேரம் செய்யத் தெரியாமல் ஏமாற்றப்படுவது.
- கெட்ட பழக்கங்களில் சிக்கிக்கொண்டு மீண்டு வர முடியாமல் பணத்தை விரயமாக்குவது

ஒரு தண்ணீர் தொட்டியில் அது நிரப்பும் குழாயின் மூலம் வருகின்ற தண்ணீரின் அளவைவிட, அதை வெளியேற்றும் குழாயின் அளவு அதிகமானால் அந்த தொட்டியில் தண்ணீர் நிரம்புமா?

இது அடிப்படை காமன் சென்ஸ்தானே!

எனக்குத் தெரிந்த சிலர் துபாயில் வருடக்கணக்காக பணி புரிந்து செல்வம் ஈட்டியவர்கள். இறுதியில் ரிட்டயர் ஆகி சொந்த நாடு திரும்புகையில் ஒரு பைசா கூட ஊருக்குக் கொண்டு செல்லமுடியாமல் வெறும் கையுடன் ஓடிப்போனவர்களை நான் அதிகம் பார்த்திருக்கிறேன்.

ஒருவர் தகுதிக்கு மீறி தன் மகளுக்கு திருமணச்செலவு செய்து மீளாக்கடனில் சிக்கி தனக்கு வந்த கிராஜுவடி தொகை அனைத்தையும் கடனை தீர்க்க செலவழித்துவிட்டு ஓட்டாண்டியாக நாட்டுக்குத் திரும்பியவர். மற்றவர் கெட்ட பழக்கங்களில் சிக்கிக்கொண்டு பணத்தை வாரி இறைத்துக் கடனாளியாகி கடன்களை திருப்பிக் கொடுக்க முடியாமல் சொல்லாமல் கொள்ளாமல் தலைமறைவானவர். இப்படிச் செல்வத்தை சேர்த்தும் சரியானமுறையில் செல்வழிக் காததினால் செல்வத்தை இழந்தவர்கள் பலர்.

எனவே உங்கள் வரவு, செலவு கணக்குகளை சரியாக மானிட்டர் செய்யுங்கள். எந்தச் செலவுகள் தேவை இல்லாததோ அவற்றைத் தவிருங்கள்.

வரவுக்குள் செலவுகள் செய்து வளமாய் வாழுங்கள்!

3

ஆலமரத்தின் விழுதுகள் போலே

ஆலமரத்தின் விதை எவ்வளவு சிறியது! அதுவே வளர வளர எப்படி அகன்று விரிந்து விழுதுவிட்டு ஒரு தெருவையே அடைத்துக் கொள்ளும் அளவுக்கு வளர்ந்து பல பேருக்கு நிழல் தருகிறது!

உங்களது வியாபாரமும் அப்படி விரிந்து வளர்ந்தால்தான் நீங்கள் நீடித்த செல்வந்தராக இருக்க முடியும்.

நான் கவின்கேர் நிறுவனத்தில் ரீஜனல் மேனேஜராக 90களின் பிற்பகுதியில் சேர்ந்தபோது எங்களது விற்றுமுதல் (turnover) நூறுகோடிக்கும் குறைவாக இருந்தது. சிக், மீரா, நைல் போன்ற பிராண்ட்டுகள் மட்டும்தான் இருந்தன.

நான் 15 வருடங்கள் துபாயில் பணி புரிந்துவிட்டு இந்தியாவிற்கு திரும்பி வந்த பிறகு கவின் கேரில்தான் எத்தனை மாற்றங்கள்!

உங்களுக்கே தெரியும் முதன்முதலாக சேஷேக்களில் ஷாம்புவை அடைத்து புரட்சி செய்து உலகத்தின் மிகப்பெரிய நிறுவனமான லிவருக்கே நடுக்கத்தைக் கொடுத்த நிறுவனம் கவின்கேர் என்பது. அத்துடன் மட்டும் நின்றுவிடவில்லை அவர்கள்.

மக்களின் 'சிகப்பழகு' தேவைகளைப் பூர்த்தி செய்ய Fairever. அவர்களின் நரைத்த முடியை முடியை சுறுசுறுப்பாகக் கறுப்பாக்கும்

'இண்டிகா'. பெண்களுக்கென்றே உருவாக்கப்பட்ட SPINZ வாசனை திரவியம், டியோடரண்ட்டுகள். குறைந்த செலவில் கார்த்திகா சீயக்காய் பொடி என்று இப்படி வருடா வருடம் புதிய உற்பத்திகள்.

ஷாம்புவை உண்டாக்கி விட்டோம், சரி, அதற்குத் தேவையான பேக்கேஜ் மெட்டீரியல்களை வெளியில் ஏன் வாங்க வேண்டும் என்று ஒரு முக்கியமான கேள்வியைக் கேட்டார்கள். அதனால் தாங்களே ஒரு நிறுவனத்தைத் தொடங்கி தங்களுக்கு வேண்டிய தொகுப்புப் பொருள்களை உண்டாகியது மட்டுமல்லாமல் மற்ற நிறுவனங் களுக்கும் விற்கக்கூடிய அளவில் உற்பத்தியைப் பெருக்கினார்கள்.

இதுவல்லவா Backward Integration!

சரி இந்தியாவில் வளர்ச்சி கண்டாகி விட்டது, ஏன் வெளி நாடுகளுக்கு நமது பொருள்களைக் கொண்டு செல்லக்கூடாது?

செய்தார்கள். இன்று சிலோன், மத்திய கிழக்கு நாடுகளில் கொடி கட்டிப் பறக்கிறது கவின்கேரின் பொருள்கள்.

அடுத்தபடியாக அழகு சாதனங்களை உபயோகிப்பவர்களை நேரடியாக தங்களின் இணைப்பு வளையத்தில் கொண்டுவர என்ன வழி என்று யோசித்தார்கள்.

விளைவு, இன்று நாடெங்கிலும் பரவி மக்களைக் கவர்ந்து வருகிறதே 'லைம் லைட் 'கிரீன் ட்ரெண்ட்ஸ்' ப்யூட்டி சலூன்கள் எனப்படும் அழகு நிலையங்கள் - அவைதான்!

இந்தியாவின் முக்கிய நகரங்களில் நிறுவப்பட்ட நூற்றுக்கணக்கான அழகு நிலையங்கள் லட்சக்கணக்கான பெண்மணிகளின், ஆடவர்களின் அழகுத் தேவைகளை அழகாக நிறைவேற்றிக் கொண்டிருக்கின்றன.

> ஒரே திசையில் மட்டும் வளர நினைத்தால்,
> தேங்கி, மங்கிவிட வாய்ப்புகள் அதிகம்.
> வளர்ச்சியை பல திசைகளில்,
> பல பரிமாணங்களில் கொண்டுவர
> முயற்சி செய்யுங்கள்.

அழகு நிலையங்களில் உபயோகிப்பதற்கென்றே 'ராகா' என்ற பெயரில் பெண்களில் அழகுக்கு அழகு சேர்க்கும் அழகு சாதனங்கள். இப்படி நேரடியாக நுகர்வோரை தங்கள் பக்கம் வளைத்து தங்களது அழகு சாதனப் பொருள்களுக்கு மேலும் ஒரு அழுத்தத்தைக் கொடுத்தார்கள்.

இதைவிட வேறு விளம்பரம் அவர்கள் பொருள்களுக்கு கிடைக்குமா?

அத்தோடு நின்றுவிடவில்லை. பால் சம்பந்தப்பட்ட 'டைரி' களத்தில் குதித்து கவின் பால், தயிர், லஸ்ஸி, இவை மட்டுமல்லாமல் ஃப்ளேவர்டு ட்ரிங்க் எனப்படும் ருசி கூட்டப்பட்ட பானங்களிலும் தங்களது கை வரிசையைக் காட்டினார்கள்.

பிறகு, 'சின்னி', 'கார்டென்' என்ற பெயர்களில் வரும் ஆரோக்கியமான நொறுக்கு தீனி வகையறாக்கள்! வீடுகளில் மாவரைத்து இட்லி, தோசை உண்டாக்க நேரம் இல்லையா, இருக்கவே இருக்கிறது 'ஹேமாஸ்' இட்லி, தோசை மாவு !

நாமே உண்டாக்கினால்தானா வளர்ச்சி? ஏன் நன்கு வளர்ந்த வேறு பிராண்டுகளை வாங்கிப்போடக்கூடாது?

அடுத்த முக்கியமான கேள்வி.

விடை, சுவை மிக்க 'ருச்சி' ஊறுகாய் வகைகள் கவின்கேரால் வாங்கப்பட்டன!

வளர்ச்சியின் நான்கு பரிமாணங்களை பார்த்தாகி விட்டது.

- நாமே உண்டாக்கும் பொருள்களால் விற்பனை.
- நன்கு வளர்ந்த பிராண்டுகளை வாங்கி அதனால் வளர்ச்சி.
- இந்தியாவில் மட்டுமல்லாமல் வெளி நாடுகளில் விற்பனையை விரிவாக்கி அதனால் வளர்ச்சி.
- நமது பொருள்களை அழகு நிலையங்கள் மூலம் நேரடியாக நுகர்வோருக்கே கொண்டு சேர்ப்பதால் விளம்பரம், வளர்ச்சி.

இப்போது ஐந்தாவது பரிமாணம்- Strategic alliance. அது என்ன, அல்லையன்ஸ் என்று பார்க்கிறீர்களா? இது ஒரு புதிய விளையாட்டு.

வெளி நாடுகளில் பிரசித்தி பெற்ற நிறுவனங்களின் பிராண்டுகளை அவர்களுடன் ஓர் ஒப்பந்த முறையில் இங்கே விற்பனை செய்வது.

KOTI என்ற புகழ் பெற்ற பர்ஸனல் கேர் நிறுவனத்தின் பிராண்டுகளான Adidas, Jovan போன்றவற்றை அவர்களுடைய ஒப்பந்தத்துடன் இந்தியாவில் வினியோகம் செய்து அதன் மூலம் வளர்ச்சி.

இப்படி எல்லாம் வளர்ச்சியைக்கொண்டு வருவது எப்படி?

இதற்கெல்லாம் ஆராய்ச்சி மையங்கள் வேண்டாமா?

மிகப் பிரம்மாண்ட அளவில் அதற்கென ஒரு ரிஸர்ச் செண்டர்!

அது மட்டுமல்ல, தங்களது வியாபாரத்தை இன்னும் ஒருபடி மேலே எடுத்துச்செல்ல முதலீட்டை பொதுமக்களிடம் இருந்தே கொண்டு வர இருப்பதாகவும் கேள்விப்படுகிறேன்.

அதாவது IPO, நிறுவனம் பப்ளிக் லிமிடெட் ஆக மாறுவதற்கு வாய்ப்பும் இருக்கிறது. இதன்மூலம் பொது மக்களிடம் இருந்து வரும் முதலீட்டால் மிகப் பிரம்மாண்ட வளர்ச்சியை நாம் விரைவில் எதிர்பார்க்கலாம்.

யோசித்துப்பாருங்கள். கடந்த 25 வருடங்களில் எத்தனை நிறுவனங்கள் இந்தியாவில் நிறுவப்பட்டன!

பல நிறுவனங்களின் பெயர் கூட நினைவிருக்காது.

இன்று கவின்கேர் இத்தனை உயர்ந்து படர்ந்து வளர்ந்திருக்கிறது என்றால் அதன் ரகசியம் உங்களுக்கு இப்போது புரிந்திருக்கும் அல்லவா?

ஒரே திசையில் மட்டும் வளர நினைத்தால், தேங்கி, மங்கிவிட வாய்ப்புகள் அதிகம். வளர்ச்சியை பல திசைகளில், பல பரிமாணங்களில் கொண்டுவர முயற்சி செய்யுங்கள். ஆல மரம் போல உயர்ந்து, அகன்று, விரிந்து உங்கள் செல்வ வளத்தைக் கூட்டுங்கள்.

4

முதலீட்டில் கை வைக்காதீர்கள்!

தொழில் தொடங்கி நன்கு வளர்ந்து வருகையில், வேறொரு தொழில் தொடங்குவதற்காக, முதலில் தொடங்கி நடத்தி வரும் தொழிலின் முதலீட்டுத் தொகையில் இருந்து சிறிது எடுத்து புதிய தொழிலில் இட்டு அவஸ்தைப்படுபவர்களை கண்டிருக்கிறேன். 'ரொட்டேஷனில் எல்லாம் சரி ஆகி விடும்' இதுதான் அவர்கள் கூறும் சால்ஜாப்பு. சிலர் வேறு ஒரு ரகம். தங்களது தனிப்பட்ட தேவைகளுக்கு பிசினஸிலிருந்து பணத்தை எடுப்பது.

இப்போது நான் இந்தப் புத்தகத்தின் இரண்டாம் பகுதியில் ஹைதராபாத்தில் மிகச் சாமர்த்தியமாக ஒரு வணிக சாம்ராஜ்யத்தை உருவாக்கி இருந்த புள்ளியின் கதையில், உங்களுக்கு வைத்திருந்த சஸ்பென்ஸை விடுவிக்கிறேன்.

நான் முன்பு குறிப்பிட்டிருந்த மாதிரி அவர் அசுர வேகமாக தனது வியாபாரத்தை மீடியா விற்பனை, பத்திரிகை வினியோகம், C&FA துறை என்று பல துறைகளில் பெருக்கியவர்தான். பின்னர் தான் ரிடையர் ஆவதாக சொல்லி தனது ஒரு மகனிடத்தில் அந்த வியாபாரத்தின் பொறுப்புகளைக் கொடுத்தார். அதே நேரத்தில் தனிப்பட்டு மகனை இயங்க விடாமல் தனது நிழலிலேயே வைத்திருந்தார்.

இரண்டாவது, அவரது பலவீனம் - தான் என்கிற அகங்காரம். அந்தக் கூட்டுக்குடும்பத்தின் தூண் என்று நினைத்துக்கொண்டு உறவினர் களுக்கு - அவர்களுக்குத் தேவை இருந்ததோ இல்லையோ - பணத்தை வாரி இறைப்பது. இதற்கு அவர் கை வைத்தது அவரது மகன் அவரிடம் இருந்து பெற்று அப்போது நடத்திக்கொண்டிருந்த வியாபார முதலீட்டுப் பணத்தில். விளைவு, வொர்க்கிங் காபிடல் குறைய ஆரம்பித்தது. சப்ளை செய்தவர்களுக்கு சரியான கெடுவில் பணத்தைச் செலுத்த முடியாமல் போனது.

பொதுவாக சுமாரான வியாபாரம் நடத்துவது என்றாலே தொடக்கத்தில் போட்ட முதல் போதாது. வருடா வருடம் தேவைகள் கூடிக்கொண்டே போகும். அதற்கு ஏற்றாற்போல் நீங்களும் உங்களது முதலீடுகளை கூட்டிக்கொண்டே போக வேண்டி வரும். இந்த நிலைமையில் பிசினஸிலிருந்து பணத்தை உருவினால் என்ன கதி!

பெரியவர் என்னவென்றால் 'நான் இந்த பிசினஸை நடத்திக் கொண்டிருந்தபோது எனது சப்ளையர்களுக்கு கெடுவுக்கு முன்னாலேயே சேர வேண்டிய தொகைகளைச் செலுத்தி மார்க்கெட்டில் ஒரு பெரிய பெயர் எடுத்திருந்தேன்.' ஆனால் அது இப்போது பணால் ஆகி விட்டது, மார்க்கெட் இமேஜ் கெட்டு விட்டது' என்று ஒருமுறை அவரை நான் சந்திக்க நேர்ந்தபோது என்னிடமே ஒரே அங்கலாய்ப்பு!

எனக்கே வியப்பாக இருந்தது. ஏன் இந்த நிலைமை என்று. பின் விசாரித்த போதுதான் தெரிந்தது பெரியவர், தான் குடும்பத்தில் 'பெத்த பேர்' எடுப்பதற்கு பையன் நடத்திக்கொண்டிருந்த வியாபாரத்தில் இருந்து பணத்தை எடுத்து வாரி இறைத்திருக்கிறார் என்பது. அவரது மகனோ 'தந்தை சொல் மிக்க மந்திரமில்லை' என்ற கொள்கைப்படி வாய் பேசாது தந்தை கேட்ட பணத்தை தாரை வார்த்துக்கொடுத்து பின் வியாபாரத்தில் பெருத்த தொய்வை சந்திக்க வேண்டி இருந்தது.

இந்த விஷயத்தில் நீங்கள் கவனமாக இருக்க வேண்டியது அவசியம்.

- ஒரு புதிய வியாபாரம் தொடங்க நிச்சயித்தால் அதற்கு தனியாக முதலீடுகளை ஏற்பாடு செய்யுங்கள்.
- தனிப்பட்ட குடும்ப நெருக்கடிகளுக்கு வியாபாரத்திலிருந்து பணத்தை சுழட்டாதீர்கள்.
- அது மட்டும் அல்ல, வருடா வருடம் வளர்ந்து வரும் வியாபாரத் தேவைகளுக்கு அந்த வருடத்தின் லாபத்தில் இருந்து ஒரு பங்கை ஒதுக்கி வைத்து அடுத்த வருட தேவைகளைச் சமாளியுங்கள்.

5

சம்பந்தமில்லாத தொழில்களில் நுழையாதீர்கள்!

கடந்த நூற்றாண்டின் இறுதியில் தொண்ணூறுகளில் தொடங்கி ஒரு பத்து வருடத்திற்கு சமையல் எண்ணெய் மார்க்கெட்டில் நன்கு விளையாடிக்கொண்டிருந்த ஒரு நிறுவனம் S&S நிறுவனம்.

அவர்களது 'அனுராக்' என்ற பிராண்ட்டின் 'சன் ஃப்ளவர்' எண்ணெய் மார்க்கெட்டில் அறிமுகம் செய்யப்பட்ட சில வருடங்களுக்குள்ளேயே நுகர்வோரின் ஆதரவைப்பெற்று சக்கை போடு போட்டுக் கொண்டிருந்தது.

எனக்கு நன்றாக நினைவு இருக்கிறது. நான் பணி புரிந்து கொண்டிருந்த ஹார்லிக்ஸ் நிறுவனத்திலிருந்தே பலர் அதில் சேர்ந்து நன்கு முன்னேறிக்கொண்டிருந்தனர்.

இப்போது பிரசித்தி பெற்று விளங்குகிற சில எண்ணெய் நிறுவனங்கள் அன்று அனுராக் எண்ணெயை மொத்தமாக வாங்கி சில்லறையில் விற்றவர்கள்தான்.

அந்த அளவுக்கு அது அசுர வேகத்தில் வளர்ந்து கொண்டிருந்தது.

ஆனால் அதன் தலைவர்கள் அந்த வியாபாரத்தை சரியாக ஸ்திரப் படுத்துவதற்கு முன்பு வேறு சில துறைகளில் கால் வைத்தார்கள்.

'கூல்' என்ற ஒரு மினரல் தண்ணீர் பிராண்டை லான்ச் செய்தார்கள். அதையும் சரியாக உறுதிப்படுத்துவதற்கு முன்பு, வேறொரு சம்பந்த மில்லாத துறையில் இறங்கினார்கள்.

அப்போது 'பிரான் கல்ச்சர்' எனும் இறால் வளர்ப்பு பிரபலமாகிக் கொண்டிருந்த நேரம். அது இவர்களுக்கு போதாத நேரம் ஆகிப்போனது! தங்களது முதலீடுகளை இந்த இறால் பண்ணைகளில் தாராளமாகக் கொட்டினார்கள்.

அதற்குள் சமூக ஆர்வலர்களிடம் இருந்து பலத்த எதிர்ப்பு. இத்தகைய 'பிரான் பண்ணைகள்' நீர்வளங்களை பாழ் படுத்துவதாகப் போராட்டம் எழுந்தது!

அரசாங்கமும், கோர்ட்டும் இந்த வியாபாரத்துக்கு முட்டுக்கட்டை போட, இவர்களின் கனவான இறால் சாம்ராஜ்யம் இல்லாமலே போனது.

நிகர நஷ்டம் என்னவென்றால் நன்கு இவர்கள் வளர்த்து வந்த சமையல் எண்ணை வியாபார முதலீடுகள் வெளியேற்றப் பட்டதால் மெலிந்து சுருங்கி காணாமலே போய்விட்டது.

அந்தச் சமயத்தில்தான் கோல்ட் வின்னர் மார்க்கெட்டில் நுழைந்து அனுராக் விட்ட இடத்தை சுலபமாகப் பிடித்துக்கொண்டு இன்று நன்கு வளர்ந்த ஒரு சமையல் எண்ணெய் பிராண்டாக விளங்குகிறது.

இதேபோலத்தான் பாலு ஜுவெல்லர்ஸின் கதையும்.

நகை விற்பனையில் நல்ல இடத்தைப் பிடித்து அதி வேகமாக வளர்ந்து வந்த நிறுவனம், பாம்பன் ஆயில் என்று எண்ணெய் வியாபாரத்தில் இறங்கியது. புதிய பழக்கமில்லாத துறை, நட்டத்தில் முடிந்து நன்கு வளர்ந்து கொண்டிருந்த அவர்களது மூல வியாபாரமான நகை வியாபாரத்தையே முடக்கி விட்டது.

அதன் தலைவர் திரு பாலு வருந்தி கூறியதாக என் நண்பர், எண்ணெய் துறையில் மிக்க அனுபவம் உள்ளவர் கூறினார், 'எண்ணெயில் கால் வைத்தேன், வழுக்கி விட்டது!'

விஜய் மல்லையாவின் தொழில் மதுபான விற்பனையில் நன்கு போய்க்கொண்டுதான் இருந்தது. மது விற்று நஷ்டம் அடைந்தவர் களை நாம் இதுவரை கண்டதில்லை.

தனது வணிக சாம்ராஜ்யத்தைப் பெருக்க அவர் பல துறைகளில் கால் வைத்தார். அவர் கொண்டுவந்த கிஸ்ஸான் ரேஞ்ச் மிகப் பிரபலமாக இருந்தாலும் அதை நிர்வகிக்க முடியாமல் நெஸ்லேவுக்கு அதை விற்றுத்தீர்த்தார். அதேபோல்தான் அவர் நடத்திய பெர்ஜெர் பெயிண்ட், அவெந்திஸ் ஃபார்மா போன்றவற்றின் கதையும்.

அவர் செய்த மிகப்பெரிய முதலீடு விமான சேவையில் இறங்கியது தான். இறங்கியதில் தவறு என்று கூறுவதைவிட, மிகச் சிக்கலான அந்தத் தொழிலில் கால் வைக்க போதிய அனுபவம் இல்லாதிருந்தது என்றுதான் கூற வேண்டும்.

எல்லா சிறு நகரங்களிலும் தனது விமான சேவை தடம் பதிக்க வேண்டும் என்ற ஆசையில் செலவைப்பற்றி கவலைப்படாமல் மனிதர் சேவையைப் பெருக்கினார்.

அதுவும் சில சிறு நகரங்களின் விமான நிலையங்கள் VIPகளுக்கு மட்டுமே தரை இறங்க உண்டாக்கப்பட்டவை. அதில் பயணிகளைக் கொண்டு செல்லத் தேவையான வசதிகள் அனைத்துக்கும் கிங் ஃபிஷர்தான் முதலீடு செய்ய வேண்டி வந்தது.

அது மட்டுமல்ல, மற்ற விமானங்களைக் காட்டிலும் தனது விமானம் அதிக பொழுதுபோக்கு வசதிகள் கொண்டதாக இருக்கவேண்டும் என்ற நோக்கில் கண்டபடி செலவழித்தார்.

டெக்கான் ஏர்லைன்ஸை வாங்கிப்போட்டார். ஆனால் சரியாக பொசிஷன் செய்யவில்லை. குறைந்த கட்டணத்தில் அதிகமான பிரீமியம் வசதிகள்!

எல்லாமாகச் சேர்ந்து கிங் ஃபிஷர் ஏர்லைன்ஸின் பாலன்ஸ் ஷீட்டை கடித்துக் குதறின.

கிஸ்ஸான் போன்ற பிராண்டுகளை விற்றுத் தீர்த்தாற்போல், இதையும் வாங்கக் காத்துக்கொண்டிருந்த மற்ற ஏர்லைன்ஸ்களில் ஒன்றுக்கு விற்றிருந்தால் அவர் தப்பித்துக்கொண்டிருக்கலாம். அல்லது கல்ஃப் ஏர்லைன்ஸ் போன்ற நிறுவனங்களுடன் Strategic alliance என்று ஏதாவது செய்து சமாளித்துக்கொண்டிருக்கலாம்.

ஏதோ ஒன்று இவற்றைச் செய்ய விடாமல் அவரை பிடிவாதமாக போகின்ற வழியிலேயே போக வைத்தது. இன்று அவரது நிலைமை என்னவென்று உங்களுக்கே தெரியும். நான் கூற வேண்டியதில்லை!

ஒரே நேரத்தில் வெவ்வேறு தொழில்களில் கால் வைப்பது என்பது இரண்டு குதிரைகள் மேல் ஏறி சவாரி செய்வதைப் போன்றது.

அவர்களுக்கு எனது அறிவுரை இதுதான்.

- ஒரு தொழில் தொடங்கினால் முதலில் அதை ஸ்டெடி செய்து கொள்ளுங்கள்.
- பிறகு புதிதாக என்ன தொழில் தொடங்குகிறோமோ அந்தத் தொழிலின் நெளிவு சுளிவுகளை நன்கு புரிந்து கொண்டு அதில் இறங்குங்கள்.
- அதற்கான மூலதனங்களை தனியாக ஏற்பாடு செய்யுங்கள்.
- சரி, படியவில்லை என்றால் எந்த விதமான உணர்ச்சிப்பற்றுகளும் இல்லாமல் விற்றுத்தீர்த்துவிட்டு நஷ்டத்திலிருந்து எஸ்கேப் ஆகிவிடுங்கள்.

ஒரே நேரத்தில்
வெவ்வேறு தொழில்களில்
கால் வைப்பது என்பது
இரண்டு குதிரைகள் மேல் ஏறி
சவாரி செய்வதைப் போன்றது.

6

செல்வத்தை மதிக்கக் கற்றுக்கொள்ளுங்கள்!

இது 30 வருடங்களுக்கு முன்னால் நடந்த ஒரு சம்பவம். எனக்கு ஒரு பெரும் பாடத்தைக் கற்றுக்கொடுத்த ஒரு சம்பவம்.

நானும் எனது விற்பனைத்துறை குரு டாக்டர் நாராயணனும் வேலூரில் ஒரு முக்கியமான பகுதியில் மார்க்கெட் வொர்க் செய்து கொண்டிருந்தோம். நாராயணன் ஒரு சிறிய கடைக்குள் சென்றார். அப்போது நான் ஹார்லிக்ஸில் பணி புரிந்துகொண்டிருந்தேன். அந்தப் பெட்டிக்கடையைப் பார்த்தால் அங்கே ஹார்லிக்ஸ் விற்க வழி இல்லாதிருந்ததுபோல் தோன்றியது. எனவே நான், ஏன் இவர் இங்கு நுழைந்தார் என்று நினைத்தவாறே அந்தப் பெட்டிக்கடையின் முதலாளியைப் பார்த்தேன்.

நாராயணனை கண்ட அவர் கண்களில் கண்ணீர் பெருக்கெடுக்க ஆரம்பித்தது. ஒரு சில நொடிகளுக்குள் விக்கி விக்கி அழ ஆரம்பித்து விட்டார்.

நாராயணன் ஒரு சகோதரனைப்போன்று அவரை அணைத்துக்கொண்டு முதுகில் தட்டிக்கொடுத்து, 'கவலைப்படாதீர்கள், நீங்கள் மறுபடி முன்போல் வருவீர்கள். மனதைத் தேற்றிக்கொள்ளுங்கள்' என்று பலவாறு பேசி அவரை சமாதானம் செய்தார்.

பிறகு நாங்கள் இருவரும் வெளியே வந்தோம். டாக்டர் நாராயணன் அவரது ஃப்ளாஷ்பேக்கை எனக்குக் கூறினார்.

'இந்த நபர் வேலூரிலேயே மிகப் பிரசித்தமான ஒரு ஸ்டோர் வைத்து நடத்தி வந்தார். அருமையான வியாபாரம், நம்பிக்கை வாய்ந்த வாடிக்கையாளர்கள், நல்ல லாபம் என்று வியாபாரம் ஓஹோ என்று போய்க்கொண்டிருந்தது. நமது ஹார்லிக்ஸ் அன்று தட்டுப்பாட்டில் இருந்தபோது ஒரு கோட்டாமுறை போட்டு வருகின்ற ஸ்டாக்கை ஒவ்வொரு டீலரின் பழைய சராசரி கொள்முதலை வைத்து சப்ளை செய்வோம். அந்தச் சமயத்திலேயே இவருக்கு பல கார்ட்டன்கள் கோட்டா உண்டு என்றால் பார்த்துக்கொள் இவரது பிசினஸை!' என்று சொல்லி நிறுத்தினார்.

அப்போது எங்களுடன்கூட இருந்த எங்களது வினியோகஸ்தர், 'ஆமாம் சார், பிசினஸ் கூடக்கூட, இவருக்கு தலை கால் புரியவில்லை. எல்லோரையும் மிகக் கேவலமாக நடத்துவார். மிக முக்கியமாக நான் கண்டது பணத்துக்கு மரியாதை கொடுக்க மாட்டார். சிகரெட் பிடித்துக்கொண்டே பணத்தை எண்ணுவார். பிறகு அந்த புகைந்து கொண்டிருக்கும் சிகரெட்டை கல்லா பெட்டியிலேயே வைப்பார். அந்த அளவுக்கு கர்வம் தலைக்கேறி இருந்தது. பணத்தை மதிக்காதவரிடம் எப்படி சார் அந்த செல்வம் தங்கும்?' என்றார்.

அன்று எனது வினியோகஸ்தர் சொன்னது வார்த்தைக்கு வார்த்தை இன்றும் எனக்கு நன்கு நினைவிருக்கிறது. 'பணத்தை மதிக்காதவரிடம் எப்படி சார் அந்த செல்வம் தங்கும்?'

ஆம், உண்மைதான், செல்வம் என்பது ஒரு அஃறிணைப் பொருள் அல்ல! அது உயிரும் உணர்வும் உள்ள ஒரு ஜீவன். அதை உதாசீனப் படுத்தினால் வரும் விபரீதத்தைச் சந்தித்துத் தான் ஆகவேண்டும்!

நான் கோவையில் பணிபுரிந்து கொண்டிருந்தபோது எனது வினியோகஸ்தராக இருந்த நிறுவனம் கோவையிலேயே மிகப் பிரசித்தி பெற்றிருந்த டி.வி. பிரதர்ஸ். அன்று அவர்கள் சர்க்கரை, சிமெண்ட் என்று பல துறையிலும் நடத்தி வந்த வியாபாரம் இந்தியா முழுவதிலும் உண்டாயிருந்த ஹார்லிக்ஸ் டர்ன் ஓவரை விட அதிகமாக இருந்தது என்றால் பார்த்துக்கொள்ளுங்களேன்!

குஜராத்திக்காரர்கள். செல்வத்தை நன்கு மதிப்பவர்கள். தலைமுறை தலைமுறையாக செல்வந்தர்கள். அவர்களது இளைய தலைமுறையைச் சேர்ந்த அஷோக் என்பவர் எங்களது ஏஜென்சியை பார்த்துக்கொண்டிருந்தார். மிக எளிமையானவர், பண்பானவர். அலுவலகத்துக்குள் நுழையும் முன்பு செருப்பைக் கழட்டி விட்டு சிறிய

டெஸ்க்கின் முன் தரையில் விரிக்கப்பட்டிருக்கும் மெத்தையில் அமர்ந்துதான் அலுவல்களைக் கவனிப்பார்.

காசுக்கு அவர்கள் கொடுக்கும் மதிப்பைப் போன்று நான் எவரிடமும் கண்டதில்லை. வீண் செலவு செய்ய மாட்டார்கள். எளிமையான வாழ்வு, இறை பக்தியோடு கூடிய வாழ்வையே விரும்பினார்கள்.

நான் துபாயிலிருந்து திரும்பி வந்ததும் ஒரு முறை கோவை சென்றிருந்தேன்.

முப்பது வருடங்களுக்குப்பின் அவர்களது அலுவலகத்துக்குச் சென்றிருந்தேன். நண்பர் அஷோக் கொஞ்சமும் மாறவில்லை, அதே அன்பு, பணிவு, எளிமை! தரையில் அமருவதற்குப் பதில் இப்போது நாற்காலியில் அமர்ந்திருக்கிறார்கள், அவ்வளவே!

பல வருடங்களுக்கு பின் சந்தித்ததில் இருவருக்கும் மிக்க மகிழ்ச்சி.

முன்பைக்காட்டிலும் பல மடங்கு வளர்ந்திருக்கிறார்கள். அஷோக்கின் புதல்வர்கள் வியாபாரத்துக்கு வந்து விட்டார்கள். செல்வத்துக்கு அவர்கள்கொடுக்கும் மரியாதை அவர்களை மேன்மேலும் செல்வந்தர்கள் ஆக்கி இருக்கிறது.

செல்வம் நிலைக்கவேண்டும் என்றால் அதை மதிக்கக் கற்றுக் கொள்ளுங்கள்!

செல்வம் என்பது ஒரு அஃறிணைப் பொருள் அல்ல! அது உயிரும் உணர்வும் உள்ள ஒரு ஜீவன். அதை உதாசீனப்படுத்தினால் வரும் விபரீதத்தைச் சந்தித்துத் தான் ஆகவேண்டும்! செல்வம் நிலைக்கவேண்டும் என்றால் அதை மதிக்கக் கற்றுக்கொள்ளுங்கள்!

7

ஒழுங்கு முறையும் செல்வமும்

செல்வம் தங்குவது என்பது ஏதோ மீண்டும், மீண்டும் இயந்திரம் போன்று உழைத்துக் கொண்டே இருப்பதினால்தான் என்று நினைத்துக்கொண்டிருக்கிறீர்களா?

நான் இப்போது சொல்லப்போகும் விஷயம் உங்களுக்கு வியப்பைத் தரலாம்.

உழைப்புக்கும், புத்திசாலித்தனத்துக்கும், செல்வத்துக்கும் ஒரு நேர்வழி தொடர்பு இருக்கிறது என்பது என்னமோ உண்மைதான். ஆனால் அதைத்தவிர சில காரணக்கூறுகள் இருக்கின்றன. அவற்றிலொன்றுதான் நான் இப்போது கூறப்போகும் ஒழுங்கு முறைகள்.

நீங்களே யோசித்துப்பாருங்கள். உங்களுக்குத் தெரிந்த சில செல்வந்தர்கள் வீட்டிற்கு நீங்கள் செல்கிறீர்கள். அங்கு,

- ரூபாய் நோட்டுக்கள், சில்லரைகள் இறைந்து கிடக்கின்றன.
- காபி, தேனீர் குடித்தபின் கோப்பைகள் அப்புறப்படுத்தப்படாமலும் கழுவப்படாமலும் அப்படியே உலர்ந்து கொண்டிருக்கின்றன.
- புத்தகங்கள், தினசரிகள், உடுக்கப்பட்டு களைந்த உடுப்புகள் அங்கும் இங்கும் இறைந்து கிடக்கின்றன.

- சுவரில் மாட்டப்பட்டிருக்கும் படங்கள் தூசு தும்பு படிந்து சரியாகப் பராமரிக்கப்படாமல் இருக்கின்றன.
- பொதுவாக ஒரு ஒழுங்கற்ற நிலை.

இப்படி நீங்கள் கண்டிருந்தால் மேலும் ஒரு கேள்வியை நீங்கள் உங்களிடமே கேட்டுக்கொள்ளுங்கள். இத்தகைய வீடுகளில் செல்வம் தங்குகிறதா? அல்லது ஏதாவது கண்ணுக்குத் தெரியாத வழியில் செலவாகி விடுகிறதா?

எனக்கு நீங்கள் பதில்கூற வேண்டாம், பதில் எனக்கு ஏற்கெனவே தெரிந்ததுதான்.

வேறு ஒன்றும் கூறுகிறேன். என் அன்னை எனக்குக் கற்றுக்கொடுத்த ஒரு பாடம்.

- பணத்தை பர்ஸில் வைக்கும்போது அதையும் ஒரு ஒழுங்கு முறையில் வைக்கப்பழகுங்கள். உதாரணத்துக்கு நோட்டுக்களை அடுக்கும்போது 500, 200, 100, 50, 20, 10 என்று ஒரு ஆர்டரில் பர்ஸில் வைப்பது நலம்.
- வீட்டில் பீரோக்களில் வைக்கும்போது இதே ஆர்டரில் வைப்பது மட்டுமல்லாமல் ஒரு ரப்பர் பேண்டை நோட்டுக்களைச் சுற்றி இட்டு வைக்கவும்.
- மிக முக்கியமான ஒன்று, வங்கியிலிருந்தோ அல்லது உங்களுக்கு வர வேண்டிய கலெக்ஷனில் இருந்தோ பணம் வந்த உடனேயே அதை பட்டுவாடா செய்ய வேண்டாம்.
- வழக்கமாக எங்கே பத்திரப்படுத்தி வைக்கிறீர்களோ பீரோவிலோ, லாக்கரிலோ அங்கே முதலில் வைத்துவிட்டு பின்னர் சிறிது நேரம் கழித்து அதிலிருந்து எடுத்து செலவு செய்யுங்கள்.

மேலும் ஒரு டிப்ஸ், உங்களது பர்ஸை நீங்களோ அல்லது உங்கள் மனைவியோ மட்டும்தான் எடுத்து உபயோகிக்க வேண்டும்.

மற்றவர்கள் யார் கேட்டாலும் நீங்களே எடுத்துக்கொடுங்கள், மற்றவர் களை ஒருபோதும் எடுத்து உபயோகிக்க அனுமதிக்க வேண்டாம் - அவர்கள் நெருங்கிய நண்பர்களாக இருந்தாலும் சரி.

எனது நண்பன் ஒருவன் இப்படித்தான். அவனது நண்பர்கள் என்று கூறிக்கொண்டு அவன் அறைக்கு வரும் நபர்களை எல்லாம் சுதந்திரமாக அவனது பேண்டை துழாவி பர்ஸை எடுத்து பணத்தைக் கையாள்வதற்கு அனுமதித்தான்.

அவன் எவ்வளவு பணம் சம்பாதித்தும் எப்படி கஷ்டப்பட்டான் என்பதை நேரில் பார்த்ததால் சொல்கிறேன்.

இந்த டிப்ஸ்கள் மேம்போக்காக நோக்கும்போது ஏதோ செண்டிமெண்டாக உங்களுக்குத் தோன்றலாம். ஆனால் என்னால் செய்யப்பட்டு சரி பார்க்கப்பட்டவை, எனவேதான் நம்பிக்கையோடு சொல்கிறேன்.

கடைபிடித்துப்பாருங்கள். பின் சொல்லுங்கள்!

> உழைப்புக்கும், புத்திசாலித்தனத்துக்கும், செல்வத்துக்கும் ஒரு நேர்வழி தொடர்பு இருக்கிறது என்பது என்னமோ உண்மைதான். ஆனால் அதைத்தவிர சில காரணக்கூறுகள் இருக்கின்றன. அவற்றிலொன்றுதான் ஒழுங்கு முறைகள்.

8

திரும்பிப்பார்!

நீங்கள் செல்வந்தராக நிலைக்க வேண்டுமா? திரும்பிப்பாருங்கள்.

ஆம், நாம் எங்கே தொடங்கினோம்?

எவ்வளவு தூரம் வந்திருக்கிறோம்?

இன்னும் போகவேண்டிய தூரம் எவ்வளவு?

முதல் இரண்டு கேள்விகளுக்கும் விடை கொடுக்க முடியும். ஆனால் மூன்றாவது கேள்விக்கு என்ன பதில்?

நாம் சேரவேண்டிய இடத்துக்கு வந்துவிட்டோம் என்று நினைப்போம். ஆனால் முன்னால் பார்த்தால் பாதை இன்னும் நீண்டு போய்க் கொண்டே இருக்கும்.

எனவே லட்சியங்களை தேடிக்கொண்டே நம் வாழ்நாள் முழுவதும் பயணித்துக் கொண்டே இருப்பதைப் பொறுத்துத்தான் நீங்கள் செல்வந்தராகவே நீடிக்க முடியுமா என்று கூற முடியும்.

சரி, திரும்பிப்பார் என்று சொல்லிவிட்டு நேரே பார்ப்பதைப்பற்றிச் சொல்கிறீர்களே என்கிறீர்களா?

சொல்கிறேன்!

ஒவ்வொரு நாளும் உங்களது வரவு செலவு கணக்குகளைப் புரட்டிப்பார்க்கிறீர்கள் அல்லவா?

ஒவ்வொரு நாளும் நமது செயல்களை, நமது எண்ணங்களைச் சற்றே திரும்பிப்பார்க்க நினைத்தீர்களா? அதுவும் ஒரு 'ஸ்டாக் டேகிங்' தானே?

எப்படி பாலன்ஸ் ஷீட்டை நமது நிறுவனத்துக்கு உண்டாக்குகின்றோமோ அதேபோல் வேறு ஒரு பாலன்ஸ் ஷீட்டை உண்டாக்குங்கள்.

- நீங்கள் அன்று செய்த நல்ல செயல்களை...
- நடைமுறைக்குக் கொண்டுவந்த திட்டங்களை...
- உங்களது பணியாளர்களை உற்சாகப்படுத்திய தருணங்களை...
- உங்களது சாமான்ய சேவைகளுக்கு நீங்கள் மதிப்பு கூட்ட முனைந்த விஷயங்களை...
- உங்களது சொந்த வாழ்க்கையில் அடைந்த இன்பங்களை...

இவற்றை முதலில் ஸ்டாக் எடுங்கள்... பின்

- நீங்கள் செய்த தவறுகளை- சிறிதோ, பெரிதோ எதுவானாலும்...
- நீங்கள் கோபத்தில் கட்டுப்பாட்டை இழந்த நிமிடங்களை...
- உங்களது வாடிக்கையாளர்களிடம் தற்காலிக லாபத்துக்கு ஆசைப்பட்டு உரைத்த பொய்களை...
- உங்களது மனைவியிடம் ஒன்றுமில்லாததற்கு எரிந்து விழுந்த கணங்களை...
- சிறிய தவறுகளுக்கு நீங்கள் உங்கள் மகனுக்கோ, மகளுக்கோ கொடுத்த தண்டனையை...

இவற்றைக்கொண்டு இன்னொரு 'ஸ்டாக்' எடுங்கள். இப்போது ஒரு பாலன்ஸ் ஷீட்டை உருவாக்குங்கள். நற்செயல்களுக்கு அதற்கேற்றபடி மார்க் கொடுங்கள். தவறுகளுக்கு மைனஸ் மார்க்!

இறுதியாக என்ன வருகிறது? ப்ளஸ்ஸா, மைனஸா?

மார்க் இடும்போது மனசாட்சியுடன் இடுங்கள். ஏனென்றால் இதில் நீங்கள்தான் எக்ஸ்டெர்னல் ஆடிட்டர்! இப்படி தினமும் திரும்பிப் பார்க்க ஆரம்பித்தால் இரண்டு வித நன்மைகள் உங்களைத்தேடி வரும்.

பாசிடிவ் விஷயங்கள் இப்படி உங்களை வளர்க்கும்.

- உங்களது நற்செயல்கள், திட்டங்கள், வியாபார முன்னேற்றத்துக்கு செய்யும் ஆக்கபூர்வமான ஆராய்ச்சிகள் இவை வெகு வேகமாக வளர்ச்சி அடையும்.

- உங்கள்மீது உங்கள் வாடிக்கையாளர்கள், பணியாளர்கள், உங்கள் குடும்பத்தினர்கள் இவர்கள் வைத்துள்ள மதிப்பு அதி வேகத்தில் பெருகும்.
- வருமானம் ராக்கெட் வேகத்தில் உயரும்!

நெகடிவ் விஷயங்கள் குறையும்போது...

- நீங்கள் உணர்ச்சிவேகத்தில் செய்த தவறுகள் குறையும்.
- அன்றைய லாபத்துக்கு நீண்ட நாள் பயன்களை கோட்டை விட மாட்டீர்கள்.
- வார்த்தைகளைக் கொட்டி நண்பர்கள், வாடிக்கையாளர்களை இழக்கும் முட்டாள்தனம் மறையும்.
- எரிச்சலினால் செய்யும் தாறுமாறான நடவடிக்கைகள், அகங்காரத்தினால் இழக்கும் வியாபார விளைவுகள் இவை எல்லாம் அதல பாதாள லெவலுக்கு குறைந்து உங்களை வளர்ச்சிப்பாதையில் நாள்தோறும் செலுத்தும்.

இப்படி நீங்கள் உங்களது அன்றாட நிகழ்வுகளை திரும்பிப்பார்க்கக் கற்றுக்கொண்டால் நன்மைகள் தாவித் தாவி முன்னேறும்.

உங்கள் தவறுகள், கோபதாபங்கள் இவை கழுதை தேய்ந்து கட்டெறும்பு ஆவதைப்போல தேய்ந்து தேய்ந்து இறுதியில் காணாமலேயே போய்விடும்.

இதை விட நீங்கள் செல்வந்தராக நீடிப்பதற்கு வேறு ஃபார்முலாவும் வேண்டுமோ?

> செல்வந்தராக நிலைக்க வேண்டுமா?
> திரும்பிப்பாருங்கள்.
> நீங்கள் உங்களது அன்றாட நிகழ்வுகளை
> திரும்பிப்பார்க்கக் கற்றுக்கொண்டால்
> நன்மைகள் தாவித் தாவி முன்னேறும்.

9

வீட்டில், அலுவலகத்தில் குதூகலம் பொங்கட்டும்!

நீங்கள் தேடிய செல்வம் உங்களிடத்தில் நிரந்தரமாக குடியிருக்க வேண்டுமென்றால் உங்கள் வீட்டில் மகிழ்ச்சி அலை பொங்கும்படிப் பார்த்துக்கொள்ளுங்கள்.

இருளடைந்த வீடுகள், உற்சாகம் இல்லாத மனிதர்கள், கோலாகலம் இல்லாத இடங்கள்- இவைகளை செல்வம் விரும்புவதில்லை.

ஆம், செல்வம் தங்கி நிற்க, உங்களுடன் கை கோர்த்துக்கொண்டு விளையாட, ஒட்டி உறவாட - உங்கள் வீட்டை பளிச்சென்று வைத்துக் கொள்ளுங்கள். நான் கூறுவதைத் தவறாகப் புரிந்துகொண்டு ஆடம்பரமாக செலவழித்து வேண்டாததை எல்லாம் உலகின் பல மூலைகளில் இருந்து வரவழைத்து வறட்டு டாம்பீகத்துக்காக பணத்தை விரயம் செய்யாதீர்கள்.

ஒரு பழைய மகாபாரத கதை நினைவுக்கு வருகிறது.

ஒரே ஒரு நாணய செலவில் வீட்டை நிரப்பவேண்டும் என்பது சவால்.

கௌரவர்கள் அந்த நாணயத்தைச் செலவழித்து பிரி பிரியாக வைக்கோலை வாங்கித்தள்ளி அந்த அறையை நிரப்பி வெற்றி பெற்று விட்டதாக பெருமிதப்பட்டுக்கொண்டார்கள்.

பாண்டவர்களோ அதிலும் குறைவாக செலவழித்து ஒரு விளக்கை அந்த அறையில் ஏற்றி வைத்து சமர்த்தாக அந்த ஒளியின் வெளிச்சத்தில் அறையை நிரப்பி வெற்றிக்கோப்பையை அடித்துச் சென்று விட்டார்கள்!

நீதி என்ன என்றால் எவ்வளவு தொகை செலவழிக்கிறோம் என்பதல்ல கேள்வி. எந்தத் தரத்தில் அலங்கரிக்கிறோம் என்பதுதான் முக்கியம்.

தவறாமல் வாரத்துக்கு ஒரு முறையோ அல்லது இருமுறையோ வீட்டிற்கு விருந்தினர்களை அழைத்து விருந்து கொடுங்கள். வீட்டில் சந்தோஷ அலை அடிக்க வேண்டும். சிரிப்பும் மகிழ்ச்சியும் உங்கள் வீட்டை நிரப்பட்டும்.

ஏன் இவ்வளவு முக்கியத்துவம் இந்த அம்சத்துக்கு நான் கொடுக்கிறேன் என்று உங்களுக்குத் தோன்றுகிறதா?

வெரி சிம்பிள். மகிழ்ச்சி என்பது ஒரு வகை வைப்ரேஷன், ஒரு சிறப்பு அதிர்வலை! இந்த அதிர்வலைகள் உங்கள் வீட்டை நிரப்ப, நிரப்ப அது மேலும், மேலும் உற்சாக அலைகளை உங்கள் வீட்டில் பரப்புகின்றது.

உற்சாகம் பொங்கினால் என்ன விளைவு?

அதிக செயலாற்றல், அதனால் தொழில் விரிவாக்கம், முன்னேற்றம்! அது உங்கள் செல்வச் செழிப்பை மேன்மேலும் வளர்க்கும்!

நீங்களே கவனித்துப்பாருங்கள். உங்களுக்குத் தெரிந்த செல்வந்தர் களின் பழக்க வழக்கங்களை.

நான் எனது அனுபவத்தில் கண்டது, நான் குறிப்பிட்ட மாதிரி வீடுகளில் உற்சாகம் பொங்க வைத்திருப்பவர்கள் மேலும் மேலும் வளர்ந்து கொண்டிருக்கிறார்கள்.

தான் மட்டும் அனுபவித்தால் போதும் என்று நினைப்பவர்கள், எப்போதும் சீரியஸாக முகத்தை வைத்துக்கொண்டு ஏதோ மலச்சிக்கலில் பாதிக்கப்பட்டவர்கள் போன்று கடு கடுப்பாக இருப்பவர்கள், செல்வம் இருந்தாலும் எதிலும் நிறைவில்லாமல் எதையோ பறிகொடுத்தவர்கள் போன்று நடப்பவர்கள் ஒரு போதும் நீடித்த செல்வர்களாக இருந்து நான் பார்த்ததில்லை.

நீங்கள் இந்த விஷயத்தை நிறுவனங்களிலும் பார்க்கலாம்.

சில அலுவலகங்களின் தலைவர்கள் மிகுந்த உற்சாகத்துடனும், மகிழ்ச்சியுடனும் பணியைச் செய்து கொண்டிருப்பார்கள். சிறு சிறு வெற்றிகளைக்கூட நன்கு மதித்து லன்ச் பிரேக்கில் ஸ்பெஷலாக உணவு

வகைகளை நல்ல ஹோட்டல்களில் ஆர்டர் செய்து வரவழைத்து சக பணியாளர்களுடன் கொண்டாடுவார்கள். இந்த உற்சாக அலை குழுவை வெகு விரைவில் தொற்றிக்கொள்ளும். அவர்கள் உத்வேகம் பெற்று மீண்டும், மீண்டும் வெற்றிகளைக் கொண்டு வருவார்கள். நிறுவனமும் படு வேகமாக வளரும்.

இதற்கு எதிர்மறையாக சில நிறுவனங்கள் பெரிய வெற்றி கிடைத்தாலும் ஏதோ ஒன்றுமே நடக்காதது போன்று கண்டு கொள்ளாமல் இருப்பார்கள். எதற்கு வீண் செலவு?

அது மட்டுமல்ல இந்த வெற்றியைக் கொண்டாடினால் இரண்டு வகையில் பாதிப்பு வரும் என்று இந்தப் பிற்போக்குவாதிகள் நினைக்கிறார்கள். ஒன்று, வென்றுவிட்டோம் என்று பின் வரும் காலங்களில் பணியாளர்கள் மெத்தனமாக இருந்து பிஸினஸை கோட்டை விட்டு விடுவார்கள். இரண்டு, அதிகம் கொண்டாடி விட்டால், குழுவின் எதிர்பார்ப்புகள் அதிகரித்து ஊதிய உயர்வுக்கு பெட்டிஷன் கொண்டு வருவார்கள் என்ற பயம்.

இது வேண்டாத தயக்கம் அல்லது பயம்.

உங்களது வீட்டில், அலுவலகத்தில் மகிழ்ச்சி அலைகளைப் பொங்க விடுங்கள்.

எந்தச் சிறு முயற்சிகளையும், வெற்றிகளையும், சாதனைகளையும் ‘ஸ்வீட் எடு, கொண்டாடு’ என்று செலப்ரேட் செய்யுங்கள்.

நீடித்த செல்வராக உலா வாருங்கள்!

> தான் மட்டும் அனுபவித்தால் போதும் என்று நினைப்பவர்கள், எப்போதும் சீரியஸாக முகத்தை வைத்துக்கொண்டு கடு கடுப்பாக இருப்பவர்கள், செல்வம் இருந்தாலும் எதிலும் நிறைவில்லாமல் நடப்பவர்கள் ஒரு போதும் நீடித்த செல்வர்களாக இருக்க மாட்டார்கள்.

10

உங்களுடைய அடுத்த தலைமுறையை தொழிலில் தயார் படுத்துங்கள்!

நீங்கள் அடிக்கடி கேட்டிருக்கும் வாக்கியம் இது. 'தொடர்ந்து மூன்று தலைமுறைக்கு செல்வம் நீடிப்பதில்லை!' இதன் காரணம் என்னவாக இருக்கும் என்று யோசித்துப் பார்த்தேன். மிக அடிப்படையானதுதான் அது.

தகப்பன் கஷ்டப்பட்டு உழைத்துப் பணத்தைச் சேர்ப்பான். மகன் ஊதாரித்தனமாகச் செலவழித்து காலியாக்கிவிட்டு பேரன், பேத்திகளைத் திண்டாட விட்டு விடுவான்.

இதைப்பார்த்துத்தான் செல்வத்தின் தலைமுறைக்கு ஒரு கால வரையறை வைத்தார்களோ என்று தோன்றுகிறது.

ஆனாலும் இது எல்லாருக்கும் பொருந்தாது.

டாடா குடும்பத்தை எடுத்துக்கொள்ளுங்கள். ஐந்தாறு தலை முறைகளாக அவர்கள் வளர்ந்து கொண்டுதான் இருக்கிறார்கள்.

தமிழ்நாட்டில் எடுத்துக்கொண்டால் TVS நிறுவனமும் தலைமுறை தலைமுறைகளாக வளர்ந்து கொண்டுதான் இருக்கிறது.

நான் சில ஆண்டுகள் இந்தியாவின் பழமை பெற்ற நிறுவனமான டாபர் நிறுவனத்தில் பணி புரிந்திருக்கிறேன். திரு. பர்மன் குடும்பத்தின் ஐந்தாவது தலைமுறை இப்போது கோலோச்சிக் கொண்டிருக்கிறது.

அதேபோல் 'பாம்பே டையிங்'கும் தலைமுறைகளாக 'பாம்பே லிவிங்காக' வளர்ந்து வந்திருக்கிறது.

எத்தனை தலைமுறைகளைக் கடந்து அமிர்தாஞ்சன் இன்னும் நிலைத்து நிற்கிறது.

'எங்க பாட்டி எனக்கு அதைத்தான் கொடுத்தா...' என்று விளம்பரத்தில் தங்களது தலைமுறை கடந்த வளர்ச்சியை தூக்கிக்காண்பித்த 'வுட்வார்ட்ஸ்' க்ரைப் வாட்டர்.

கவின்கேர் - திரு C.K. ரங்கனாதன் ஒரு நேர் காணலில் 24 வயதுகூட நிரம்பாத தனது மகன் தானே முயன்று C.K பேக்கரி என்ற புதிய முயற்சியைத் தொடங்கி நன்றாக நடத்தி வருவதாகக் கூறுகிறார். இரண்டே வருடங்களில் ஐம்பதுக்கும் மேற்பட்ட கிளைகளை உருவாக்கி முன்னூறுக்கும் மேற்பட்ட பணியாளர்களை மேனேஜ் செய்து வருவதாகவும் மிகப் பெருமையாகக் குறிப்பிடுகிறார்.

காரணம் அவர் தன் மகனுக்குக் கொடுத்திருக்கும் சுதந்திரம் மற்றும் வளரும்போதே கொடுத்து வந்திருக்கும் பயிற்சிகள். அதே சமயம் சில குடும்ப நிறுவனங்கள் இரண்டாவது தலைமுறையிலேயே காணாமல் போயும் விடுவதைக் காண முடிகிறது.

ஐம்பது வருடங்களுக்கு முன் Standard Motors, Hindustan Motors போன்ற நிறுவனங்கள் மோட்டார் வாகன உற்பத்தியில் முடி சூடா மன்னர்களாக இருந்தன.

ஸ்டாண்டர்ட் 2000, காண்டெஸ்ஸா, அம்பாஸடர் கார்களை யார்தான் மறந்திருக்க முடியும்? இன்று அவைகள் சுத்தமாக காணாமல் போய்விட்டனவே!

சீர் தூக்கிப்பார்த்தால் நிறுவனங்கள் தலைமுறை, தலைமுறைகளாக வளர வேண்டும் என்றால் சில விஷயங்களை நன்கு புரிந்துகொண்டு அவற்றைக் கடைபிடிக்கவேண்டும்.

- முதல் தலைமுறை வளர்ந்துகொண்டிருக்கும்போதே அடுத்த தலைமுறையைத் தயார் செய்ய வேண்டும்.
- ஒவ்வொரு தலைமுறைக்கும் பிரத்தியேகத் திறமைகள் இருக்கும். அவற்றை ஊக்குவித்து அந்தந்த வழியில் நடக்க சுதந்திரம் கொடுக்கவேண்டும்.

- சரியான ஆலோசகர்களை நியமித்து அவர்களது திறமையைத் தீட்டவேண்டும்.
- குடும்பத்தில் சச்சரவுகள் வராமல் ஒற்றுமையைப் பாதுகாக்க வேண்டும்.
- சொத்து விவகாரங்களில் சட்ட முறைப்படி டிரஸ்டுகளை உருவாக்கி ஒவ்வொரு அங்கத்தினரது உரிமைகளைப் பாதுகாக்க வேண்டும்.
- நடந்துகொள்ளும் விதத்தில் வெளிப்படைத்தன்மை வேண்டும். இது குடும்ப ஒற்றுமை குறையாமல் பார்த்துக்கொள்ளும்.

இப்படி generation gap வராமல் பார்த்துக்கொண்டால் மூன்று தலைமுறை என்ன இன்னும் முப்பது தலைமுறைக்கு உங்கள் செல்வம் நீடிக்கும்!

11

செல்வத்தைப் பகிர்ந்து கொள்ளுங்கள்

'நீங்கள் ஏற்கெனவே கொடுத்திருந்தால் ஒழிய இப்போது அதைப் பெற முடியாது. எனவே ஒன்றைக்கொடுத்து பத்தாகப் பெறுங்கள்!' என்று செல்வத்தின் ஓர் இலக்கணத்தைப்பற்றி நம் நாட்டின் மாபெரும் ஞானி ஒருவர் கூறுவார்.

நாம் பொதுவாக நினைப்பது நம்மைப்பற்றி, நமது மனைவி மக்களைப்பற்றி. அவர்களது நலனைப் பேணுவது மட்டும்தான் நம்மை முழு நேரம் ஆக்கிரமிக்கிறது. ஒரு சிறிய வட்டம் இட்டுக் கொண்டு அதில் வாழ்வதுதான் சுகம் என்று பெருவாரியானவர்கள் நினைக்கிறோம்.

நாம் புரிந்துகொள்ளாதது - நம்மைச் சுற்றி உள்ளவர்கள் வளராமல் நாம் மட்டும் வளர்வது என்பது ஒரு இணக்கமான வளர்ச்சி அல்ல.

- நமது சகோதரர்கள் அல்லது சகோதரிகள் துன்பத்தில் இருக்கும் போது நாம் ஃபைவ் ஸ்டார் விடுதியில் களித்துக் கொண்டிருப்பது உண்மையிலேயே இன்பம் பயப்பதுதானா?
- நமது சமுதாயம் பட்டினியில் வாடிக்கொண்டிருக்கையில் நாம் வயிறு முட்டத் தின்றுகொண்டிருப்பது நியாயம் தானா?

- ஒரு தனிமனிதனின் வளர்ச்சி அவனைச் சார்ந்தவர்களின் மேலும் ஒரு தாக்கத்தை ஏற்படுத்தினால் அன்றி அதை ஒரு வளர்ச்சியாகக் கருதவே முடியாது.

தனிமரம் ஒருபோதும் தோப்பாக முடியாது. இப்படிச் சிந்தித்து, கொடுப்பவர்கள்தான் வள்ளல்களாக, பொன்மனச்செம்மல்களாக மக்கள் மனதில் வாழ்கிறார்கள். அதுமட்டுமல்ல, அவர்கள் எவ்வளவுக்கு எவ்வளவு கொடுக்கிறார்களோ அவ்வளவுக்கு அவ்வளவு செல்வம் அவர்களிடம் மேன்மேலும் குவிகிறதையும் நாம் பார்க்கலாம்.

இது ஒரு இயற்கையின் விதி!

இரைக்க இரைக்கத்தான் சுரக்கும் என்பார்கள்.

தன்னிடம் வரும் தண்ணீரை வழியவிட்டு நிலங்களைச் செழிப்பாக்கும் ஓடைகள் வற்றுவதில்லை. தண்ணீரை வெளிவிடாது தன்னிடம் தேக்கி வைக்கும் குட்டைகள் பாசி படிந்து நாளாவட்டத்தில் வற்றி குப்பை குவிக்கப்படும் இடங்களாக மாறிவிடுகின்றன.

நம்மால் எந்த அளவுக்கு முடியுமோ அந்த அளவுக்கு மற்றவர்களைக் கைதூக்கிவிட முயற்சிக்க வேண்டும்.

நம்மிடம் உதவி பெறுகின்றவரின் இதயத்திலிருந்து ஒரு ஆசி வருகின்றது, அது நம் உயிராற்றலுக்கு ஒரு ஊட்டம் அளிக்கிறது. இந்த பேட்டரி சார்ஜ் நம்மை மேலும் புதுப்பிக்க, நமது ஆற்றல் மேலும் பெருகி வழிய நமது வளம் மேலும் கூடத்தானே செய்யும்!

இந்தியாவின் பழமையான, மிகப்பெரும் நிறுவனங்களில் ஒன்றான டாடா நிறுவனத்தினர் இந்த விஷயத்தில் மிக மிக முன்னோடிகளாக இருந்திருக்கிறார்கள். முதன் முதலாக தங்களது பணியாளர்களுக்கு வீட்டு வசதிகள், குழந்தைகளின் படிப்பு, நல்ல மருத்துவ வசதிகள், ஓய்வூதியம் என்று பல வகைகளில் தங்களது லாபத்தின் ஒரு பங்கை செலவிட்டார்கள். அதுதான் இன்றுவரை அந்த நிறுவனத்தை எத்தனை போட்டிகள் வியாபாரத்தில் வந்தாலும் சிறிதும் தளர்ந்து விடாமல் முன்னேற்றிக்கொண்டிருக்கின்றது.

இன்ஃபோஸிஸ் நிறுவனமும் இதேபோல் ஒரு அறக்கட்டளை ஒன்றை உருவாக்கி பெரும் தொண்டாற்றிக்கொண்டிருப்பதையும் பார்க்கிறோம்.

இந்தியாவின் இரண்டாவது பெரிய நிறுவனம் விப்ரோ என்பது பலருக்குத் தெரிந்திருக்க நியாயம் இல்லை. ஏனென்றால் தடபுடல் விளம்பரங்களின்றி வளர்ந்து வருபவர்கள் அவர்கள்.

அவர்களது தலைவர் திரு அஸிம் ப்ரேம்ஜியின் உரைகளைக் கேட்டிருக்கிறேன். மிகக் கண்ணியமான மனிதர், மிக எளிமையான மனிதரும் கூட. படாடோபமான பங்களா, உலகத்தின் விலை உயர்ந்த கார் என்றெல்லாம் மனிதர் சவடால் அடித்துக்கொள்வதில்லை. ஏன், விமானத்தில் பயணிக்கும்போது கூட எக்கானமி வகுப்பில்தான் பயணிக்கிறார்.

சமீபத்தில் நான் படித்த தகவல் அவரது அறக்கட்டளை இப்போது 12 பில்லியன் டாலர்களைக் கடந்து விட்டது அதாவது 78000 கோடிகளுக்கு மேல்! ஃபோர்ப்ஸ் பத்திரிகையின் படி இது அவரது மொத்த சொத்துக்களின் மூன்றில் இரண்டு பாகமாகும்!

பில் கேட்ஸ், வாரன் பஃப்பெட் இவர்களைப் பற்றி நான் கூறவே தேவை இல்லை. லட்சக்கணக்கான டாலர்களை இவர்கள் அறக் கட்டளைகளுக்கு வழங்கி தகுதியுடைய மக்களுக்கு முன்னேற்றப் பாதையை வகுத்துக்கொடுக்கிறார்கள்.

நாமும் நமது வளர்ச்சிக்கேற்ப நமது பங்கை நமது உறவினர்களுக்கு, நமது சமுதாயத்திற்கு நிச்சயமாக அளிக்க வேண்டும்.

எனது பெரியப்பா K.A. கிருஷ்ணமூர்த்தி மங்களூரில் ஒரு மிகப்பெரிய கல்லூரியில் கணிதத்துறையின் தலைவராக இருந்து ஓய்வு பெற்றவர். ஓய்வு பெறும்போது அவருக்கு வந்த PF -கிராஜுவிடி தொகையை (லட்சத்துக்கும் மேல் -40 வருடங்களுக்கு முன்!) அப்படியே கல்லூரிக்குக் கொடுத்து விட்டார்! அதை வைத்துக்கொண்டு ஒரு ஸ்காலர்ஷிப்பை அவர் பெயரில் உருவாக்கி தகுதியான மாணவர்களின் படிப்புக்கு வழங்கி வருகிறது அந்தக் கல்லூரி.

எனது பெரியம்மா மறைந்தபோது நாங்கள், எங்களுக்கு அவர் விட்டுச்சென்ற பணம் முழுவதையும் அதே கல்லூரிக்குக் கொடுத்து அவர் பெயரிலும் கனகா கிருஷ்ணமூர்த்தி ஸ்காலர்ஷிப் என்று ஒரு ஸ்காலர்ஷிப்பை உருவாக்கி வைத்தோம்.

எனக்கு திருமணமான வருடத்திலிருந்து நானும் என் மனைவியும் செய்து வருகின்ற ஒரு செயல் எங்களது திருமண நாள், பிறந்த நாள் அல்லது ஏதாவது முக்கியமான நாள் இவைகளை ஒரு அனாதை ஆஸ்ரமத்திலோ அல்லது முதியோர் இல்லத்திலோ செலவழிப்பது என்பது.

அவர்களுக்கு உணவளிப்பது மட்டுமல்லாமல் அவர்களோடு பேசிப் பழகுவதுதான் அவர்களுக்கு மிகுந்த மகிழ்ச்சியை அளிக்கிறது.

தங்களையும் மதித்துப் பேசி உறவாட மனிதர்கள் இருக்கிறார்கள் என்ற உணர்வே அவர்களுக்கு ஊட்டமளிக்கும் டானிக்காக இருக்கிறது என்பதை அனுபவத்தில் கண்டேன்.

இதுபோன்ற ஒரு செயல் எப்படி அடுத்த தலைமுறைக்கு தொடர்ந்து செல்கிறது என்பதற்கு ஒரு உதாரணம்.

நாங்கள் இவ்வாறு செய்வதைக்கண்ட என் சகோதரியின் மகன் - அப்போது அவனுக்கு பத்து பன்னிரண்டு வயதுதான் இருக்கும் - இதில் மிக்க ஆர்வம் கொண்டு தானும் ஏதாவது செய்யவேண்டும் என்று நினைத்தான். அந்த வருட தீபாவளி பண்டிகையை தன் வீட்டிற்கருகில் இருக்கும் ஒரு அனாதை விடுதியில் இருந்த சிறார்களோடு பட்டாசு, இனிப்புகள் வாங்கிக்கொடுத்துக் கொண்டாடினான். அது மட்டுமல்ல, அவன் வளர, வளர சமுதாயத்தை அவன் பார்த்த கண்ணோட்டமே முற்றிலும் மாறி இருந்தது.

மிகத் தாழ்ந்த நிலைமையில் இருக்கும் சிறார்களின் படிப்புக்கு தான் ஏதாவது செய்தாக வேண்டும் என்ற உத்வேகத்தில் தன்னைப்போன்ற நல்ல மனமுடைய நண்பர்களுடன் ‘பிரயாக்’ என்ற தொண்டு நிறுவனத்தை அவன் உருவாக்கினான்.

எப்போது? அவன் கல்லூரி படிப்பை முடிப்பதற்கு முன்பாகவே!

எஞ்சினியரிங் படித்து கேம்பஸ் இண்டர்வியூவில் ஒரு பெரிய நிறுவனத்தில் தேர்ந்தெடுக்கப்பட்டு வேலைக்குச் சேர்ந்தாலும் மாலை வேளைகளிலும், விடுமுறை நாட்களிலும் வசதியற்ற சிறுவர், சிறுமியர்களை படிக்கச் செய்வதே இந்த இளைஞர்களின் வேலை என்றாயிற்று.

இப்போது தனது தொண்டு நிறுவனத்தைக் கொண்டு அவன் பிற்பட்ட கிராமங்களில் பள்ளிகள் கட்டித்தரும் அளவிற்கு கொண்டு வந்து விட்டான் என்றால் அவனது குழு எத்தனை பாடு பட்டிருக்க வேண்டும்!

‘பிரயாக்’ இன்று ஒரு அங்கீகாரம் பெற்ற NGO நிறுவனம்! ஓர் ஆலமரமாக விரிந்து வளர்ந்து ஆயிரக்கணக்கான மாணவ மாணவி களைப் படிக்க வைப்பதில் பெறும் தொண்டாற்றி வருகிறது.

அதைப் பெரும் ஊக்கத்துடன் நடத்திக்கொண்டு வரும் என் சகோதரியின் மகன் அவினாஷின் பேரார்வத்தை விளக்கேற்ற நானும் ஒரு ஒரு சிறு பொறியாய் இருந்திருக்கிறேன் என்பதில் மிக்க மகிழ்ச்சி!

12

எச்சரிக்கையுடன் உதவுங்கள்!

தேடிய செல்வத்தை பகிர்ந்து கொடுத்து மற்றவர்களையும் தூக்கி விடுங்கள் என்று கூறினேன். இப்போது வேறொன்றும் கூறிவிடுகிறேன்.

நாம் செய்யும் உதவி என்பது பள்ளத்தில் இருப்பவரை தூக்கி விடுவதற்கு மட்டும் என்பதோடு நின்றுவிட வேண்டும். அதற்குப்பின் பள்ளத்திலிருந்து வெளியே வந்தவர் தாமே நடந்துதான் தன் பயணத்தைத் தொடர வேண்டும்.

வேறொரு உதாரணத்தையும் சொல்கிறேன்.

நீங்கள் சாலையில் நடந்து போய்க்கொண்டிருக்கிறீர்கள். வழியில் ஒரு கார் ஸ்டார்ட் ஆகாமல் நின்று கொண்டிருக்கிறது. அதன் டிரைவர் உங்களிடம், ‘சார், கொஞ்சம் தள்ளிவிடுங்கள், ஸ்டார்ட் ஆகி விடும் என்கிறார். நீங்களும் வழியில் சென்றுகொண்டிருக்கும் ஒருவரையும் கூட்டிக்கொண்டு வண்டியைத் தள்ளுகிறீர்கள்.

இப்போது டிரைவர் என்ன செய்யவேண்டும்?

எஞ்சினை ஸ்டார்ட் செய்யவேண்டும், கியரை மாற்றி ஆக்ஸிலேட்டரை அழுத்த உடனே வண்டி ஓடத்தொடங்கிவிடும். அவர் அப்படிச் செய்யாமல் ‘இவர்கள்தான் தள்ளுகிறார்களே, நாம் பாட்டுக்கு சுகமாக

போய்க்கொண்டிருப்போம்' என்று சும்மா உட்கார்ந்து கொண்டிருந்தால்...

நீங்கள் என்ன தள்ளிக்கொண்டேவா போய்க்கொண்டிருப்பீர்கள்? நீங்கள் தள்ளுவதை நிறுத்திவிட்டு உங்கள் வழியைப் பார்த்துக் கொண்டுதானே போவீர்கள்? அதுபோலத்தான் உதவி செய்யும்போதும்!

எதுவரை உந்தித்தள்ளவேண்டுமோ அதுவரைதான் தள்ளவேண்டும், அதற்குப்பின் நீங்கள் உதவும் அந்த நபர் தானே ஸ்டார்ட் செய்து கியரை மாற்றி வண்டியைச் செலுத்தவேண்டும். இதில் சரியான வரையறையை வகுத்துக்கொள்ளுங்கள். இல்லையென்றால் நீங்கள் உதவி என்று நினைத்துக்கொண்டு கொடுக்கும் பணம் சில உதவாக்கரைகளைத்தான் உருவாக்கும்.

எனக்குத் தெரிந்த ஒருவர் தன் குடும்பத்தின்மீது மிகுந்த பற்றுள்ளவர். தனது சகோதரியின் குடும்பத்துக்கு ஏராளமாக உதவி செய்தார். அவரது சகோதரியின் மகன்களைப் படிக்க வைத்தார், அவர்களின் குடும்பச் செலவுகளின் பெரும் பகுதியை ஏற்றுக்கொண்டார்.

இப்படி இருந்தவர், தனது ஓய்வுக்காலம் நெருங்கி விட்டதை உணர்ந்து, அந்தக் குடும்பத்திடம் 'இனி முன்போல் என்னால் செய்ய இயலாது, இனி எனது மக்களின் எதிர்காலத்தையும் நான் பார்க்க வேண்டும். நானும் என் மனைவியும் இனியாவது சற்று எங்களுக்காக நேரத்தைச் செலவிட வேண்டும் என்று விரும்புகிறேன். இதுவரை உங்களுக்கெல்லாம் நன்றாகச் செய்து விட்டேன், இனிமேல் நீங்கள் உங்கள் எதிர்காலத்தை அமைத்துக்கொள்ளுங்கள்' என்று கூறினார். அவ்வளவுதான், நிலைமை முழுவதுமாக மாறிவிட்டது!

அதுவரை 'சூப்பர்மேன்'ஆக இருந்தவர் தடாலென வில்லனாகி விட்டார் அவர்களுக்கு! அவர் அதுவரை செய்ததெல்லாம் ஒரு நொடியில் காணாமல் போய்விட்டது!

எனவேதான் உதவி செய்யும்போதும் இதுபோன்ற தவறுகள் நடக்காமல் பார்த்துக்கொள்ள வேண்டும்.

அடுத்த விஷயம், நீங்கள் உதவி செய்யும் நபர் உண்மையிலேயே அதற்குத் தகுதி உள்ளவர்தானா என்று சரியாக தேர்வு செய்து பின் உதவி செய்யுங்கள்.

இன்ஃபோஸிஸ் ஃபௌண்டேஷனை திறம்பட நடத்தி வரும் திருமதி சுதா நாராயணமூர்த்தி அவர்கள் ஒருமுறை குறிப்பிட்டது எனக்கு நினைவுக்கு வருகிறது. 'எங்களுக்கு உதவி வேண்டி வரும் அப்ளிகேஷன்களை ஆய்வு செய்யும்போது பார்த்தால் அவற்றில் பாதிக்குமேல் போலியாகத்தான் இருக்கின்றன!'

நீங்கள் தர்மம் என்று நினைத்துக்கொடுக்கும் பணம் தவறான மனிதர்களுக்குப்போனால் அது தவறாக உபயோகிக்கப் பட்டு உங்களுக்குப் புண்ணியத்தைக் கொண்டுவருவதற்குப் பதில் பாவத்தையும் கொண்டுவரலாம்! உஷார்!

சில வருடங்களுக்கு முன் நானும் என் மனைவியும் ஸ்ரீரங்கம் கோவிலுக்குச் சென்றிருந்தோம். வழிபாடுகளைச் செய்துகொண்டு வலம் வருகையில் ஒரு பணியாளர் டேபிள், சேர் சகிதம் அமர்ந்துகொண்டு ஃபோனில் யாருடனோ பேசிக்கொண்டிருந்தார்.

எங்களை பார்த்ததும் கோவிலின் கும்பாபிஷேகப்பணிகள் நடந்து கொண்டிருக்கின்றன, இப்போது உடனடியாக இத்தனை மூட்டை மணல் வேண்டும், அதற்குத்தான் ஒரு டோனரிடம் ஃபோனில் பேசிக் கொண்டிருந்தேன் என்றார்.

நானும் என்னிடம் இருந்த பணத்தில் ஒரு ஆயிரம்ரூபாயை அவரிடம் கொடுத்து நல்ல விஷயத்துக்குப் பயன்படுத்திக் கொள்ளுங்கள் என்றேன்.

மகிழ்ச்சியுடன் வாங்கிக்கொண்ட அவர் ரசீது புத்தகத்தைத் தேடினார் (அல்லது தேடுவதுபோல பாசாங்கு செய்தார்). பின், சார், ரசீது புத்தகம் தீர்ந்து விட்டிருக்கிறது, உங்கள் முகவரியைக் கொடுங்கள், நான் தபாலில் அதை அனுப்பி வைக்கிறேன் என்றார்.

நானும் உண்மை என நினைத்து முகவரியைக் கொடுத்து விட்டு அவரது பெயரையும், கைபேசி எண்ணையும் வாங்கிக்கொண்டு வெளியே வந்து விட்டேன்.

சில நாட்கள் சென்றும் ஒரு ரசீதும் வந்தபாடில்லை. கைபேசியில் கூப்பிட்டேன், விவரங்களை நினைவுபடுத்திக் கேட்டதற்கு ‘வேலை பளுவில் மறந்து விட்டேன் சார், உடனே அனுப்புகிறேன்’ என்றார்.

அதற்குப்பின் மனிதர் நான் அழைக்கும்போதெல்லாம் ஃபோனை எடுக்கவே இல்லை! தகவல்களைக் குறிப்பிட்டு கோவில் நிர்வாகத்துக்கும் எழுதினேன், இன்றுவரை பதில் இல்லை!

ஒரு விஷயம், அந்த மனிதர் தவறான கைபேசி எண்ணை தந்து என்னை ஏமாற்ற முயலவில்லை. அந்தமட்டில் மகிழ்ச்சி!

போகட்டும், எதற்காக இவ்வளவு சொல்கிறேன் என்றால் நல்ல செயல்கள் செய்வதிலும் கவனமாக விழிப்புடன் இருக்க வேண்டும் என்று தெரிந்து கொள்வதற்காக.

நண்பர்களே, நமது செல்வத்தைத் தேடும் பயணம் இப்போது ஒரு நிறைவுக்கு வருகின்றது. நான் எடுத்துக்காட்டியபடி செல்வத்தின் இலக்கணங்களை நன்றாகப் புரிந்துகொள்ளுங்கள். அதைத் தேடும் வழிகளில் உங்களுக்கு உகந்த வழியில் முயன்று செல்வத்தைக் குவியுங்கள். அப்படிச் செய்யும்போதே தகுதி உடைய நபர்களுக்கு உங்கள் செல்வத்தைப் பகிர்ந்து அளித்து அவர்களுக்கும் முன்னேற்றப் பாதையை வகுத்துக்கொடுங்கள்.

வையத்தில் வாழ்வாங்கு வாழுங்கள்!

நாம் செய்யும் உதவி என்பது பள்ளத்தில்
இருப்பவரை தூக்கி விடுவதற்கு மட்டும்
என்பதோடு நின்றுவிட வேண்டும்.
அதற்குப்பின் பள்ளத்திலிருந்து
வெளியே வந்தவர் தாமே நடந்துதான்
தன் பயணத்தைத் தொடர வேண்டும்.

www.ingramcontent.com/pod-product-compliance
Lightning Source LLC
LaVergne TN
LVHW060613051026
849519LV00002B/580